D1763416

நான், வித்யா

ஒரு திருநங்கையின் உலுக்கியெடுக்கும் வாழ்க்கை அனுபவங்கள்

'லிவிங் ஸ்மைல்' வித்யா

ஆண்களும் பெண்களும் நிறைந்த உலகில் ஒரு திருநங்கையாக வாழ்வதில் உள்ள அனைத்துச் சிரமங்களையும் அனுபவித்தவர் வித்யா. ஆயினும், வாழ்வின் மீதான அவரது பிடிப்பும் அவரது ஈடுபாடும் அபாரமானது. எம்.ஏ. மொழியியல் படித்திருக்கிறார். நவீன நாடகங்களிலும் திரைத் துறையிலும் ஆர்வம் உள்ளவர். நாடகப் பேராசிரியர் மு. ராமசாமியின் மாணவி. திருச்சியிலும் புனேவிலும் மதுரையிலும் சில காலம் வாழ்ந்தவர். தற்சமயம் சென்னையில் ஆதரவற்றோருக்கான இல்லம் ஒன்றில் பணி புரிகிறார்.

நான், வித்யா

ஒரு திருநங்கையின் உலுக்கியெடுக்கும் வாழ்க்கை அனுபவங்கள்

'லிவிங் ஸ்மைல்' வித்யா

கிழக்கு

நான், வித்யா
Naan, Vidya
by *'Living Smile' Vidya*

First Edition: December 2007
168 Pages
Printed in India.

ISBN: 978-81-8368-578-8
Title No: Kizhakku 280

Kizhakku Pathippagam
177/103, First Floor,
Ambal's Building, Lloyds Road,
Royapettah, Chennai 600 014.
Ph: +91-44-4200-9603

Email : support@nhm.in
Website : www.nhm.in

Author's Email: perfect_vidya@yahoo.co.in

Kizhakku Pathippagam is an imprint of New Horizon Media Private Limited

This book is sold subject to the condition that it shall not, by way of trade or otherwise, be lent, resold, hired out, or otherwise circulated without the publisher's prior written consent in any form of binding or cover other than that in which it is published and without a similar condition including this the rights under copyright reserved above, no part of this publication may be reproduced, stored in or introduced into a retrieval system, or transmitted in any form or by any means (electronic, mechanical, photocopying, recording or otherwise), without the prior written permission of both the copyright owner and the above-mentioned publisher of this book.

சமர்ப்பணம்

பேராசிரியர் மு. ராமசாமிக்கு

உள்ளே

1. நிர்வாணம் / 09
2. அப்பா, அப்பா, அப்பப்பா! / 17
3. ராஜா மகள், ரோஜா மலர்! / 24
4. முதல் தோழி / 34
5. அது வேறு உலகம் / 45
6. விடைபெற்ற தருணம் / 54
7. வேறு பாதை, வேறு பயணம் / 65
8. என்னை ஏற்றுக் கொள்ளுங்கள் / 77
9. என் உலகம், என் மக்கள் / 89
10. சாட்லா / 102
11. விற்ற கதை / 114
12. மீண்டும் ஒரு போராட்டம் / 124
13. எனக்கொரு வேலை / 137
14. இவ்வாறு நானிருந்தேன் / 149
15. வாழ விரும்புகிறேன், தன்மானத்துடன் / 165

1. நிர்வாணம்

ஜன்னலோர ரயில் பயணம் மிகவும் சுகமானது. விடுமுறை நாளின் சோம்பலான காலையில் நிதானமாக காபி அருந்துவதைப் போல. வசதியாகக் காலை நீட்டிக் கொண்டு ஓடும் மரம், செடி, வீடுகளை ஏதேதோ சேனைகளுக்கு மத்தியில் மெய்மறந்து வேடிக்கை பார்த்தபடி சென்று கொண்டிருந்தேன்.

'கான் ஜாரே?' என்ற திடீர் கேள்வி நிமிர்ந்து பார்க்கச் செய்தது. கையில் சின்னப் பேக் ஒன்றுடன் ஒரு ரோஜ்வாலா. ஸ்லீப்பர் கோச்சுக்குச் சம்பந்தமில்லாத என் எளிய உடை மற்றும் மூளியான முகத்தால் வித் அவுட் என்று நினைத்தான் போல. நிர்வாணத்துக்குப் போகும் போது திரும்பப் பயன்படுத்தாத துணியாகத்தான் உடுத்திக் கொள்ள வேண்டும். தங்கம், வெள்ளி ஆபரணங் களும்தான். அதனால், இருப்பதிலேயே பழசான நீலக் கலர் பூ போட்ட வெள்ளைப் புடைவையை சிம்பிளா கட்டிக்கிட்டேன். போட்டிருந்த சின்ன மூக்குத்தி தவிர, தங்கம்னு ஒண்ணும் என்னிடம் இல்லை. அதுவும் நாளைக்கு நிர்வாணத்துக்கப்புறம் சுகந்தி ஆயாவுக்குத் தந்திடணும்.

'பைட்டூன் இதர்?'

வித் அவுட் கேஸ் என்றுதான் நினைத்திருப்பான். ஆனாலும் கொஞ்சம் வேண்டுகோள் தொனியில் கேட்டவனுக்கு, உட்காரட்டும் என, காலை மட்டும் நகர்த்திக் கொண்டு இடம் அளித்து விட்டு மீண்டும் வேடிக்கை பார்க்க ஆரம்பித்தேன்.

நிர்வாணத்துக்கு அனுப்பலாம்னு நானி சொன்ன மறுநாளே லோனாவாலா ஸ்டேஷனில் ஏப்ரல் 25ம் தேதிக்கு புனேடு கடப்பா டிக்கெட் புக் பண்ணியாச்சு! அன்று 'தந்தா'(பிச்சை)வுக்குப் போகவில்லை. ஆச்சரியம் என்னன்னா எந்த நானியும் ஒரு மாசத்துக்கு முந்தியே நிர்வாணத்துக்கு அனுப்புறதா, தேதி உட்பட சொல்றதா இல்லை. அதைவிட எந்த நாத்தி சேலாவும் (பேத்தி முறை) இப்பிடி முன்கூட்டி டிக்கெட் புக் பண்ணி நிர்வாணத்துக்குப் போனது இல்லை.

'இதெல்லாம் யாருக்கும் சொல்லாம கொள்ளாம காதும் காதும் வச்ச மாதிரி தான் போயிட்டு வரணும். இந்தக் காலத்துப் பொட்டைங்கல்லாம் எங்க பெரியவங்க பேச்ச கேக்குது? அது அதுங்க இஷ்டத்துக்கு ஆடுதுங்கம்மா' ன்னு நொடிக்கு நொடி சலித்துக் கொண்டே வந்தாள் சுகந்தி ஆயா.

இப்படித்தான் தொட்டதுக்கெல்லாம் அந்தக் காலத்து திருநங்கைகளுக்கும், இந்தக் காலத்துத் திருநங்கைகளுக்கும் உள்ள வித்தியாசத்தைப் புலம்பிக் கொள்வாள். அவ்வப்போது உதாரணத்துக்கு, அந்தக் காலத்தில் அவள் பட்ட கஷ்டங்களில் ஒன்றையும் சேர்த்துக் கொள்வாள்.

நூற்றுக்கணக்கான டாக்டர்களுக்கு அவள்தான் இரண்டாம் தாயம்மா. ஆஜானுபாகுவான உடல் ஆகிருதியோடு, வெள்ளி படர்ந்த முடியை அள்ளி முடிந்து, கொண்டை ஒன்றைப் போட்டு இருப்பாள். அகலமான நெற்றியை மறைக்க இரண்டு ரூபாய் காயின் சைஸில் அவள் வைத்திருக்கும் குங்குமப் பொட்டு, பார்ப்பவர்களுக்கே ஒரு பயம் கலந்த மரியாதையை ஏற்படுத்தும். எப்போதும் வெற்றிலை-பாக்கு மெல்லும் வாய். உருவத்துக்கேற்ப கணீர்க் குரலும், சுகந்தி ஆயாவுக்கு எப்போதும், எல்லாமே பொருத்தம்தான். நானும் சத்யாவும் மட்டும் சில சமயம் அவளைக் 'கெழவி' என்று வம்புக்கு அழைப் போம். இஷ்டமிருந்தால் கண்டு கொள்ளாமல் அனுமதிப்பாள். சத்யா அக்கா, பக்கத்து வீட்டு நாகராணி ஆகியோரோடு என்னையும் நிர்வாணத்துக்கு அழைத்துப் போகிறாள்.

புனே நகரத்தின் திருநங்கைகளின் பிரத்தியேகமான வசிப்பிடத்தில் சாரதா நானி ஒரு முக்கியப் புள்ளி. அவளது சேலாக்களில் (மகள்) ஒருத்தியான அருணா அம்மாவின் சேலாக்களில் நானும் ஒருத்தி. வயதில் மூத்தவளான சத்யா, திருநங்கை குழுமத்தில் எனக்கு முன்பே இணைந்தவள். கிட்டத்தட்ட சுகந்தி மாதிரி, ஆயா மாதிரி நல்ல தாட்டியான கறுத்த உடம்பு. குரலும் அதற் கேற்ற மாதிரி. நீண்ட அடர்த்தியான கூந்தல் உண்டு அவளுக்கு. பிரமாதமாகச் சமைப்பாள். வந்து இணைந்து வெகு நாள் ஆன அவளுக்கே இப்போதுதான் நிர்வாணம் நடக்கவிருக்கிறது. அவளுடன் சேர்ந்து இவ்வளவு விரைவில் எனக்கும் நிர்வாணம் நடப்பது, பெரிய விஷயம்தான். எனக்கு அப்போது கொண்டை போட்டால் கழுத்துக்குக் கீழேகூட இறங்காத அளவுக்குத்தான் முடி இருந்தது.

★

சத்யா, நிர்வாணத்துக்கு என்னளவுக்குக் கஷ்டம் காட்டாததாலும், கூட யார் வருவார்கள் என்று தெரியாததாலும் எனக்கு மட்டும் டிக்கெட் ரிசர்வ் செய்து கொண்டேன். ரிசர்வ் செய்தாலும், செய்யா விட்டாலும், சுகந்தி ஆயாவுக்கோ, சத்யாவுக்கோ ஓபன் டிக்கெட் இருந்தாலே போதும்.

ஸ்லீப்பர் கோச்சில் ஒரு கதவுப் பக்கம் பேப்பர் விரித்து அமர்ந்து கொண்டே, கேள்வி கேட்கும் டி.டி.ஆர்க்கு ஜவாப் கொடுத்து விட்டார்கள். நாகராணியும் அவர்களோடு ஒண்டிக் கொண்டாள். காலை வரை அப்படியே ஓர் இடத்தைப் பிடித்துக் கொண்டனர்.

வேடிக்கை பார்த்துக் கொண்டிருந்த நான், கொஞ்ச நேரத்தில் என் இடத்திலி ருந்து எழுந்து வந்து அவர்களோடு அமர்ந்து கொண்டேன். இரவு வரும் வரை கிழவி அவள் காலத்துக் கதைகளை, அவளது அனுபவங்களை, கஷ்டங்களை

- பலமுறை இவற்றைக் கேட்டதுண்டென்றாலும் - சொல்லிக் கொண்டே வந்தாள். அன்று அதை மூவருமே புதுப் பரிமாணத்தில் கேட்டுக் கொண்டு வந்தோம். குறிப்பாக, நிர்வாணத்தைப் பற்றியும் சொல்லச் சொல்ல, திகிலோடும் மூவரும் கேட்டோம்.

கிழவிக்குத் தூக்கம் வர ஆரம்பிக்கையில் நான் என் சீட்டுக்குத் திரும்பி விட்டேன். இன்னும் ஓர் இரவு. நாளை பொழுது விடியும் போது என் வெறி, என் கனவு எல்லாவற்றுக்கும் சேர்ந்தே பொழுது விடியும். ஆனால், இந்த இரவு தான் விடிய மறுக்கிறது. புரண்டு புரண்டு படுத்து, எழுந்து உட்கார்ந்து நேரம் தான் போகிறது. சுற்றுமுற்றும் பார்த்தால் மொத்த வண்டியும் உறங்கிக் கொண்டிருக்கிறது. புகை வண்டியை ஓட்டுபவர், சில ரோந்து போலீஸ் காரர்கள் மற்றும் நான். உறங்காமல் நொடிகளை எண்ணிக் கொண்டிருப் பவர்கள் நாங்கள் மட்டும்தான்.

நிர்வாணம். இதற்காக எத்தனை நாள் காத்திருந்தேன்! எத்தனை அவமானங்களைச் சுமந்திருந்தேன்! என் கோபம், என் சுயம், என் தன்மானம் எல்லாத்தையும் அடகு வைத்து, வெறி கொண்டு பிச்சை எடுத்துச் சேர்த்தது எல்லாமே நிர்வாணத்துக்காகத் தானே. அது நாளை நிறைவேறப் போகிறது எனும்போது எப்படி என்னால் உறங்க முடியும்?

விடிந்தே விட்டது பொழுது. முழு இரவும் விழித்திருந்த எந்தக் களைப்புமின்றி ஆசை ஆசையாக அன்றைய அதிகாலையை வரவேற்றேன். காலையில் காபி மட்டும் குடித்துக் கொண்டேன். டாக்டர் மூலம் நடைபெறவிருக்கும் நிர்வாணம் என்பதால், நீர் ஆகாரம் மட்டும்தான் எடுத்துக் கொள்ள வேண்டும் என சுகந்தி ஆயா சொல்லி விட்டாள்.

என் வாழ்க்கையின் அதிமுக்கிய நாள். ஏப்ரல் 26 அன்று காலை கடப்பா ரயில் நிலையத்தில் இறங்கி நான்கு பேரும் வெளியே வரும் போது, ஆட்டோக்கள் மொய்க்க ஆரம்பித்து விட்டன.

'நாகன்னாவா, பாபன்னாவா? என ஆளாளுக்குக் கேட்டு மொய்த்தவர்களை ஒருவாறு சமாளித்து பேரம் பிடித்து ஆட்டோ ஒன்றில் ஏறிக் கொண்டோம்.

'ஏன் ஆயா! அதெப்பிடி நம்மள பாத்தவுடனேயே நாகன்னானாவா, பாபன்னவான்னு கேக்குறாங்க?' என்றேன் சுகந்தி ஆயாவிடம்.

'கடப்பாவுக்குப் பொட்டைங்க வந்தாலே நிர்வாணத்துக்குத் தான்னு இந்த ஊரு பச்சப் பிள்ளைங்களுக்குக் கூடத் தெரியுமே' - என்றாள் நாகராணி.

'அதுக்குன்னு டாக்டருங்க பேரு கூடவா? நாம எந்த டாக்டர் கிட்ட ஆயா போறோம்?'

சுகந்தி ஆயா பதில் ஒன்றும் தரவில்லை.

'ஏன் ஆயா உர்ருனு வர்ற?'

'சும்மா இருடி' கடிந்து கொண்டாள்.

வேறென்ன செய்வது? ஓர் இலக்கு இல்லாமல் அங்கிருந்த தெலுங்கு சினிமா போஸ்டர்களை வேடிக்கை பார்த்தபடி சென்றேன்.

ஒரு வழியாகக் கடப்பா வந்து சேர்ந்து விட்ட மகிழ்ச்சியும், மருத்துவ மனையை அடைந்த சந்தோஷமுமாக ஆட்டோவிலிருந்து இறங்கினேன்.

ஏனோ கிழவி திடீரென்று வேகம் வந்தவளாக, 'அய்ய, ஜல்தியா உள்ள போங்க'ன்னு அவசர அவசரமாக எங்களை உள்ளே தள்ளிக் கொண்டு போனாள்.

மருத்துவமனை, சாலையை ஒட்டியே இருந்தது. அது பிரதான சாலையாக இல்லா விட்டாலும், ஓரளவுக்கு பிசியான சாலையாகவே தெரிந்தது. எதிரே உள்ள சினிமா தியேட்டரில் சந்திரமுகியின் தெலுங்கு போஸ்டர் ஒன்று ஒட்ட யிருந்தது.

மருத்துவமனை பரபரப்பாக இயங்கிக் கொண்டிருக்க, நாங்கள் அதன் பின் பகுதியாகக் கருதத் தக்க ஓர் இடத்தின் முதல் மாடிக்கு அனுப்பப்பட்டோம். வரும் வழியில் மருத்துவமனை ஊழியர் ஒருவர் தெலுங்கில் சுகந்தி ஆயா விடம் பேசியபடி வந்தார். ம், அடிக்கடி அவள் இங்கு வந்து போகிறவள் என்பதை நினைத்துக் கொண்டேன். எங்களை ஓர் அறையில் விட்டு விட்டு அந்த ஊழியர் வெளியே போனார்.

மூன்று இரும்புக் கட்டில்கள் இருந்த அவ்வறையை ஒட்டி ஒரு பாத்ரூமும், ஒரு பக்கெட்டும் இருந்தன. கட்டிலின் மீது பாயோ, மெத்தையோ, போர் வையோ இருக்கவில்லை. வெறும் கட்டில்.

சுவர்களில் பல பெண் பெயர்கள் கரியாலும், பேனாவாலும் கிறுக்கப் பட்டிருந்தது. திருநங்கைகளுக்கென்றே ஒதுக்கப்பட்ட அறை போலும். இதற்கு முன் வந்த திருநங்கைகள் சுவரில் கிறுக்கி வைத்தனர். ஒரு வேளை நிர்வாணம் என்னும் இந்த ஆபத்தான ஆபரேஷனில் உயிர் போனாலும் போ கலாம். தனக்குப் பின் தன் பெயராவது இருக்கட்டும் என்று எழுதி வைத்துக் கொள்வார்களாம்.

'நீ கூட எழுதுறதுன்னா எழுதிக்க' என்றாள் சுகந்தி ஆயா.

எனக்கு எழுதத் தோன்றவில்லை எப்படியும் வாழ்வேன் என்று உறுதியாகப் பட்டது. அதற்காகத்தானே இத்தனை பாடுகள்? ஆனால் பசித்தது.

முந்தைய நாள் இரவிலிருந்தே யாரும் எதுவும் சாப்பிடக் கூடாதென சுகந்தி ஆயா சொல்லி வைத்ததால் அவளைத் தவிர மூன்று பேர் வயிறும் காலி!

'பாத்ரூம், கீத்ரூம் போறதுன்னா போயிக்கோங்க. ஆப்ரேசன் தியேட்டருக்குப் போறப்ப வயித்துல சுத்தமா ஒண்ணுமே இருக்கக் கூடாது' என்று எச்சரித்தாள் சுகந்தி ஆயா. நாகராணி மட்டும் கொஞ்சம் பயந்தாற்போல இருந்தாள். சத்யா வைப் பார்த்தேன். எப்போதும் போலவே உம்மென இருந்தாள். எனக்கோ மிகவும் படபடப்பாக இருந்தது. அது எப்போது, எப்போது என்றிருந்தது. அறை முழுதும் ஒரு மாதிரியான நெடியடிப்பதை நாங்கள் யாரும் பொருட்படுத்தவில்லை. பதற்றம் மட்டுமே பிரதானமாக இருந்தது.

சற்று நேரம் காத்திருந்தோம். ஆண் ஊழியர் ஒருவர் வந்து சுகந்தி ஆயாவிடம் ஏதோ பேசிச் சென்றான். நாங்கள் பார்த்துக் கொண்டே இருந்தோம். பிறகு, கிழவி மூன்று பேரையும் கீழே அழைத்துச் சென்றாள். ஓர் அறையில் எங்கள் மூன்று பேருக்கும், ரத்தப் பரிசோதனைக்காகச் சிறிது ரத்தம் எடுத்துக் கொண்டு திருப்பி அனுப்பி விட்டனர்.

'ரத்த டெஸ்ட் முடிஞ்சி, அர மணி நேரத்துல ரிசல்டு வந்துரும். எய்ட்ஸ் இருக் கான்னு பாத்துட்டு அப்றம்தான் ஆப்ரேசன் நடக்கும், அதுகூட அரமணி நேரத்துல முடிஞ்சிரும்' கிழவி சொன்னாள்.

வேறு பரிசோதனைகள் ஏதும் கிடையாதா? ரத்த அழுத்தம்? சர்க்கரை? அவை எதுவும் இன்றி, எய்ட்ஸ் இருக்கிறதா என்று மட்டும் பரிசோதிப்பதைப் பார்த்து 'ஏன்? எய்ட்ஸ் இருந்தா ஆப்ரேசன் பண்ண மாட்டாங்களா?' என்றாள் நாகராணி.

'இந்தா, அந்த ரூமுல இருக்கா இல்ல ஜானகி? அதுக்குக்கூட எயிட்ஸ்தானாம். கூட ரெண்டாயிரம் சேத்து வாங்கிருக்காங்க' என்று கிழவி சொன்ன பிறகு தான், எதிர் அறையில் ஒருத்தி ஆபரேஷன் செய்து படுத்திருப்பதையே நான் கவனித்தேன். உள்ளே சென்று பார்த்தால், அவள் எங்கள் தெருவைச் சேர்ந்த பெண்தான். புனே வந்து பல வருடங்கள் ஆகியும் இன்னும் கிராமத்து மணமும், பேச்சும் மாறாதவள். கிட்டத்தட்ட ஐந்து வருடங்கள் பம் பாயிலும், புனேவிலும் வாழ்ந்த போதிலும் ஹிந்தியில் சேர்ந்தாற் போல் ஒரு வாக்யம் பேசத் தெரியாது. அவளோடு அதிகப் பழக்கம் இல்லாத போதும், எப்போதாவது தெருவில் நடந்து போகும் போது, சில் அவளைக் கிண்டல் செய்வதைப் பார்த்ததுண்டு. அவளுக்கு எய்ட்ஸ் இருந்தது சத்யாவுக்கும் எனக் கும் பயங்கர அதிர்ச்சியாக இருந்தது.

சிறிது நேரம் மூன்று பேரும் ஏதேதோ பேசிக் கொண்டும், புலம்பிக் கொண்டும் திகிலோடு இருந்தோம்.

'முத யார் பேறா?' சுகந்தி ஆயா கேட்டாள். எனக்குப் பொறுக்கவில்லை.

'நான் போறேன் ஆயா, நான் போறேன்' என்றேன்.

பிறகு அவளே 'உனக்கு மூத்தவதேன் சத்யா, முத அவ போகட்டும்; அப்றமா நீ போ' என்றாள்.

யாரும் பதில் தரவில்லை. இன்னும் காத்திருக்க வேண்டுமென்ற விஷயம் இன்னும் எரிச்சலை ஊட்டியது.

'யே, யே நான் மொத போரேன்க்கா.'

'ம், போ... எனக்கு ஒண்ணும் இல்ல, கிழவிய கேட்டுக்க.'

கிழவிக்கு சீனியாரிட்டிதான் முக்கியம். அவள்ட்ட பேசி ஒண்ணும் பண்ண முடியாது.

அதற்குள் ரத்த சோதனை முடிவுகள் வந்து விட்டன. அவரவர்க்குரியதைக் கையில் அளித்து பத்திரமாக வைத்துக் கொள்ளுமாறு சொன்னாள் கிழவி. அப்பாடா. மூன்று பேருக்கும் எய்ட்ஸ் இல்லை.

மருத்துவமனை ஊழியர் ஒருவர் வந்தார். இரண்டு பேர் தயாராக இருங்கள் என்று சொல்லி விட்டு சத்யாவை மட்டும் அழைத்தார். எங்களை ட்ரெஸ் மாற்றிக் கொண்டு, வெறும் பாவாடை மட்டும் உடுத்தித் தயாராகுமாறு தெலுங்கி சொல்லி விட்டுப் போனார்.

அவர் சொல்லும் முன்னரே கிழவி எங்களைத் தயாராக்கி விட்டாள். கையோடு சத்யாவை அழைத்துச் சென்றனர். 'ஆபரேஷன் எப்ப ஆயா முடியும்? எவ்வளவு நேரம் ஆகும்?' திரும்பத் திரும்பக் கேட்டுக் கொண்டே இருந்தேன்.

நான் எதிர்பார்க்கவே இல்லை. ஆபரேஷன் என்றால் குறைந்தது ஒரு மணி நேரமாவது ஆகும் என்று நினைத்திருந்தேன். அதுவும் இது விவகாரமான ஆபரேஷன் ஆச்சே, எப்படியும் இரண்டு மணி நேரமாவது ஆகுமென்று நினைத்திருந்தேன். ஆனால், இருபதே நிமிடத்தில் ஆபரேஷன் முடிந்து சத்யாவை ஒரு ஆணும், பெண்ணும் தள்ளு வண்டியில் கொண்டு வந்து சேர்த்தனர். அவர்களை என்னால் நர்சாகவோ, மருத்துவமனை ஊழியர்களாகவோ பார்க்க முடியவில்லை. துறைக்குத் தொடர்பே இல்லாதவர்கள் போலத்தான் இருந்தார்கள்.

வெறும் இரும்புக் கட்டிலில் தினசரித் தாள் இரண்டினை விரித்து வைத்து, அரை மயக்கத்தில் இருந்த சத்யாதைத் தூக்க முடியாமல் தூக்கி பொத்தென்று கிடத்தினார்கள். பாதுகாப்பற்ற, சுகாதாரமற்ற இம்முறை என்னை கிலியடையச் செய்தது.

அதற்காக அதிகம் கவலைப்பட்டுக் கொண்டிருக்க முடியவில்லை. சத்யாவைக் கட்டிலில் கிடத்திய உடனே என்னை அழைத்துச் சென்றனர். தியேட்டருக்குள் போகும் முன் சுகந்தி கிழவி சொன்னாள்: 'ஆப்ரேசன் நடக்குறப்ப மாத்தா, மாத்தான்னு சொல்லு.'

மாத்தா. மாத்தா. மாத்தா. உள்ளே சென்ற பின்தான் தெரிந்தது. அது முதலில் ஆபரேஷன் தியேட்டரே இல்லை என்பது. மிக மிகச் சிறிய அறை. ஒரு கசாப்புக் கடைக்குள் நுழைவதைப் போலவே இருந்தது. ஒரே ஒரு கட்டில். அருகே மாஸ்க் அணிந்த டாக்டர். கண்களைப் பார்த்தால் வயதானவர் போல் தெரிந்தார். மேலும், இரண்டு பெண்களும், ஓர் ஆணும். அவ்வறையின் கொள்ளளவே அவ்வளவுதான். இன்னொருவர் நிற்க இடமில்லை.

டாக்டரிடம் ஏதோ பேச வேண்டும் போலிருந்தது. ஆனால், சூழல் இடம் தரவில்லை. சென்றவுடன் பாவாடையைக் கழற்றி விட்டுக் கட்டிலில் படுக்க வைத்தனர். கூச்சப்பட்டவளைச் சமாதானப்படுத்தினார்கள். பின்னர், கருவிலுள்ள சிசுவைப் போல இடப் பக்கமாகச் சுருண்டு படுக்க வைத்தனர். முதுகுத் தண்டில் ஊசி போட்டார்கள். வலித்தது. பின்னர் நேராகப் படுத்துக் கொண்டபின் வலக் கையில் நரம்பைத் தேடி குளுக்கோஸ் ஏற்றினர்.

இதெல்லாம், ஏற்கெனவே இப்படி, இப்படி நடக்கும் என்றும் சில மாதங்கள் முன்பு நிர்வாணம் ஆன செண்பகம் அக்கா சொன்ன தகவல் என்பதால், எளிதாக ஒத்துழைக்க முடிந்தது. மேலும், அவள் முதுகில் மயக்க மருந்து போட்ட பின் இடுப்புக்குக் கீழே மரத்து விடும் என்றதால், சற்றுத் தைரிய மாகவும் இருந்தேன்.

மருத்துவர் கத்தியை எடுத்து முதல் கீறலை என் அடி வயிற்றில் தொடங்கிய போதுதான், எனக்கு இன்னும் முழுமையாக மரத்துப் போகவில்லை என்பதை உணர்ந்தேன். வலியில் நான் அலறுவதைப் பார்த்து, மேலும், ஒரு ஊசியைத் தண்டுவடத்தில் ஏற்றினார்கள். முன்பைவிட இப்போது வலி குறைந்ததேயன்றி முற்றிலும் நின்று விடவில்லை. கை கால்களை மட்டும் தான் அசைக்க முடியவில்லை. ஆனால், கத்தி நகரும் தடத்தையும், வலியை யும் நன்றாகவே உணர முடிந்தது.

தமிழ், தெலுங்கு, ஹிந்தி, ஆங்கிலம் என எனக்குத் தெரிந்த மொழிகளில் எல்லாம் 'வலிக்குதுடா, விடுங்கடா' என்று புலம்பிக் கொண்டேயிருந்தேன். இந்தக் கணமே, எல்லோரையும் தள்ளி விட்டு ஓடி விடலாம். வலிக்க வலிக்க மருத்துவம் பார்க்கும் டாக்டரையும், உதவியாளரையும் கொன்று விடலாம் என என்னென்னவோ மனத்தில் தோன்றியது. வலியைக் கடக்க வழி தெரியா மல் கிழவி சொன்னது போல மாத்தா மாத்தா என்று அரற்றிக் கொண்டி ருக்கும்போது, 'மாஆஆ...த்த்தாஆஆஆ' என்று பெருவலி ஒன்றால் உச்சத்தில் அலறினேன். ஆபரேஷனின் உச்சகட்டமாக வயிற்றின் உள்ளாகக் கம்பியை விட்டு உள்ளிருக்கும் குடல் அனைத்தையும் உருவுவது போல் ஒரு வலி.

ஆம். அந்த நொடியில் நான் கண்டதன் பெயர்தான் மரணம். எது வேண்டாம், எது என்னுடையதில்லை என்று நினைவு தெரிந்த நாளாக மனத்துக்குள் அழுது புலம்பிக் கொண்டிருந்தேனோ, அதனை நீக்கி விட்டிருந்தார்கள். என் பிறப்புறுப்பு தனியே பிரித்தெடுக்கப்பட்டதை நான் உணர்ந்தேன்.

அதன் பின் தையல் போடுவது, மருந்து வைப்பது எல்லாவற்றையும் வெகு துல்லியமாக என்னால் கணிக்க முடிந்தது. அவ்வலிகளையும் பொறுத்துக் கொள்ள முடிந்தது.

ஆ! நிர்வாணம். இதுவல்லவா நிம்மதியின் எல்லை!

அதே இருபது நிமிடங்களில் எனக்கும் ஆபரேஷன் முடிந்து விட்டது. உயிர் போகும் வலியுடனும் எரிச்சலோடும் படுத்து, புழுவாகத் துடித்துக் கொண்டி ருந்த என்னை அப்படியே ஸ்ட்ரெச்சரில் கிடத்தி சறுக்குப் பாதை கொண்ட அவ்வழியில் தடதடவென வேகமாக இழுத்துச் செல்ல, 'நங்...' ஏதோ ஒன்றில் ஸ்ட்ரெச்சர் இடித்ததில் என் உடல் வேகமாக அசைகிறது. அவ்வாறு உடல் அசையும் போது மீண்டும் ஒரு புதிய வலி. அறைக்கு அழைத்து வந்து சத்யாவைக் கிடத்தியதைப் போலவே தினசரிகள் விரித்திருந்த கட்டிலில் என்னை 'தட்' என்று கிடத்தினார்கள்.

சத்யா வலியில் புலம்புவது கேட்டது. எனக்கும் வலித்தது என்றாலும் பொறுத்துக் கொள்ள முடிந்தது. சில நிமிடங்களில் சத்யா வலி பொறுக்காமல் பயங்கரமாக அழ ஆரம்பித்து விட்டாள். பக்கத்தில் படுத்திருந்த எனக்கு ஆச்சர்யமாக இருந்தது.

இவளா... சத்யாவா... வலி பொறுக்காமல் அழுவது? வந்து சேர்ந்த இடத்தில் எனது அக்காவான அவள் மிகவும் அழுத்தமானவள். குடித்து விட்டு ஏதாவது ஏடாகூடமாகப் பண்ண நானியிடம் அவ்வளவு அடி வாங்கும் போது கூட அத்தனை அடியையும் வாங்கிக் கொண்டு அசையாமல் படுத்திருப்பாள். அவளே வலி பொறுக்காமல் அழுவதை என்னால் நம்ப முடியவில்லை. நான் அந்த வலியைப் பொறுத்துக் கொண்டதும்!

உள்ளுக்குள் ஒரு நிம்மதி படர்ந்தது. மிகப் பெரிய நிம்மதி அது. இனி நான் பெண். என்னுடையது ஒரு பெண்ணின் உடல். என் மனத்துக்குப் பொருத்த மான வடிவமாக இனி இந்த உடல் இருக்கும். இதுநாள் வரையிலான என் வலிகளை எல்லாம் இந்த வலி போக்கி விடும்.

அப்போதே உரக்க வாய் விட்டுக் கதறி டாக்டருக்கு, உடன் உதவியவர் களுக்கு, சுகந்தி ஆயாவுக்கு எல்லோருக்கும நன்றி சொல்ல வேண்டும் போல இருந்தது. ஆனால் வாயைத் தான் அசைக்க முடியவில்லை.

மனத்துக்குள்ளாகவே, ‘என் உடலில் இருந்து ஆணுக்குரிய அடையாளத்தை நீக்கி, என் உடலைப் பெண்ணுடல் ஆக்கியதற்கு நன்றி. இது போதும் இனி என் வாழ்க்கைக்கு. இப்போதே இறந்தாலும் நான் இழப்பதற்கு ஒன்றும் இல்லை. இனி நான் நிம்மதியாக, திருப்தியாக உறங்க முடியும்...’ என்று சொல்லிக் கொண்டேன்.

★

நேரம் ஆக ஆகத்தான் வலியின் தீவிரம் புரிந்தது. அடிவயிற்றின் கீழ் தீப்பற்றி எரிவது போல் வலி. கை கால்களை அசைக்கக் கூட முடியவில்லை. எவ்வளவு முயன்றும் வலி பொறுக்க முடியாமல் போகிறது. அம்மா, அம்மா நான் பெண்ணாகி விட்டேன். இனி நான் சரவணன் இல்லை. வித்யா. முழு வித்யா. முழுப் பெண். அம்மா நீ எங்கே இருக்கிறாய்? எப்படியாவது மாயம் செய்தாவது ஒரு கணம் என் அருகில் வாயேன். ஒரு முறை என் கையை ஆதரவாகப் பற்றிக் கொள். என் இருதயம் வெடித்துச் சிதறுவதைப் போலிருக் கிறது. ராதா, ப்ளீஸ் ராதா நான் இப்ப தம்பி இல்ல ராதா, தங்கச்சி. உன் தங்கச்சி. என் பக்கத்துல வா ராதா. சித்தி, மஞ்சு, ப்ரபா, அப்பா...

அப்பா, பருங்கப்பா, அறுந்து கிடக்கும் என் உடம்பப் பாருங்க... இது வெறும் ஒடம்புதான். இந்த வலி எல்லாத்தையும் தாங்கிக்கிறேன்.. இன்னும் எவ்வளவு வலி வந்தாலும் தாங்கிக்கிறேன். இதப் பாருங்க... இப்பவாவது என்னைப் பொண்ணாப் பாருங்கப்பா... என்னை ஏத்துக்கோங்கப்பா...

என் கதறல் எனக்கு மட்டுமே கேட்டுக் கொண்டிருந்தது.

2. அப்பா, அப்பா, அப்பப்பா!

என் முதல் பிறப்பின் போது என் பெற்றோர் எனக்கு வைத்த பெயர் சரவணன்.

ஓர் ஆண் குழந்தைக்காக ஆண்டுக்கணக்கில் ஏங்கிய என் பெற்றோருக்கு ஆறாவதாக நான் பிறந்தேன். முதல் முதலில் அவர்களுக்கு ஓர் ஆண் குழந்தை தான் பிறந்தது. ஆனால், இறந்தே பிறந்தது. அடுத்தடுத்து நான்கு பெண் குழந்தைகள் பிறந்து, அதிலும் இரண்டு குழந்தைகள் பெயர் தெரியாத நோய்த் தாக்குதல்களுக்கு ஆளாகி இறந்து விட, நான் பிறந்த போது என் பெற்றோர் அடைந்திருக்கக் கூடிய மகிழ்ச்சியை என்னால் மிக இளம் வயதிலேயே உணர முடிந்தது.

சொல்லிக் கொள்ளும்படியான வசதியான குடும்பம் இல்லை எங்களுடையது. திருச்சியை அடுத்த புத்தூரில் என் தந்தை ராமசாமியை 'நாட்டாமை' என்றால் யாருக்கும் தெரியும். பணக்கார சினிமா நாட்டாமை இல்லை அவர். கடைநிலை துப்புரவுத் தொழிலாளி. எழுபதுகளின் ஏதோ ஓர் ஆண்டில், அவருக்கும் என் தாய் வீரம்மாளுக்கும் திருமணம் நடந்தது. அப்போது அவர் வசித்து வந்த ஆட்டு மந்தைத் தெருவை ஒட்டிய ஒரு புறம்போக்கு நிலத்தில் சிறியதாக ஒரு குடிசை போட்டு வாழத் தொடங்கினர்கள்.

என் அம்மாவைப் பற்றிச் சொல்ல வேண்டும். பெயருக்கேற்ப வீரமும் கடின உழைப்பும் கொண்ட இனிய பெண்மணி. அதே வேளையில் கணவனின் அத்தனை அடக்குமுறைகளுக்கும் தன்னை ஒப்புக் கொடுத்த சராசரி இந்திய மனைவி. என் துரதிருஷ்டம், என்னுடைய பதினொராவது வயதில் ஒரு விபத்தில் அவர் இறந்து விட்டார்.

என் அம்மாவும் சரி, அப்பாவும் சரி. வாழ்நாள் முழுதும் சாதியின் பெயரால் ஒடுக்கப்பட்டதன் வலியும் நினைவுமாகவே இருந்தார்கள். அதனாலேயே எப்படியாவது ஒரு மகன் பிறந்து தங்கள் அவல வாழ்க்கைக்கு ஒரு முடிவு கட்டமாட்டானா என்று ஏங்கியிருக்கலாம்.

அப்பா முதலில் பால் வியாபாரம் செய்து கொண்டிருந்தார். அவருக்குக் காவல் துறையிலிருந்தும் தென்னக ரயில்வேயிலிருந்தும் பணி புரிய வாய்ப்பு வழங்கிக் கடிதங்கள் வந்தது நினைவிருக்கிறது. ஏனோ அவருக்கு அதிலெல்லாம் நாட்டமில்லை. எளிய பணிதான் என்றாலும் சொந்தத் தொழிலாக இருப்பது நல்லது என்று நினைத்திருக்கலாம். எப்படியும் கஷ்ட

ஜீவனம்தான். ஆனால் உறவினர்கள் அவரை விடவில்லை. பேசிப் பேசி வற்புறுத்தி ஒரு வழியாக, திருச்சி அகதிகள் முகாம் அலுவலகத்தில் துப்புரவுப் பணியாளராகப் போய்ச் சேர்ந்தார்.

அவர் வாழ்க்கை பெரும்பாலும் சலிப்புகளால் ஆனது. தனது கல்வியறிவின் போதாமை குறித்த சலிப்பு அது. எட்டாம் வகுப்பு வரை மட்டுமே படித்த தனக்கு, அரசாங்க பணியாக இருந்தாலும் இந்தக் கூட்டுற வேலைதானே கிடைக்கும் என்ற வெறுப்பு.

தனக்கொரு மகன் பிறந்து, அவனை இந்தியாவிலேயே மிகப் பெரிய பதவியான மாவட்ட ஆட்சித் தலைவராக ஆக்க வேண்டும் என்கிற கனவை அவர் அப்போதுதான் வளர்த்துக் கொள்ளத் தொடங்கினார். தன் கனவு, ஆசை, ஏக்கம் அத்தனையையும் பூர்த்தி செய்யும் வடிவமாக அவர் எதிர்பார்த்திருந்தது தன் ஆண் வாரிசையே! முன்பே குறிப்பிட்டது போல், அவருக்குப் பிறந்த அந்த முதல் ஆண் குழந்தை இறந்தே பிறந்தது.

இரண்டாவதாகப் பிறந்தது பெண் குழந்தையாக இருந்தாலும் முகம் சுளிக்காமல் ஏற்றுக் கொண்டார்.

அவருக்கு எம்.ஜி.ஆரை ரொம்பப் பிடிக்கும். அந்நாளில் யாருக்குத்தான் அவரைப் பிடிக்காது? தனது எம்.ஜி.ஆர். அபிமானத்தினால் அந்நாளில் பிரபலமாக ஓடிக் கொண்டிருந்த ஒரு எம்.ஜி.ஆர். படத்தின் நாயகி பாத்திரத்தின் பெயரான 'ராதா'வைத் தனது முதல் பெண்ணுக்கு வைத்தார் என் அப்பா.

அடுத்த பெண் குழந்தைக்குப் பெயர் மஞ்சு. இதுவும் ஒரு எம்.ஜி.ஆர். படக் கதாநாயகியின் பெயர்தான்.

ஒரு குழந்தை இறக்க, அடுத்த இரண்டும் பெண்களாகிவிட, அடுத்ததாவது ஆண் குழந்தையாக இருக்கும் என்று காத்திருந்தார் அப்பா. ம்ஹூம். வேம்பு, வெள்ளச்சி என இவர்களும் பெண்ணரசிகளாகவேதான் பிறந்தனர். பெயர் தெரியாத நோய்களுக்கு ஆட்பட்டு இறந்தவர்கள் இவர்கள்தாம். கிட்டத்தட்ட அவநம்பிக்கையின் எல்லைக்கே சென்று விட்ட என் தந்தையின் போக்கில் அதன்பின் சில மாறுதல்கள் ஏற்படத் தொடங்கியிருக்கின்றன.

அதுநாள் வரை தெளிவற்ற நாத்திய வியாக்கியனாங்கள் பலவற்றைப் பேசிக் கொண்டிருந்தவர், அனைத்தையும் விட்டு விட்டு, கோயில் கோயிலாக ஏறி இறங்கத் தொடங்கினர். திருச்சி வயலூர் முருகனிடம் இறுதியாகச் சென்று, இம்முறை தனக்கு ஆண் வாரிசு பிறந்தால் முருகனின் பெயரே வைப்பதாகவும், வயலூர் கோயிலில் மொட்டையடித்துக் கொள்வதாகவும் மனதார வேண்டிக் கொண்டார்.

1982ம் ஆண்டு மார்ச் மாதம் 25ம் தேதி நான் பிறந்தேன். முருகனுடன் மேற்கொண்ட ஒப்பந்தத்தின் அடிப்படையில் எனக்கு சரவணன் என்று பெயரிட்டார்கள்.

★

என் தந்தை குடிசை போட்டுக் குடி வந்த புறம்போக்கு நிலம், அப்போது ஒரு தெருவாக வளர்ச்சி பெற்று விட்டிருந்தது. ஆட்டு மந்தைத் தெருவின் கிளைத் தெருவான அத்தெருவுக்கு புபேஷ் குப்தா என்னும் போராளியின் நினைவாக, புபேஷ் குப்தா நகர் என்ற பெயரை ஊர்ப் பெரியவர்கள் சார்பில் வைத்தார் என் அப்பா. நாட்டாமை ஆயிற்றே?

தெரு வளர்ந்து, ஊர் வளர்ந்து, உலகம் மாறினாலும் எங்கள் வீட்டின் வறுமை நிலை அப்படியேதான் இருந்தது. அப்பாவுக்கு அதே துப்புரவுப் பணி. தெருவுக்கு மின்சாரம் வேண்டுமென்று மனு போடவும், அதிகாரிகளைப் பார்க்கவுமாக நடையாய் நடந்து கொண்டிருப்பார். வீட்டில் அம்மாவும் அக்காக்களும் சீராட்ட நான் வளர்ந்தேன். பள்ளிக்குச் செல்ல நான் தயாரான போது, ஒரு யுத்தக் களத்துக்குச் செல்லத் தயாராவது போல் என் அப்பாவும் தயாராகிக் கொண்டிருந்தார்.

மூன்று குழந்தைகள் இருந்த எங்கள் வீட்டில் நான் மட்டும் எந்த ஒரு சிறு வேலையும் செய்ய வேண்டியதில்லை என்று ஒரு சட்டம் பிறந்தது. எதிலும் எல்லாவற்றிலும் எனக்குச் சலுகைகள் அளிக்கப்பட்டன.

'டேய்! உனக்கிருக்குற ஒரே வேலை படிப்பு, படிப்பு மட்டுந்தான். கவனத்துல வெச்சிக்க' என்பார் அப்பா. கொஞ்சம் அழகாக மிகைப்படுத்திச் சொல்வதென்றால், கல்வி விஷயத்தில் என்னிடம் அவர் ஒரு சர்வாதிகாரி போலத்தான் நடந்து கொள்வார்.

'இவனுக்கு ஏதாவது வீட்டு வேலை வெச்சி இவனை யாராவது படிக்க விடாமப் பண்ணீங்க, கொன்னே போட்ருவேன் உங்கள!!'

என் அக்காக்களான பத்து வயது ராதாவும், ஆறு வயது மஞ்சுவும் அப்பாவின் இந்த வார்த்தைக்கு பயந்தே என்னை எந்த வேலையும் செய்ய விட மாட்டார்கள். ஆண் வாரிசு என்கிற ஒரே காரணம். வீட்டில் ஒரு துரும்பைக் கூட அசைக்க அவசியமில்லாமல் போனது. எப்போதும் அம்மா கொஞ்சிக் கொண்டே இருப்பாள்.

'எஞ்சாமி, என் சக்கரக் கட்டி, என் கீரைக் கட்டி, வெல்லக் கட்டி' என ஐந்து வயது வரை மடியில் தூக்கி வைத்துக் கொஞ்சியது நினைவிருக்கிறது. அப்பா வேலை முடிந்து தீனி வாங்கி வரும் போதெல்லாம், ராதாவுக்கும் மஞ்சுவுக்கும் தருவதைவிட ஒரு மடங்கு கூடுதலாகவே எனக்கு அளிப்பார்.

சகோதரிகள் பொறாமை கொண்டு எனக்கு நினைவில்லை. பார்த்ததெல்லாம் அன்புதான். அது மட்டும்தான். தன் நினைவு தெரிந்தவரை பெற்றோரின் வேண்டுதலை, ஓர் ஆண் பிள்ளை பிறக்க வேண்டும் என்ற பிரார்த்தனையை மட்டுமே கண்டு வளர்ந்தவள் ராதா. நான் பிறந்த நாள் முதல் மனத்தளவில் அவள் எனக்கு ஒரு தாய் போலவேதான் இருந்தாள். என் அம்மா இறந்த பிறகு தாயாகவே மாறியும் போனாள்.

எங்கள் வீட்டில் ராதா ஒரு தேவதை. அப்பாவும் அம்மாவும் வேலைக்குச் சென்று விட்ட பிறகு, வீட்டுப் பொறுப்புகள் எல்லாம் அவளுடையதுதான். பத்து வயதிலேயே சமையல் செய்வாள். வீடு கூட்டுவாள். பாத்திரம் துலக்குவாள். துணி துவைப்பாள். தண்ணீர் பிடித்து வந்து வைப்பாள். எல்லாம் செய்வாள். நியாயமாகத் தலைக்கு மேல் தூக்கி வைத்து அவளைக் கொண்டாடியிருக்க வேண்டும். செய்யவில்லை. ஆண் குழந்தையாகப் பிறந்து விட்ட ஒரே காரணத்துக்காக வீட்டின் முழுப் பரிவும் அன்பும் பாசம் பெருமையும் என்னைச் சுற்றியே கும்மியடித்தன.

ஆனால் ஆச்சரியம், இந்த ஓர வஞ்சனை குறித்து அக்காவுக்கு விமரிசனமே இருந்ததில்லை. ராதா மட்டுமல்ல. மஞ்சுவும் கூட அப்படித்தான். என்னைப் பராமரிப்பதுதான் பிறவிப் பயன் என்றே அவர்கள் கருதத் தொடங்கி விட்டார்கள் என்று நினைக்கிறேன.

அந்த வயதில் என் பங்குக்கு நான் செய்ததெல்லாம் ஒழுங்காகப் படித்ததுதான். அப்பாவுக்கு அதில் அடங்காத மகிழ்ச்சி. இரண்டு மகள்களும் படிப்பு இல்லாமல் மக்குகளாக இருக்க மகன் நன்றாகப் படித்தது அவரைச் சிறகடித்துப் பறக்கச் செய்தது. முதல் வகுப்பில் நான் ஃபஸ்ட் ரேங்க் வாங்கினேன். வீட்டக்கு வந்து விஷயம் கேள்விப்பட்டதும் என்னைத் தோள் மீது தூக்கிக் கொண்டு புபேஷ் குப்தா நகர் முழுதும் சுற்றிச் சுற்றி வந்தார் என் அப்பா.

'என் பையன் ஃபர்ஸ்ட் ரேங்க். என் பையன் ஃபர்ஸ்ட் ரேங்க்!'

எனக்கு நன்றாக நினைவிருக்கிறது. பாசக்காரர்தான் என்றாலும் அதற்கு முன் என் அப்பா என்னைத் தூக்கிக் கொஞ்சியதில்லை. நான் ஃபர்ஸ்ட் ரேங்க் வாங்கியதற்கு அதைக் காட்டிலும் பெரிய பரிசு வேறென்ன இருக்க முடியும்?

எங்கள் வீதியிலும் எனக்கு மரியாதை கூடத் தொடங்கியது. ஃபர்ஸ்ட் ரேங்க் வாங்குகிற பையன்.

★

நான் படிக்கிற பிள்ளையாக வளர்ந்தது வீட்டில் என் சகோதரிகளுக்கு இன்னும் சிரமம் கொடுக்கத் தொடங்கியது. அம்மா காலை ஐந்து மணிக் கெல்லாம் எழுந்து வேலைக்குச் சென்று விடுவார். அதே ஐந்து மணிக் கெல்லாம் என்னை எழுப்பி, படிக்க வைக்க வேண்டியது ராதாவின் வேலை. வேறு வழியில்லை. நான் படிக்காமல் போனால் என்னைவிட ராதாவுக்கும் மஞ்சுவுக்கும்தான் அடி அதிகம் விழும்.

பள்ளிக்குத் தயாராகும் வரை படிப்பேன். ஆறு மணி வாக்கில் மஞ்சு சாலைக்குப் போய் டீயும் பொறையும் வாங்கி வந்து விடுவாள். தொடர்ந்து ராதா வீட்டைப் பெருக்கி சுததம் செய்து விட்டு சமைக்க ஆரம்பிக்க, மஞ்சு பாத்திரம் துலக்கி வைத்து விட வேண்டும். 7.30க்கு அப்பா எழுந்திருக்கும் வரை நான் படித்தாக வேண்டும் என்பது விதி. பிறகு, என்னைக் குளிக்க

வைத்து, சாப்பிட வைத்து, தாங்களும் கிளம்பித் தயாராகி, பள்ளிக்கு ஓட வேண்டும்.

பள்ளிக்குப் போகும் போது அப்பா ஆளுக்கு முப்பது பைசாவும், எனக்கு மட்டும் 40 பைசாவுமாகச் சேர்த்து ஒரு ரூபாயை ராதாவிடம் தந்து அனுப்பு வார். என்னை வகுப்பறையில் விட்டு விட்டுத்தான் என் அக்காக்கள் அவரவர் வகுப்பச் செல்ல வேண்டும். பள்ளி முடிந்து வீட்டுக்கு வந்த உடன் வகுப்பில் தரும் வீட்டுப் பாடங்களை முடித்து விட வேண்டும். பிறகு அப்பா தனியாகத் தரும் வீட்டுப் பாடங்கள் ஆரம்பமாகும்.

அப்பா நான் ஒன்றாம் வகுப்பு படிக்கும் போதே மூன்றாம் வகுப்புப் பாடங் களை வீட்டுப் பாடமாகத் தருவார். 1 முதல் 20 வரையிலான பெருக்கல் வாய்ப்பாட்டைப் பத்து, பத்து தடவை எழுத வைப்பார். மூன்றாம் வகுப்பு இங்கிலீஷ் பாடத்தை எழுத வைப்பார்.

'டேய்! ஆப்ரஹாம் லிங்கன், தெரு வெளக்குல படிச்சுத் தாண்டா அமெரிக் காவுக்கே ஜனாதிபதி ஆனாரு'ன்னு சொல்லி சொல்லியே இன்று ஹரிக்கேன் விளக்கில் படிப்பதே நாளை கலெக்டர் ஆவதன் முதல் படி என்று நம்ப வைத்து வந்தார்.

இயல்பில் எனக்குப் படிப்பில் ஆர்வமும், திறமையும் இருந்தது. ஒழுங் காகத்தான் படித்து வந்தேன். ஆனால், நாள் ஆக ஆக கல்வி தொடர்பான அப்பாவின் உடல் மற்றும் மன ரீதியான வதை சகிக்க முடியாததாக வளர்ந்தது. எல்லாமே என்னுடைய நன்மைக்காகத்தான் சொல்கிறார் என்பது தெரிந் தாலும் அந்த வயதில் மற்ற சிறுவர்கள் அனுபவித்த சுந்தரத்தையும் சந்தோ ஷங்களையும் நான் இழந்து கொண்டிருந்தது உறுத்தலாகவே இருந்தது. விளை யாட முடியாமல் என்ன வாழ்க்கை? வீடு சிறை மாதிரிதான் தெரிந்தது. அன்பான அம்மாவும் பரிவான சகோதரிகளும் இருந்தும் அதை ஈடு கட்ட முடியாததாகவே உணர்நதேன்.

ஏனென்று புரியவில்லை. ஒரு போதும் என் அப்பா என்னை மற்ற சிறுவர் சிறுமிகளோடு விளையாட அனுமதித்ததில்லை. எங்கள் பகுதியில் வசித் தவர்கள் வீட்டுக் குழந்தைகள் என்னைப் போல் நன்றாகப் படிக்காதது காரணமா என்றும் தெரியவில்லை. உண்மையில் எங்கள் பகுதிவாசி களுக்குப் படிப்பு குறித்த பெரிய மரியாதை இல்லை என்றே நினைக்கிறேன். அந்த வகையில் என் அப்பா முற்றிலும் மாறுபட்டவராகவே இருந்தார்.

என்னை விளையாட அனுப்பாததுடன் மட்டுமல்லாமல், நான் நைஸாக ஓடி விடாமல் பார்த்துக் கொள்ளும் பொறுப்பையும் என் சகோதரிகளுக்கு அளித்திருந்தார். ராதாவும் மஞ்சுவும் அப்பாவுக்குப் பயந்து, என்னைக் கண் கொத்திப் பாம்பாகக் கவனித்துக் கொண்டார்கள். அவ்வப்போது மிரட்டு வார்கள். செல்லமாக ஓரிரு அடிகளும் விழும். ஆனால், ஒரு போதும் அப்பாவிடம் மாட்டி விட மாட்டார்கள். பாசம்!

பள்ளியில் தேர்வு நடக்கும் நாள்களில் தேர்வு முடிந்து வீடு வந்தவுடன், வீட்டில் அதே தேர்வு அப்பாவால் நடத்தப்படும். காலாண்டு, அரையாண்டுத் தேர்வு விடுமுறைகளில்கூட விளையாட அனுமதியில்லை. அடுத்தத் தேர்வுக்கு அப்போதே தயாராகத் தொடங்கிவிட வேண்டும்.

ஏற்கெனவே பள்ள ஆசிரியர்கள் அனைத்துக் கேள்வித் தாள்களுக்கும் சாய்ஸ் விடாமல் அத்தனை பதில்களையும் எழுதி வரச் சொல்வார்கள். ஒரே நாளில் கேள்வித் தாள்களையும் எழுதி முடிப்பேன். அப்பாடா என்று ஓயும் நேரத்தில், அப்பாவின் வீட்டுப் பாடங்கள் தொடங்கி விடும். விரைவாக எழுதி முடித்தால்தானே இந்தத் தொல்லை என்று பொறுமையாக வீட்டுப் பாடம் செய்தால் உடம்பு முழுதும் பெல்ட் விளையாடி, ஆங்காங்கே சிவந்து குன்றிப் போய் விடும். அடி விழும் போது, தடுக்க வரும் அம்மாவுக்கும், 'படிக்கிறானான்னு பாக்காம உங்களுக்கு என்னா வேலை?'ன்னு அக்காக் களுக்கும் சேர்த்து பெல்ட் அடி விழ, அதிர்ச்சியில், நின்ற இடத்தில் மூத்திரம் போவேன்.

இந்தக் காலகட்டத்தில்தான், விபத்தொன்றில் என் அம்மாவை இழக்கும்படி ஆனது. சாலை விபத்து. பதினொரு வயதில். அன்றைக்கு நான் அனுபவித்த துக்கத்தை வருணிக்கவே முடியாது. எப்போதும் வீட்டுக்குள், எப்போதும் அம்மாவின் அரவணைப்புக்குள் இருந்த சிறுவன் நான். சடாரென்று ஒரு நாள் அம்மா இல்லை என்றால் ஏற்றுக் கொள்வது அத்தனை எளிதாக இல்லை.

தவிர, என மூத்த அக்கா ராதாவைவிட வயதில் சிறியவரான லதா என்னும் தங்கம்மாள் என்கிற பெண்ணை என் அப்பா எங்கள் மூவருக்கும் சிற்றன்னை ஆக்கினார்.

இது சரியா, தவறா என்று சிந்திக்கத் தெரியாத வயது. அதிர்ஷ்டவசமாக என் சித்தி நல்லவளாக இருந்தாள். என்னிடம் அன்போடுதான் நடந்து கொண் டாள். இருக்கவே இருக்கிறார்கள் அக்காக்கள். அம்மாவை இழந்த துக்கமும் கொஞ்சம் கொஞ்சமாக ஆறத் தொடங்கியது. எல்லாமே மாறுதலுக்குட் பட்டதுதான். என் மீதான என் அப்பாவின் கவனம் ஒன்றைத் தவிர! அவரது கனவு வளர வளர, அடக்குமுறை நடவடிக்கைகளும் அதிகரித்துக் கொண்டே போயின. இத்தனைக்கும் நான் நன்றாகவே படித்து வந்தேன். அவருக்கு என்ன அச்சமோ, பயமோ, என்னை இயல்பாக இருக்க விடவே இல்லை.

ஒரு சம்பவம் நினைவுக்கு வருகிறது. அப்போது நான் ஆறாம் வகுப்பில் இருந்தேன். தேர்வொன்றில இரண்டாம் ரேங்க் வாங்கியிருந்தேன். அன்று மாலை முழுதும் பீதியுடன்தான் பொழுது கழிந்தது. இரவு உறக்கம் இல்லாது போனது. ரேங்க் கார்டை அப்பாவிடம் காட்டினால் என்ன நடக்கும் என்கிற அச்சம். உறங்கத் தொடங்கியது தெரியாமல் உறங்க, கனவிலும் அப்பாவின் பெல்ட்தான் பயமுறுத்தியது. படுக்கையை நனைத்து விட்டேன்.

பொழுது விடிந்ததும் வேறு வழியில்லாமல் நடுங்கியபடி ரேங்க் கார்டை அப்பாவின் முன் கொண்டு சென்று நீட்டினேன். என் வாழ்நாளில் மறக்க முடியாத கொடூர தண்டனை அன்று வழங்கப்பட்டது.

தன் கனவில் முதல் சறுக்கலை சகித்துக் கொள்ள முடியாத என் அப்பா, நான் முதல் ரேங்க் வாங்கியபோது, எப்படித் தலைக்கு மேல் தூக்கிக் கொண்டு தெருவெல்லாம் ஓடினாரோ, அதே போல மேலே தூக்கி, அங்கிருந்தபடியே, அப்படியே கீழே போட்டார். வயிற்றில் 'ணங்' என்று ஓங்கி ஒரு மிதி! குலை நடுங்கிப் போனேன்.

அதோடு முடியாமல் தூக்கி நிமர்த்தி, துவம்சம் செய்து விட்டார். தடுக்க வந்த சித்திக்கும் அக்காக்களுக்கும்கூட ஏராளமான அடிகள் விழுந்தன. எங்கள் கதறலும் வலியும் வேதனையும் கண்ணீரும் அவரைப் பாதிக்காத வகையில் தன் கொள்கையில் உறுதியாக இருந்தார்.

இரண்டாவது ரேங்க்! அவர் கற்பனை செய்திராதது அது. என்னால் புரிந்து கொள்ள முடியவில்லை. முதல் ரேங்க்குக்கும் இரண்டாவது ரேங்க்குக்கும் அதிக வித்தியாசமில்லை என்பதை எப்படி என் அப்பாவுக்குப் புரிய வைப்பேன்?

அவர் புரிந்து கொள்ளக் கூடியவர் இல்லை. ஆத்திரம் தீரும் வரை அடித்துத் துவைத்து விட்டுப் போய் விட்டார்.

துவண்டு போய் நான் அக்காவின் மடியில் தஞ்சமானேன். எல்லோரையும் போல எனக்கு ஏன் ஓர் அன்பான அப்பா அமையாது போனார்? அன்பு வடிவான ஆண்களைப் பார்க்கும் போதெல்லாம் இன்று வரை தவறாமல் இப்படித்தான் எனக்குத் தோன்றுகிறது.

3. ராஜா மகள், ரோஜா மலர்!

நான் ராஜா மகள்

புது ரோஜா மலர்

எனதாசை நிறைவேறுமா?!

ஓ... ஓ...

ரேடியோவில் அந்தப் பாடல் ஒலிக்க, மஞ்சு அக்காவின் பாவாடை ஒன்றை அணிந்து கொண்டு சந்தோஷமாக நான் ஆடிக் கொண்டிருந்தேன். அப்போது எனக்கு வயது ஆறு அல்லது ஏழு. பாடலின் பொருள் முழுதாகப் புரியா விட்டாலும், அதில் தொனித்த குழைவும் தோரணையும் மிகவும் பிடித் திருந்தது. அது ஆட்டு மந்தைத் தெருவில் உள்ள எங்கள் பாட்டி வீடு. என் இரண்டு சித்தப்பாக்களும் இரண்டு அத்தைகளும் அந்த வீட்டில்தான் பாட்டி யுடன் இருந்தார்கள். அவர்கள் எல்லோரும் எங்காவது வெளியே போகும் வேளையில் நான் உள்ளே போய் விடுவேன். யாருமில்லாத வீட்டுக்குள் கதவை அடைத்துக் கொண்டு, எனக்குப் பிடித்தமான பெண் உடைகளை அணிந்து ஆடிப் பாடுவது, அந்த வயதில் எனக்குக் கொள்ளை இஷ்டம்.

நடனம் ஆடுவது ஒரு சந்தோஷம் என்றால், ஆடும் போது இரண்டு கைகளையும் அகலமாக நீட்டிக் கொண்டு வேகமாகச் சுழன்று சுழன்று சுற்றிய படியே சடாரென்று உட்காருவது அதைவிடப் பெரிய சந்தோஷம். அவ்வாறு உட்காரும் போது, நீளமான அப்பாவாடை சுற்றிலும் அழகாகத் தாமரை போல் விரிந்திருக்க, தமரையின் மீது நான் அமர்ந்திருபபதைப் போன்ற கற் பனையில் முகம் சிவக்கும்.

அன்றைக்கும் அப்படித்தான் சுற்றிச் சுழன்று ஆடிக் கொண்டிருந்தேன். என்னை மறந்த ஆட்டம்.

நான் ராஜா மகள் புது ரோஜா மலர்

எனதாசை நிறைவேறுமா?!

வெளியே பேயிருந்த என் பாட்டி சடாரென்று உள்ளே வந்து விட்டாள். ‘அடப்பாவி! என்னடா இது கிறுக்குத்தனம்! இங்க பாருங்கடி, இவன் அடிக்கிற கூத்தை!’ என்று பக்கத்தில் யாரையோ உரக்கக் கூப்பிட்டாள். பாட்டிக்கு நான் எதோ பாவாடை கட்டிக் கொண்டு பகடி செய்வதாக நினைப்பு

போலும். அவளுக்கு என்ன தெரியும்? நிஜம் அதுவல்ல அல்லது எதுவும் அல்ல.

நாங்கள் வசித்த புபேஷ் குப்தா நகரில் மின்சார வசதி கிடையாது. டி.வி.யும் கிடையாது. ஆனால், அந்தத் தெருவில் எல்லோர் வீட்டிலும் நீக்கமற நிறைந் திருந்தது ரேடியோ. எங்கள் வீட்டிலும் இருந்தது ஒரு பிலிப்ஸ் ரேடியோ.

'அப்பா, அப்பா நான் ஹோம் ஒர்க் எல்லாம் முடிச்சுட்டேன்ப்பா. ப்ளீஸ்பா, கொஞ்ச நேரம் டி.வி. பாத்துட்டு வரேன்ப்பா' — எப்போதாவது அவர் நல்ல மூடில் இருப்பதாகத் தெரிந்தால் தயங்கித் தயங்கிக் கேட்பேன்.

'செரி, அரமணி நேரம்தான். திரும்ப வந்து படிக்கணும். டி.வி. பார்க்குறதுல இருக்குற அக்கறை, படிக்கிறதலுயும் இருக்கணும், புரிஞ்ச்சிச்சா?'

அனுமதிகூட மிரட்டலுடன்தான் வரும்.

அவ்வளவுதான்! நான், ராதா, மஞ்சு மூன்று பேரும் ஒரே ஓட்டம் ஓடி விடுவோம். ஆட்டு மந்தைத் தெருவிலுள்ள சித்தப்பா வீட்டில் போய் முடியும். அங்கேதான் டி.வி. இருந்தது. கேபிள் டி.வி. வந்திராத அந்நாளில், அத்தனை ஆர்வமுடன் நாங்கள் ஓடியதெல்லாம் தூர்தர்ஷனில வரும் ஒளியும் ஒலியும் நிகழ்ச்சிக்காக அல்லது ஞாயிறு திரைப்படத்துக்காக.

சித்தப்பா வீடு எங்கள் வீட்டைப் போல குடிசை வீடு கிடையாது. ஓட்டு வீடு. இப்போது அது மாடி வீடாகவே ஆகி விட்டது. அங்கே மின்சாரம் உண்டு. மின்விசிறி உண்டு. டி.வி.யும் உண்டு. அப்பாவின் அரைகுறை அனுமதி யோடு மட்டுமன்றி, சமயங்களில் அப்பாவுக்கு டிமிக்கிக் கொடுத்து விட்டும், அவர் வீட்டில் இல்லாத சமயங்களிலும் சித்தப்பா வீட்டில் ஆஜராகி விடுவோம். எங்களை மறந்து அந்த முட்டாள் பெட்டி முன் மயங்கிக் கிடப் போம். அதிலும் ஒளியும் ஒலியும் பார்ப்பதற்காக உயிரையேகூட விடுவோம்.

சினிமா எனக்குப் பிடித்தது. கதாநாயகர்களின் தோற்றம், கம்பீரம், ஸ்டைல், வீரம் எல்லாமே பிடித்திருந்தது. ஆனால், ஈர்ப்பையும் ஏக்கத்தையும் தந்தது நாயகிகளின் அழகும், நாடகத் தன்மையுடன் பேசும் கொஞ்சும் தமிழும், அவர்களுடைய நடையும்தான். அவர்கள் ஆடுவதையும், வெட்கப்படு வதையும், கோபமாகப் பேசுவதையும், கொஞ்சி விளையாடுவதையும் நானே செய்வதாகக் கற்பனையில் மிதப்பேன்.

காட்சி முடிந்த கனவு கலைந்து நிதர்சனத்துக்கு வந்த பின் நாயகிகளின் நடை உடை நடவடிக்கைகளைப் போல பாவனை செய்து அலட்டல் செய்வது என் பழக்கமாகவே அமைந்து விட்டது.

அதற்கு எனக்கு உதவியவை, சின்னக்கா மஞ்சுவின் பாவாடையும், மிடியும். அவளுடைய மை டப்பா, அவளுடைய வளையல்கள். அவளது பொட்டு. அவளது ஆபரணங்கள், தேங்காய் எண்ணெயை உதட்டில் தேய்த்து, அவ்வப்போது உதட்டை அழுத்தித் தேய்த்து விட்டால் போதும். லிப்ஸ்டிக் போட்டது போலாகி விடும். ஆனால், ஆறடிக் கூந்தல்? இருக்கவே

இருக்கிறது சிறிய காட்டன் துண்டு. துண்டை நேராக விரித்து, அதன் நடுப் பகுதியை உச்சந்தலையில் படும்படி வைத்து, நெற்றியை ஒட்டி விரியும் துண்டின் முன் பகுதியை அப்படியே பின்புறமாக இழுத்து வளைத்து விட்டால் போதும். தலைக்குக் குளித்து விட்டு ஈரம் போக்கத் துண்டு முடிவார்களே, அந்த மாதிரி.

இவற்றையெல்லாம் ரகசியமாகவே நான் செய்வேன். ஆனாலும், சமயத்தில் மாட்டிக் கொண்டதும் உண்டு. ஆரம்பத்தில் யாரும் இதையெல்லாம் பெரிதாகப் பொருட்படுத்தவில்லை. வெகுளித் தனமாக நான் செய்யும் விளையாட்டு என்றே நினைத்தார்கள். அவ்வப்போது திட்டுவார்கள். கோபப்படுவார்கள். அதுவும் உண்டு. ஆனால், அச்சப்படும்படியாக அப்போது அவர்களுக்கு இது படவில்லை.

புபேஷ் குப்தா நகரில் நாங்கள் வசித்த குடிசை இரு பகுதிகளைக் கொண்டது. இரண்டு வீடுகள் என்றும் சொல்லலாம். முதல் வீடு கதவில்லாத சிறு அறையுடன் தொடங்கும். அது மண் அடுப்பு இரண்டும், ஒரு கட்டிலும் உள்ள அடுப்பங்கறை. உள் அறையில் அரிசிப் பெட்டி, அதையடுத்து பாத்திரங்கள் உள்ள மர பீரோ, தொடர்ந்து வரிசையாகத் தண்ணீர்க் குடங்கள், மேலே பரண் உள்ள அறை. அடுத்த வீடு என்பது ஒரே ஒரு அறையுள்ள வீடு. பீரோவும் துணிமணியுள்ள பெட்டியும் இருக்கும். நடு வீட்டோடு சேர்ந்த கூரை வேயப்பட்ட அகலமான திண்ணை, அதையடுத்து குளியலறை. மூன்றின் வாசலும் ஒன்றை ஒன்று பார்த்தாற் போல் வட்ட வடிவமாக இருக்கும். நடுவில் பெரிய வாசல் இருக்கும். நடு வீட்டுக்கும் பெரிய வீட்டுக்குமிடையே சிறிய நடைபாதை ஒன்று உண்டு.

நாங்கள் மூன்று பேரும் முதல் வீட்டின் அடுப்பங்கறைக் கட்டிலில் வரிசையாகப் படுத்துக் கொள்வோம்.

ஒரு நாள். அது மிகவும் கொடூரமான குளிர் நாள். அதிகாலை வேளை. போர்வைக்கு உள்ளே பதுங்கியபடியே மூவரும் எழுந்து படித்துக் கொண்டிருக்கிறோம். எங்கள் தெருவைச் சேர்ந்த இளைஞன் ஒருவன் பதற்றமாக ஓடி வந்த அப்பாவையும் எங்களையும் கூப்பிட்டான். ஏதோ மோசமான ஒன்று நடந்து விட்டது என்று மட்டுமே புரிகிறது. என்னவென்று விவரம் விளங்கவில்லை.

கொஞ்ச நேரத்தில் நாங்கள் அரசு மருத்துவமனையில் இருக்கிறோம். அதற்குள் வேலைக்குக் கிளம்பிப் போன அம்மாவுக்கு விபத்து, ஆபத்து என்கிற தகவல் வருகிறது. ஆம்புலன்ஸில் வந்து இறங்கிய அம்மா அமைதியாகப் படுத்திருக்கிறாள்.

அன்று அதிகாலையில் வெகு அமைதியாக இருந்தது எங்கள் வீடு, மதியத்திற்கெல்லாம் தெரு மக்களாலும், உறவினர்களாலும் நிரம்பி விட்டது. அழுகுரலும் பதற்றமும் புலம்பல்களும் நிறைந்திருந்த வீட்டின்

வாசலில் கட்டிலைப் போட்டு, அதில் அம்மாவைக் கிடத்தியிருந்தார்கள். ராதாவும் மஞ்சுவும் அவள் காலருகே அமர்ந்து அழுது கொண்டிருக்கிறார்கள். அப்பா எந்த மூலையில் அழுது கொண்டிருக்கிறார் என்று தெரியவில்லை. அம்மாவின் இழப்பு அவரால் கண்டிப்பாக ஜீரணிக்க முடியாதது. எனக்குத் தெரியும். உருட்டி மிரட்டி, அடித்து உதைப்பவர்தான் என்றாலும் அம்மாவின் நெஞ்சுறுதி அபாரமானது. அனைத்தையும் மறுக்காமல் வாங்கிக் கொள்கிற முட்டாள் என்று சமயத்தில் தோன்றினாலும் வீட்டுப் பிரச்னைகளை வீதிக்கு எடுத்து வரக் கூடாதென்ற எண்ணம் அவளுக்கு இருந்தது. ஊருக்கே அவளது கம்பீரம் தெரியும். மரியாதையுடன் தான் நெருங்குவார்கள்.

அவள்தான் அங்கே படுத்துக் கிடந்தாள். இழப்பின் விவரம் முழுதாக எனக்குத் தெரியாத பருவம் அது. அழுகை வந்தது. என்னைப் பார்க்கும் எல்லோரும் என்னை விடவும் அழுவதாகப் பட்டது. வழக்கத்தைவிடக் கூடுதலாகக் கட்டிப் பிடித்து அழுகிறார்கள். பாவம் பாவம் என்று உருகுகிறார்கள்.

சற்று நேரம் அங்கே இருந்தேன். மெல்ல எழுந்து கொண்டேன். இப்போது நான் என்ன செய்தாலும் கண்டு கொள்ள மாட்டார்கள் என்று ஏனோ தோன்றி யது. வீட்டுக்கு உள்ளே போனேன். மஞ்சுவின் பாவாடை ஒன்றை எடுத்துக் கட்டிக் கொண்டேன். நடு வீட்டின் கதவைச் சாத்திக் கொண்டு ஆடத் தொடங்கினேன்.

ராஜா மகள் புது ரோஜா மலர்

எனதாசை நிறைவேறுமா?

எத்தனை நேரம் ஆடியிருப்பேன் என்று நினைவில்லை. ஜன்னல் வழியே யாரோ பார்ப்பது போலிருந்தது. திரும்பினால் பாத்திமா அக்கா. மஞ்சுவின் வயதுதான் இருக்கும். எங்கள் தெருவில் இருக்கிறவள்.

'அய்யய்யே! சரவணன் பொம்பள ட்ரஸ் போட்டு ஆடிக்கிட்டு இருக்கான்.'

விஷயம் ஒலிபரப்பாக, 'என்னடா நேரங்கெட்ட நேரத்துல பொம்பள மாறி ஆட்டம்?' என்று படாரென்று முதுகில் இரண்டு அடிகள் விழுகின்றன. சித்தப்பா.

மாலை நேரம். எல்லா களேபரங்களுக்கும் மத்தியில் அம்மாவைத் தூக்கிக் கொண்டு எல்லோருமே தெருவில் போகிறார்கள். என்னையும் பக்கத்து வீட்டு பாலாம்மாக்கா தூக்கிக் கொண்டு போகிறாள். தெருவின் முனையில் எல்லோரும் நின்றுவிட, அம்மா மட்டும் பல்லக்கில் போகிறாள். பாலாம்மா அக்கா தூக்கிப் பிடித்துக் காட்டுகிறாள். பதற்றமும், நடுக்கமும் பற்றிக் கொள்கிறது. அம்மா எங்கே போகிறாள். இனி திரும்பி வரமாட்டாள் என்பது மட்டும் புரிகிறது.

அம்மா இல்லாத வீடு. அம்மா இல்லாத நான். முடியாது, முடியவே முடியாது. இது பயங்கரமான மோசடி. அம்மா, அம்மா நீ வேண்டும். நீ வந்து விடு. என்னை விடுங்க. எனக்கு அம்மா வேண்டும். தெருவின் முச்சந்தியிலிருந்து என் அலறல் பீறிடுகிறது.

நான் காலையிலேயே அழுதிருக்க வேண்டியது.

அம்மா இறந்த ஒரு வருடத்திலயே சித்தி வந்து விட்டாள். மறு வருடம் பிரபா. சித்திக்குப் பிறந்த என் தங்கை.

என் பழக்கங்களில் அப்போதும் எந்த மாறுதலும் ஏற்படவில்லை என்றாலும் மற்றவர்களின் பார்வையிலும் அணுகுமுறையிலும் வித்தியாசங்கள் தெரியத் தொடங்கின. ஆரம்பத்தில் விளையாட்டாக எடுத்துக் கொள்ளப்பட்ட என் நடவடிக்கைகள் இப்போது ராதா மற்றும் சித்தியிடம் திட்டையும், அப்பா விடம் அடியையும் வாங்கிக் கொடுக்கத் தொடங்கின.

'இதுல என்ன தப்பு இருக்கு? ஆம்பளன்னா சட்டை டவுசருதான் போடணுமா? எனக்குப் பாவாடை சட்டைதான் புடிக்கிது. போட்டா என்ன?' எனக்குள் இயல்பான விஷயமாகவே தோன்றியதை ஏன் மற்றவர்கள் விநோதமாகவே பார்க்கிறார்கள்?

ஒரு முறை தீபாவளி சமயம். 'அப்பா, தீபாவளிக்கு ராதா, மஞ்சுவுக்கு வாங்குற மாதிரி எனக்கும் மிடி, கௌன் வாங்கித் தாங்கப்பா' என்றே கேட்டு விட்டேன். அப்பாவிடம் எது கேட்டாலும் வாங்கித் தருவார். படிப்பில் மட்டும் கோட்டை விட்டு விடக் கூடாது. அவ்வளவுதான். அந்த நடவடிக்கை யில்தான் கேட்டேன். ஆனால், அன்று விழுந்ததே ஒரு அடி. பயங்கரம்!

சரி, பாவாடை உடுத்தி வீட்டில் ஆடினால்தானே தெரிகிறது? மறைவாக, குளிக்கும்போது மட்டும் சினிமாவில் ஹீரோயின்கள் குளிக்கும் போது டவலைச் சுற்றிக் கொள்வதைப் போல நாம் சுற்றிக் கொண்டு அழகு பார்த்துக் கொண்டால் போயிற்று என்று நினைத்தேன். அவ்வாறே செய்யவும் தொடங்கினேன்.

எல்லாமே நாளடைவில் வீட்டாருக்கு மட்டுமல்லாமல், தெருவாசிகள் அத்தனை பேருக்கும் தெரிய ஆரம்பித்து விட்டது. பெண்கள் உடை அணிந்து ஆடுவதும், மார்பு வரை துண்டைக் கட்டிக் கொண்டு குளிப்பதும், தலையில் துண்டைக் கட்டிக் கொண்டு கொண்டை போட்டுக் கொள்வதும் தெரிந்து விட்டது. அந்த வயதில் இயல்பாகவே என் குரலில் ஒரு மென்மை இருந்தது. பேசும்போது நாணிக் கோணிக் கொண்டே பேசுவேன். அதெல்லாமும் பிரச்னைகளாயின.

பெரும்பாலும், தாயில்லாப் பிள்ளை என்றும், படிக்கிற பிள்ளை என்றும் பரிதாபத்தோடு என்னை மற்றவர்கள் அணுகுவார்கள். சிலர் மட்டும் சந்தர்ப்பம் கிடைத்தால் கிண்டல் செய்யத் தவறவில்லை. இரண்டு வீடு தள்ளியுள்ள ராசாலு அக்கா எதற்கெடுத்தாலும், 'போடா பொம்பள சட்டி!'

என்று கிண்டல் செய்ய ஆரம்பித்தாள். கிண்டலோ, நக்கலோ மற்றவர்கள் போல் இல்லாமல் பொம்பள சட்டி என்பது பெண்கள் வகைக்குள் சேர்த்தாற் போல் அவள் சொல்வது எனக்கு உள்ளுக்குள் உற்சாகமூட்டியது. தெருவிலும் நடந்து போகையில் சில இளைஞர்கள் 'என்னாடா, நாட்டாமை பையன் பொம்பளயாட்டம் நடக்குறான்'னு கிண்டல் செய்வதுண்டு.

எனக்கு வருத்தம் ஏற்படாது. ஒரு சில சந்தோஷமும் தொக்கி நிற்கும். எனக்குள் நான் உணர்வதை இவர்களில் சிலராவது புரிந்து கொள்கிறார்களே என்கிற சந்தோஷம்.

★

குண்டு, பம்பரம், பட்டம் எனச் சிறுவர்கள் ஒரு பக்கம விளையாடிக் கொண்டிருக்க, வீட்டின் கண்களுக்கு மண்ணைத் தூவி, கிடைக்கும் கொஞ்ச நேரத்தில் நானோ சில்லாக்கு, தாயம், கல்லாங்கல் எனச் சிறுமிகளோடு விளையாடிக் கொண்டிருப்பேன். பெண்களோடு விளையாடுவதும், அவர்களில் ஒருத்தியாக இருப்பதுமே அப்போது எனக்கு அணுக்கமாக இருந்தது.

பள்ளியிலும் வகுப்புத் தோழர்களான செழியன், விஜய், குமரேசன் இவர்களோடு சேர்ந்து சுற்றுவதைவிட கண்மணி, கவிதா, அமிர்தவள்ளி, இந்துமதி ஆகியோரோடே அதிகம் பழகி வருவேன். அங்கு மற்றவர்களில் படிப்பாளி, அப்புராணி, பயந்தாங்கொள்ளி என்றே புரிந்து கொள்ளப் பட்டேன். இங்கு குறிப்பிட்டவர்கள் அனைவருமே நன்றாகப் படிக்கக் கூடியவர்கள்தான். அதில் அமிர்தவள்ளி மீது எனக்கு மரியாதை கூடுதலானது.

அவள் பார்ப்பதற்கு கே.ஆர். விஜயா போலவே இருப்பாள். அவளது அடர்த்தியான ரெட்டை சடையும் சிரிப்பும் எனக்கு மிகவும் பிடிக்கும். அவள் மீது எனக்கிருந்த பொறாமை மறுக்க முடியாதது. ஒருமுறை அவளுக்கும் எனக்கும் மதிய உணவு வேளையில் டான்ஸ் போட்டி நடந்தது. இருவரும் தெரிந்ததை ஆடினோம். ஆனால், மாணவர்கள் நன்றாக இருந்தது என்று சொன்னது என் நடனத்தைத்தான். அது அமிர்தவள்ளியின் அழகை வென்ற குரூர சந்தோஷத்தைத் தந்தது.

தெரு சிறுவர்களோடு கூட ஒரு முறை, சிறு நாடகம் போடுவதுபோல் விளையாடினேன்.

'நீயா' படம் பிரபலமாக இருந்த சமயம் அது. ஸ்ரீபிரியாவின் பாத்திரமாக நான் பாம்பு நடனம் ஆடி, அப்படத்தின் கதையையே நாடகம் போல நடத்தி விளையாடினோம். அப்போதே எனக்கு நடிக்க வேண்டும் - அதுவும் கதாநாயகியாக நடிக்க வேண்டும் என்று ஆசை இருந்தது.

நான் எட்டாம் வகுப்பு படிக்கையில் ராதாவுக்குத் திருமணம் முடிந்து விட்டது. அம்மாவுக்குப் பின் அவள்தான எனக்கு எல்லாமாகவும் இருந்தவள். இப்போது அவளும் போகிறாள் என்பதை என்னால் தாங்கவே முடியவில்லை.

சித்தி, 'ஏண்டா அழுவுற, இங்க இருக்குற ஜங்ஷன்லதானே அக்கா வீடு?' என்று சமாதானம் செய்தாள். தூரம் அதிகமில்லைதான். ஆனாலும், ஏன் என்னால் அவள் திருமணமாகிப் போவதைத் தாங்க முடியவில்லை? புரிய வில்லை.

★

எட்டாம் வகுப்ப வரை புனித பாத்திமா நடுநிலை பள்ளியில் படித்துக் கொண்டிருந்தேன். பிறகு ஒன்பதாம் வகுப்பும் பத்தாம் வகுப்பும் புத்தர் பிஷப் ஹீபர் பள்ளியில். அது ஆண்கள் மட்டுமே படிக்கும் பள்ளி. 12ம் வகுப்பு வரையிலான பள்ளி.

அதுநாள் வரை தெருவில் மட்டுமே கேலிக்குள்ளான என் பெண்மையும், மென்மையும் இப்போது பள்ளியிலும் ஆரம்பமானது. என்னவிடச் சிறிய வகுப்பு படிக்கும் மாணவன் கூட, 'ஏய் லேடி டா, போகுதுடா' என்று கிண்டல் செய்வது சகஜமாக இருந்தது. நன்றாகப் படித்தாலும், நட்பு என்று சொல்லிக் கொள்ள ஒருவரும் இல்லாத தனிமை சூழ்ந்ததாகவே என் ஹை ஸ்கூல் வாழ்க்கை அமைந்தது. உளவியல் ரீதியான இச்சிக்கல், என் கல்வியைப் பாதிக்க ஆரம்பித்தது.

பெண்மை கலந்த என் பேச்சு, நடத்தை, பெண்களோடு சேர்ந்து வளைய வருவது, மற்ற சிறுவர்கள் மத்தியிலும், சில பெரியவர்கள் மத்தியிலும் என்னை மட்டம் தட்டுவதற்கான ஆயுதமாகப் பயன்படுத்தப்பட்டது. இது வெளியுலகத்தின் மீது என் ஜாக்கிரதை உணர்வை அதிகப்படுத்தி, என்னை மேலும் தனிமைப்படுத்தியது. என் உலகத்தை நானாக உருவாக்கிக் கொண்டேன். ரேடியோ பாட்டுக்கு ஆடுவதும், ஆடை அணிந்து அலங் கரித்துக் கொள்வது மிக மிக ஜாக்கிரதையாக, ரகசியமாகவே நடைபெற்றது.

அந்த வருடம் பத்தாம் வகுப்பில் 84% மதிப்பெண் பெற்றுத் தேர்வாகியிருந்தேன். பதினொன்றாம் வகுப்புக்கு அதே பள்ளியில் சேராமல் திருச்சி மலைக் கோட்டைக்கு அருகிலுள்ள மற்றொரு பிஷபர் ஹீபர் பள்ளியில் ஃபர்ஸ்ட் குரூப் சேர்த்து விட்டார் அப்பா. அதுவும் ஆண்களுக்கான பள்ளிதான்.

புதுப் பள்ளி, புதுச் சூழல் முன்பைவிட ஆபத்தானதாகவே இருந்தது. இங்கும் எனக்குத் தோழர்கள் இருக்கவில்லை. ஒத்த சிந்தனையோ அல்லது புரிந்து கொள்ளக் கூடிய நெருங்கிய தோழனோ, தோழியோ இல்லாதிருப்பது. மாறாக, கேலி கிண்டல்களுக்குக் குறைவில்லாமல் இருந்தது. எத்தனை அபத்தம்!

என்னதான் ஜாக்கிரதை உணர்வோடு இருந்தாலும், ஒரு கட்டத்துக்கு மேல் தன்னை மீறி வெளிப்படும் என் பெண்மை, விரைவில் புது வகுப்பில் என்னை அம்பலப்படுத்தி விட்டது. நான் ஒரு கேலிப் பொருள் ஆனேன். அது

என் கல்வியை மோசமான அளவில் பாதித்தது. பிரேயருக்கு வரிசையில் நிற்கும் சமயத்தில் என் உயரப்படி நான் 7 முதல் 11 வரை நிற்குமாறு வரும். ஒரு முறை எதார்த்தமாக ஒன்பதாவது ஆளாக நினறேன். அதைக் கவனித்து சக மாணவன் ஒருவன்.

'சரவணா நீ ஒம்போதாடா, அய் மீன் ஒம்போதாவதா நிக்கிறியாடா?' என்று குரல் கொடுத்தான். இதற்காகவே காத்திருந்தது போல், எல்லோருமே சிரித்தார்கள். கூனிக் குறுகிப் போனேன். அன்று முதலே எப்போது வரிசையில் நிற்பதானாலும் கவனமாக இருக்க ஆரம்பித்தேன். தேர்வெண், வரிசை எண் எதுவாக இருந்தாலும் 9 என்று முடிகிறதா என்று பார்த்து, இல்லை என்றால்தான் நிம்மதிப் பெருமூச்சு விடுவேன்.

சில சமயம் மதிய இடைவேளை முடிந்து வரும் போது, வகுப்பறை கரும் பலகையில்

சரவணன் ஒரு படிப்பலி

சரவணன் ஒரு உழைப்பலி

என்று வேண்டுமென்றே எழுத்துப் பிழையுடன் எழுதியிருக்கும். யார் எழுதியது என்று தெரியாது. உள்ளே நுழைந்ததும் எல்லோரும் சிரிப்பார்கள். திட்டிக் கொண்டே போர்டை டஸ்டர் வைத்து அழிப்பேன்.

'நல்லா அலிடா... நல்லா அலிடா...' என்று அதற்கும் கிண்டல் செய்வார்கள்.

அடிக்கடி இப்படி நடப்பதுண்டு. ஒரு முறை இதே போல் மாணவர்கள் வெறுப்பேற்றிய போது, ஆத்திரத்தில் டஸ்டரை வகுப்புக்கு வெளியே வீச, அது அங்கு நின்று கொண்டிருந்த இயற்பியல் ஆசிரியர் மீது பட்டு விட்டது. காதைத் திருகி முட்டி போட வைத்தார்.

தலையெழுத்து, வேறென்ன செய்ய முடியும்?

★

வீதியிலும் பள்ளியிலும் நடமாட முடியாத அளவுக்குக் கேலி கிண்டல்களுக்கு ஆளாகி, முற்றிலும் தனிமைப்பட்டுப் போயிருந்தேன். என்னை இன்னமும் வெறுமைக்குள் தள்ளும் விதத்தில் என் இரண்டாவது அக்கா மஞ்சுவுக்குத் திருமணம் நடைபெற்றது. மஞ்சுவும் வேறு வீடு போய் விட்டாள்!

நானும் என் தனிமையும். அவ்வளவுதான். ஒரே ஆறுதலாகத் தங்கை பிரபா என்கிற பிரபாவதி மட்டுமே இருந்தாள். சித்தியின் மகள்.

சிறு வயது முதல் எல்லோரும் என்னைக் கொஞ்சியும் சீராட்டியுமே எனக்குப் பழக்கம். முதல்முதலாக நான் தூக்கிக் கொஞ்ச ஒரு குட்டித் தங்கையாக அவள் கிடைத்தாள். அவளோடு விளையாடுவதும் சண்டை போடுவதும் சீண்டுவதும் கொஞ்சுவதுமே எனக்கு விருப்பமான செயல்களாக இருந்தன.

நான் பன்னிரண்டாம் வகுப்பு படித்துக் கொண்டிருக்கும் போது, நாங்கள் இருந்த புறம்போக்கு நிலப் பகுதியை யாரோ வாங்கி விட்டதாகச் சொன்னார்கள். உரிமை கொண்டாடியவன் எங்கள் வீதிக்கு வந்து நின்றான். புறம்போக்கு நிலமான அப்பகுதியில் இருபது வருடங்களுக்கு மேலாக வசித்து வந்த மக்கள் காலி செய்ய முன்வரவில்லை. போராட்டம் தொடங் கினார்கள்.

அதன் விளைவாக எங்களுக்கு உய்யக்கொண்டான் திருமலை பகுதியில் காலி மனை வழங்கப்பட்டது.

புது வீடு கட்டி, குடிபுகும் வரை சோமரசம்பேட்டையில் ஒரு வருடம் வாடகை வீடொன்றில் இருந்தோம்.

சிறுவனாக இருந்தபோது, படங்களில் வரும் நாயகிகளைப் போல உடையணிந்து தனியே, ரகசியமாகச் சந்தோஷப்பட்டு வந்த நான், அந்தப் பதினேழு வயதில் இன்னும் தீவிரம் கொண்டிருந்தேனே தவிர, சற்றும் மாற வில்லை. யாருடைய கேலி கிண்டல்களும் என்னை வேறு விதமாக நடந்து கொள்ளத் தூண்டவேயில்லை. மாறாக, நான் பெண்ணாக உணர்கிறேன். எனவே, மற்றவர்கள் பெண்ணென்று சொல்கிறார்கள்; அவ்வளவுதானே? என்று என்னை நானே தேற்றிக் கொள்ளத் தொடங்கியிருந்தேன்.

வயதுக்கேற்ப என் 'புத்திக் கூர்மையும்' அதிகரித்தது. பெண் உடை என்று தனியே தெரியும் விதத்தில் அணியும் போது தானே வீட்டில் திட்டுகிறார்கள்? எனவே, ஆண், பெண் இருவரும் பயன்படுத்தத் தக்கதான ஜீன்ஸும், குர்தா போன்ற டாப்ஸும் அணியத் தொடங்கினேன். மீனா, ரோஜா, நக்மா, ரம்பா என நடிகைகள் தீபாவளி, பொங்கல் சமயங்களில் டி.வி. பேட்டிகளின் போது, கொஞ்சிக் கொஞ்சிப் பேசுவதை, சிரிப்பை ரசித்து, உள்ளுக்குள் எனக்கு நானே ரிகர்ஸல் பார்த்துக் கொள்வேன்.

சோமரசம்பேட்டையில் நாங்கள் வசித்த வீட்டை ஒட்டி ஆறு இருந்தது. சொல்வதற்குத்தான் அது ஆறு என்றாலும், உண்மையில் இருந்தது கால்வாய்தான். தினமும் காலை ஏழு மணிக்கு ஆற்றை ஒட்டியுள்ள படித் துறை ஒன்றில் துணி துவைத்துக் குளிப்பது என் வழக்கம். போதுமான ஆழமும், கொஞ்சம் சுத்தமான தண்ணியும் வரும் இடம் அது. மேலும் துணி துவைக்க, புழங்க ஏதுவானதாக அந்தச் சிறு படித் துறை அமைந்திருக்கும். ஆற்றில் தனிமையில் குளிப்பது எனக்கு மிகவும் பிடித்தமானது. தனிமை சுதந்தர உணர்வைத் தரும். சுதந்தரம் என் பெண்மையை விழிப்படையச் செய்து, நடனமாடச் செய்யும். அந்தப் படித் துறையிலும் தனிமையில் குளிக்கும் போதெல்லாம் மானசீகமாக நடனமாடுவேன். துண்டைக் கட்டிக் கொண்டு நீருக்குள் விளையாடியபடி இருப்பேன். யாரோ ஹீரோ ஒளிந்திருந்து தாவி வந்து ஏந்திக் கொள்வதாக எண்ணிக் கொள்வேன்.

அங்கே அறிமுகமான நண்பர் இளங்கோ. பொதுவாக, நான் ஆண்களிடம் எளிதில் பழகி விட மாட்டேன். கூச்சம் ஒரு காரணமாகும். மேலும், பழகிடும்

கொஞ்சம் நாள்களில் என்னிடம் வித்தியாசம் கண்டுபிடித்து, கேலி செய்ய ஆரம்பித்து விடுவார்கள் என்ற பயம் ஒரு காரணம்.

இளங்கோ, ஒரு பால் வியாபாரி. அடர்த்தியான மீசை. நல்ல நிறம். அழகான சிரிப்பும் கம்பீரமும் உடைய அழகன். தினம் நான் குளிக்கும் அதே நேரத்தில் பால் கேனைக் கழுவிச் சுத்தம் செய்து, துணி துவைத்து, குளித்து விட்டுப் போவார். அவர் ஆற்றுக்குப் போவது எங்கள் வீட்டிலிருந்து பார்த்தாலே தெரியும்.

ஆரம்பத்தில் அவராக என்னுடன் பேசிய போது, கவனமாக அவரைத் தவிர்த்தேன். என் அந்தக் கொஞ்ச நேர சுதந்தரம், அவரால் பறி போகிறதே என்கிற எரிச்சல். ஆனாலும் இளங்கோ நல்ல நண்பனாக என்னிடம் பேசத் தொடங்கினார். என் பேச்சில் தென்படும் பெண் தன்மையையோ, அப்பாவித் தனத்தையோ அவர் ஒரு போதும் கேலி செய்ததில்லை. எந்த வித்தியாசம் இன்றி என்னிடம் நன்றாகப் பழகி வந்தார். அவர் காதலிக்கும் பெண்ணைக் குறித்தும், பேருந்து நிறுத்தத்தில், பேருந்துகளில் அவர் பார்த்த பெண்களைப் பற்றியும், அவர்களின் அழகைப் பற்றியும் என்னிடம் பேசுவதுண்டு.

அவர் சொல்வதைக் கேட்கக் கேட்க, இதே போல் என்னை மற்ற ஆண்கள் பார்த்தால், ரசித்தால் எப்படியிருக்கும் என்றெல்லாம் நினைத்துக் கொள்வேன். சீ! நினைக்கும் போது வெட்கமாகத்தான் இருக்கும். ஆனால், மறுக்க முடியாதே! நாளடைவில் இளங்கோவே மற்றப் பெண்களை ரசிப்பது போல், என்னையும் ரசித்தால் என்ன என்று தோன்ற ஆரம்பித்தது. அவரது அன்பைப் பெற ஆவலாக இருந்தேன். இதற்காகவே, அவர் வரும் வரை காத்திருந்து, அவர் போகும் வரை பொறுமையாகக் குளித்து, அவருடன் சேர்ந்தே வீட்டுக்கும் திரும்புவேன். என்றாவது அவர் ஆற்றுக்கு வரத் தாமதமானாலோ, வராமல் போனாலோ நான் சோர்ந்து போவேன்.

இது காதலோ, காமமோ இல்லை. ஒவ்வொரு வயதிலும் நிகழும் பருவ மாற்றம். அம்மாற்றத்தை எனக்குள் ஏற்படுத்தியவர் இளங்கோ.

என்னை ஒரு முழுமையான பெண்ணாக உணரச் செய்தவர் அவர்தான்!

4. முதல் தோழி

பத்தாம் வகுப்பு பொதுத் தேர்வில் நான் பெற்ற எண்பத்தி நான்கு சதவிகித மதிப்பெண்கள் அதிகம் என்று மேலோட்டமான பார்வையில் தோன்றக் கூடும். ஆனால், அதற்கு முந்தைய வகுப்புகளில் ஒவ்வொரு தேர்விலும் நான் மிக லட்சியமாகப் பெற்ற 99, 98 மதிப்பெண்களோடு ஒப்பிட்டுப் பார்த்தால் உண்மை புரியும்.

நான் 99 மார்க் எடுத்த தேர்வுகளைக் கூட என் அப்பா விமரிசனம் செய்வார். 'அந்த ஒரு மார்க்க ஏன் விட்ட? அப்றம் என்னா நீ படிக்கிற?' என்று கூட அடி விழுந்திருக்கிறது எப்படி என்னை மாற்றிக் கொள்ள முடியவில்லையோ, அதே மாதிரி அந்நாளில் என் அப்பாவும் மாறுவார் என்று என்னால் எதிர்பார்க்க முடிந்ததில்லை!

என் பத்தாம் வகுப்பு மதிப்பெண்கள் என் அப்பாவுக்கு ஏமாற்றம்தான். ஆனால் ப்ளஸ் டூ முதல் க்ரூப்பில சேர்வதற்கு அந்த மதிப்பெண் போது மானதாகவே இருந்தது. மேலும் ஆசிரியர்களும், அவரது அலுவலக அதிகாரிகளும் அதுவே நல்ல மார்க்தான் என்று புகழ்ந்து தள்ளியதால் தப்பித்தேன்.

ஆனால் ப்ளஸ் ஒன் போன போதே படிப்பில் என் நாட்டம் குறையத் தொடங்கி விட்டது. நாட்டம் என்பதைவிட என் 'திறன்' என்று சொல்ல வேண்டும். கவனம் குவியவே இல்லை. மாறாக அப்பா மீது உள்ளுக்குள் இனம் புரியாத வன்மம் அல்லது குரோதம் எழுந்து அலை மோதத் தொடங் கியது. என் இருப்பும் இயல்பும் அடி மனத்தில் விவரிக்க முடியாத பதற றத்தை உருவாக்கியபடியே இருந்தது. அப்புறம் எப்படிப் படிப்பில் கவனம் செல்லும்?

மாதாந்திரத் தேர்வுகளிலெல்லாம் 60% எடுப்பதற்கே மூச்சுத் திணறும். மார்க் ஷீட் வந்து விட்டால் உயிரே போய் விடும். நரகத்தைக் கடந்து நகர்ந்தது போ லத்தான் இருந்தது. அப்பா!

பொதுத் தேர்வு முடிந்து, மதிப்பெண் பட்டியலும் வந்து விட்டது. எழுபத்தி நான்கு சதிவிகிதம். எதிர்பார்த்ததைவிடக் குறைவான மதிப்பெண்கள்தான். அதாவது அப்பா எதிர்பார்த்ததைவிட.

அவரால் வேறென்ன செய்ய முடியும்? போட்டு அடி அடி என்று என்னை அடித்தார். பதினேழு வயதில் யாரும் பெற்ற பிள்ளையை அப்படி அடிப் பார்களா, தெரியவில்லை.

'என்னடா உனக்குக் குற வச்சேன்! படிக்குறதத் தவிர என்னடா உனக்கு வேலை? நீ நல்லா படிச்சு இந்தக் குடும்பத்த கரை சேப்பேன்னுதானடா, கடன உடன வாங்கிப் படிக்க வச்சேன்! இப்பிடி ஒரு மார்க்க எடுத்தாந்திருக் கியேடா....'

அவரது ஏமாற்றமும் எரிச்சலும் இயலாமையும் பெல்ட் அடிகளாக உருமாறிக் கொண்டிருந்தன.

இதெல்லாம் நடக்கும் என்று எனக்கும் தெரியும். வீட்டில் மற்ற அனை வருக்கும் தெரியும். ஆனால், யாருக்கும் தெரியாத, யாரும் எதிர்பார்க்கவே முடியாத ஒரு சம்பவம் ஒன்று நடந்தது. நான் செய்த காரியம்தான். ஆனால், நானே நினைத்துப் பார்த்திருக்க மாட்டேன்!

பொதுவாக அப்பா அடிக்கும் போது, அழ மட்டுமே தெரியும். அவர் முறைத் தால் மூத்திரம் போய் விடுவேன். என் மிருதுவான குரல் கதறும் போது, வீதியே அனுதாபப்படும். சாது, மிகவும் சாதுவாகவே இருந்தேன். ஆனால், எனக்குள் என்னையறியாமல் வளர்ந்திருந்த குரோதமும் வன்மமும் அன் றைக்கு வெளிப்பட்டு விட்டது. நானே எதிர்பாராதது அது. சித்தியும், பிர பாவும் வாயடைத்து நிற்க, நான் என்ன செய்தேன் என்பது புரியவே எனக்குச் சில விநாடிகள் ஆயின.

வாழ்நாள் முழுதும் தீர்க்க முடியாத அந்தப் பாவத்தை அன்று செய்தே விட்டேன். வெறி கொண்டு அடித்துக் கொண்டிருந்த அப்பாவை, 'நிறுத்தங் கப்பா!' என்று பலமாகக் கத்தியவாறே தடுத்து நிறுத்தி, பலமாகக் கீழே தள்ளினேன்.

ஒரு கணம்தான். அவர் நிலைகுலைந்து விழுந்ததைக் கண்டதும் சட்டென்று அடுத்து என்ன செய்வதென்று தோன்றவில்லை. பதற்றம் தொற்றிக் கொள்ள, சித்தியின் புடைவை ஒன்றை எடுதது, தூக்கு மாட்டிக் கொள்வதற்கு ஆயத்தம் செய்ய ஆரம்பித்தேன்.

சித்தி வேகமாக வந்து தடுத்து விட்டாள். அதிர்ச்சியும் அழுகையும் தோல்வி யின் அவலமுமாக அந்த மாலை வேளை ஒரு அபத்த நாடகத்தின் காட்சி போலாகி விட்டது.

அப்பா அன்றுடன் ஆளே மாறிப் போனார். அவர் எதிர்பாராத அந்தத் தாக்குதல் அவரை மாற்றி விட்டது. படிப்பில் நான் தோற்றுக் கொண்டிருந்தது மட்டு மின்றி, முரட்டுத் தனமும் வந்து தன்னையே எதிர்க்கிற அளவுக்கு ஆகி விட்ட தை அவரால் ஜீரணிக்க முடியவில்லை. உள்ளுக்குள் சுக்கு நூறாக நொறுங்கிப் போனார்.

அவரது கோபம் அத்தனையும் பாசத்தின் ஒரு வடிவம்தான் என்பது எனக்குத் தெரியாததல்ல. ஆனாலும் அன்றைக்கு அது நடந்துதான் விட்டது. என்ன செய்ய? அது முதல் அப்பாவுக்கும் எனக்கும் வீட்டினுள் பனிப் போர் ஆரம்பித்தது. அன்று வரை அவருடன் நேரில் பேசுவதற்கே பயந்து கொண்டிருந்த என்னை, நேருக்கு நேர் சந்திப்பதையும் பேசுவதையுமே அவர் வெறுத்து, தவிர்க்கத் தொடங்கினார்.

நானும் மாறிக் கொண்டிருந்தேன். சிறு வயதில் டாக்டராகி ஊசி போட வேண்டும் என்று கனவு கண்டு கொண்டிருந்தேன். பிறகு, கலெக்டராகி ஊருக்கு கெல்லம் கரண்ட் தர வேண்டமென்று விரும்பினேன். அந்த விருப்பமும் போய் இப்போது சினிமாவில் ஹீரோயினாக நடிக்க வேண்டும் என்ற ஆசை வந்திருந்தது.

என்னால் ஒரு ஹீரோயின் ஆக முடியுமோ என்னவோ, அப்பா சொன்னது போல் பி.இ. படிக்க அப்ளை செய்யாமல் மட்டும் இருந்து விட்டேன். தமிழ் இலக்கியமோ, ஆங்கில இலக்கியமோ படிக்க நிச்சயம் வீட்டில் அனுமதிக்க மாட்டார்கள். எனவே, எனக்குச் சற்றும் பிடிக்காத கெமிஸ்ட்ரி இல்லாத பாடமான கம்ப்யூட்டர் சயின்ஸ் எடுத்தேன்.

கணினி துறை வேகமாக வளரத் தொடங்கிய நேரம். சரி இந்தளவாவது ஒப்புக் கொண்டானே என்று அப்பாவும் அதற்குச் சம்மதித்தார். படிப்புக் கட்டணம் மற்றும் தேர்வுக் கட்டணங்களுக்காகத் தன் சக்திக்கு மீறி அதிக வட்டிக்குக் கடன் வாங்கி, காசு கொண்டு வந்து கொடுத்தார். வட்டி கட்ட முடியாத சமயங்களில் கடன் கொடுத்தவர் வாசலில் வந்து சண்டை போட்ட சம்பவங்களையெல்லாம் மரக் கட்டையாகப் பார்த்திருக்கிறேன். எல்லாவற்றையும் எனக்காக அவர் பொறுத்துக் கொண்டார்.

எனக்கு எல்லமே புரிந்தது. அவரது அன்பு, அவருடைய பாசம், அவருடைய கனவுகள், எனக்குப் படிப்பில் இருந்த திறமை, கொஞ்சம் கவனம் செலுத்தினால் சாதிக்கக் கூடிய எல்லைகள் என்னவென்னும் தெளிவு எனக்கு இருந்தது. ஆனாலும், என் பிரச்னை, எல்லாவற்றையும் விட அப்போது பெரிதாகிக் கொண்டே போனது.

என் இயல்புடன் என்னால் வீட்டில் இருக்கவே முடியவில்லை. மெல்ல மெல்ல மனத்தளவில் விலக ஆரம்பித்தேன். திருச்சி, கலெக்டர் அலுவலகத்துக்கு அருகில் உள்ள அக்கா வீட்டுக்கு அடிக்கடி சென்று வரத் தொடங்கினேன்.

ராதாவுக்கு அப்போது இரண்டு குழந்தைகள் ஆகியிருந்தன. இந்து, சந்தோஷம். குழந்தைகள் பிறந்த போதெல்லாம் அவள் வீட்டிலேயே பழி கிடப்பேன். சனி, ஞாயிறுகள் வந்து விட்டால் குழந்தைகளைப் பார்த்துக் கொள்வதைத் தவிர வேறு காரியம் எனக்குக் கிடையாது. ராதா வீட்டில் ஒரு சௌகரியம். அப்பா போல் அங்கே படி, படி என்று சொல்லிக் கொண்டே இருக்க ஆள் கிடையாது. கண் துடைப்புக்கு ஒரு சில புத்தகங்களை மட்டும் பையில் அப்பா பார்க்கும் போது எடுத்துக் கொண்டு புறப்பட்டு விடுவேன்.

குழந்தைகளோடு இருந்த பொழுதுகள் எனக்கு மிகவும் நிம்மதியாக இருந்தன. ஆனால், ராதா வீட்டில் மாமா இருக்கும் போது மட்டும் என்னால் இயல்பாக இருக்க முடிந்ததில்லை. உறவுகள் அனைவரும் என்னை ஒரு 'அப்புராணி'யாகப் பார்க்க, மாமாவுக்கு மட்டும் ஏதோ புரிந்திருக்க வேண்டும். நான் ஒரு அப்நார்மல் என்பதைக் கண்டு கொண்ட முதல் உறவு அவர்தான்.

சாப்பிடும் போது, 'ஏண்டா பொம்பள மாதிரி சாப்புடற?' என்பார். 'ஆம்புள மாதிரி நிமிந்து நில்லுடா' என்பார்.

'ஏண்டா இடுப்ப வளச்சி வளச்சி நடக்குற? ஏன், கொளஞ்சி கொளஞ்சிப் பேசுற? ஆம்புள மாதிரி கணீர்னு பேசுடா!'

ஏதாவது சொல்லிக் கொண்டே இருப்பார். வீட்டில் அப்பா மாதிரி இங்கே மாமா! ஒரே ஆறுதல், அக்காள் சப்போர்ட். நான் ஏதவது தவறு செய்யும் போதெல்லாம் ராதா பலமாக அடிப்பதுண்டு, திட்டுவதுண்டு. ஆனால், இன்னொருத்தர் ஒரு வார்த்தை சொல்ல விட மாட்டாள்.

ராதா, இந்து, சந்தோஷ் இவர்கள் மீதிருந்த பாசத்தால் அடிக்கடி நான் அவர்கள் வீட்டுக்குப் போகத் தொடங்கினேன் என்றாலும், அப்படிப் போனதற்கு இன் னொரு முக்கியமான காரணமும் உண்டு. ஒரு வகையில் அதுதான் முதல் காரணமாகவும் இருந்து இருக்க வேண்டும்!

ராதாவின் புடைவைகள்! அவள் வீட்டில் யாரும் இல்லாத போது கதவைச் சாத்தி விட்டு ராதவின் புடைவையைக் கட்டிக் கொண்டு டி.வி.யில் பாட் டைப் பார்த்துக் கொண்டே ஆடுவது எனக்கு மிகவும் பிடித்தமான காரியம். சிறு வயதிலிருந்தே தொடர்ந்து வந்த பழக்கமல்லவா? வாகான சந்தர்ப்பம் எப்போது, எங்கே கிடைத்தாலும் தவற விடவே மாட்டேன்.

துண்டைத் தலையில் மாட்டிக் கொண்டு கூந்தலாகக் கற்பனை செய்து, ஷேம்பு விளம்பரத்தில் செய்வது போல அப்படியும் இப்படியும் தலையை ஆட்டிக் கொண்டு கண்ணாடியில் அழகு பார்ப்பேன். போதாததற்குப் பின்னணிப் பாடகிகள் சித்ரா, சுவர்ணலதா, அனுபமா ஆகியோரின் பாடல் களைத் தனியே ரெக்கார்ட் செய்து வைத்து, அவற்றைப் போட்டு ஆடுவதும் எனக்கு மிகவும் பிடிக்கும். டி.வி. நிகழ்ச்சித் தொகுப்பாளர்கள் போல, கண்ணாடியைப் பார்த்துப் பேசிக் கொள்வது, ஸ்டைலாக நடப்பது, சிரித்துக் கொள்வது, எனக்கு நானே அலட்டிக் கொண்டு அழகு பார்ப்பது என்று என் நேரம் அப்போது மகிழ்ச்சியாகப் போகும்.

என் மன அழுத்தத்திற்கு எனக்கிருந்த ஒரே மருந்து அதுதான். குறுகிய திரை மறைவு வாழ்க்கை. ஆனால், அதுவும் நிம்மதியாக இருக்காது. யாராவது வந்து கதவு ஓரத்தில் நின்று பார்த்து விடுவார்களா, சாவி துவாரம் வழியாக எட்டிப பார்க்கிறார்களா, ராதா வந்தாச்சா? பிள்ளைகள் ஸ்கூல் விட்டு வந்தாச்சா? பக்கத்து வீட்டு மல்லிக்கா எதும் கதவைத் தட்டறாங்களா?

ஏற்கெனவே ஜன்னல் கதவையெல்லாம் வெகு ஜாக்கிரதையாகத் தாழிட்டி ருப்பேன். ஒன்றுக்கு இரண்டு முறை அனைத்தையும் கவனித்து சாவி துவாரத் தில் கூடப் பேப்பர் வைத்து அடைத்து விடுவேன். அப்படியே ஆடிக் கொண்டி ருக்கும் போது ராதாவோ, மாமாவோ திரும்ப வந்து கதவைத் தட்டும் போது மின்னல வேகத்தில் துண்டு, புடைவையைக் கழற்றி, கீழே போட்டு வேர்க்க விறுவிறுக்கக் கதவைத் திறப்பேன். இதற்காக, அக்கா துவைப்பதற்காக வைத் திருக்கும் புடைவையைக் கட்டிக் கொண்டு ஆடுவேன். நல்ல புடைவையைக் கட்டிக் கொண்டு ஆடினால், அம்மாதிரி அவசர நேரத்தில் சட்டென்று கழற்றி, மடித்து வைப்பது கஷ்டமாயிற்றே.

தனிமை கொடுக்கும் பயம் கலந்த சுதந்தரத்தில் என்னை ஒரு முழுமையான பெண்ணாக மட்டுமே நினைத்துக் கொள்ள மிகவும் விரும்பினேன். துடைத்துக் கொள்ளும் துண்டை சுரிதாரின் துப்பட்டா போல் நெஞ்சில் போட்டு எனக்கு நானே ரசிப்பேன். இரண்டு கால்களையும் மடக்கி, சுவரில் சாய்ந்து உட்கார்ந்து, நெஞ்சோடு முட்டியைச் சேர்த்து வைத்து மேல் துண்டால் இழுத்து இழுத்து மூடிக் கொள்வேன்.

நான் ஒரு பெண். துரதிருஷ்டவசமாக உலகம் என்னை ஆண் என்று நினைத்துக் கொண்டிருக்கிறது.

★

மனத்துக்குள்தான் இந்த எண்ணமே தவிர, வெளி உலகில் என் பெண் தன்மைகள் வெளிப்பட்டு விடாதிருக்க என்னாலான அனைத்து முயற்சி களையும் மேற்கொள்ள வேண்டி இருந்தது. குறிப்பாக, பள்ளிகளில் பட்ட மோசமான அனுபவங்களை நினைவு கூர்ந்து, கல்லூரியில் என்னை மறைத்துக் கொள்ள மிகவும் சிரமப்பட்டேன். ஆண்மையோடு நடக்க, கம்பீரமாகப் பேச பல விதமாக முயற்சி செய்து, பாவனை வாழ்வு வாழத் தொடங்கினேன்.

ஆனால், நான் நினைத்த அளவுக்குக் கல்லூரியில் தொந்தரவு இல்லை. 8.30 மணிக்குத் தொடங்கி 1.00 மணிக்கு வகுப்பு முடியும். வகுப்பு நேரம் முடிந் ததும் நான் உடன் நூலகம் சென்று விடுவேன். பள்ளி நாள்கள் வரை ரமணி சந்திரன், சுபா, ராஜேஷ் குமார் நாவல்களை அதிகம் படித்தேன். கல்லூரி நூல கத்தில் எனக்கு ஜெயகாந்தன், ரிஷி மூலம் மூலமாக அறிமுகமானார். அதன் பின் நூலகத்திலுள்ள ஜெயகாந்தனின் அனைத்துப் புத்தகங்களும் இரண்டு நாள் இடைவெளிகளில் என் வீட்டுக்கு வந்து சென்றன.

கம்ப்யூட்டர் சயின்ஸ் மாணவனின் நூலக அட்டையில், ஒரே ஜெயகாந்தன் புத்தகங்களாகவே இருந்தது சில நூலகப் பணியாளர்களுக்கு ஆச்சரியமாக இருந்தது. தி. ஜானகிராமன், ஜெயந்தன், அசோகமித்திரன், லியோ டால்ஸ்டாய், அந்தன் செகாவ், மிகயில் ஷோலகவ், மக்ஸிம் கார்க்கி, தஞ்சை பிரகாஷ் என வித விதமாகத் தேடிப் படிக்க ஆரம்பித்தேன். எட்டாம் வகுப்பு

வரை என்னுடன் படித்த இளஞ்செழியனும் கல்லூரியில் எனது வகுப்பில் சேர்ந்திருந்தான். அவனும் லியோ, சிவசு, சுபாஷ், கண்மணி ராஜா, விஜய குமார் ஆகியோரும் ஒரு செட். அவ்வப்போது அவர்கள் செட்டுடன் சேர்வேன். எனக்கு ஆபத்தில்லாத நண்பர்கள். இருந்தும், அவர்களோடு அதிகம் நெருக்கமாக இருக்க முடியவில்லை. இலக்கியமும், தனிமையுமே நான் நெருங்கப் போதுமானவையாக இருந்தன.

கல்லூரியில் கலை நிகழ்ச்சிகள் எப்போதும் நடக்கும். எல்லாத் துறை மாணவர்களும் ஆர்வமுடன் அவற்றில் பங்கு பெறுவார்கள். ஆனால், எங்கள் கணினித் துறையில் மட்டும் கல்சுரல்ஸ் எதுவுமே நடக்காது. எனக்கோ இவற்றில் எல்லாம் கொள்ளை ஆர்வம். டிபார்ட்மெண்டுக்குள் இல்லாது போனால் என்ன? கல்லூரி பொது கலை நிகழ்ச்சி தினம் வரும் போது, நாம் ஒரு நாடகம் போடலாம் என்று பிரமிளின் குறு நாடகம் ஒன்றைத் தேர்வு செய்து வைத்திருந்தேன். அந்த நாடகத்துக்கு மூன்று பேர் தேவை. என்னைத் தவிர யாரும் ஆர்வம் காட்டவோ, ஒத்துழைக்கவோ இல்லை. எனவே, கை விட வேண்டியதாகி விட்டது.

மூன்றாம் ஆண்டு படிக்கும் போது, மதுரை காமராசர் பல்கலைக் கழக கல்லூரி கணினித் துறை நடத்திய கல்சுரல்சிற்கு எங்களுக்கு அழைப்பு வந்தது. ஆச்சர்யம், துறைத் தலைவரும் அனுமதியளித்தார். வாய்ப்பை விடுவேனா? நடன நிகழ்ச்சியில் என் பெயரைக் கொடுத்திருந்தேன்.

நான், செழியன், லியோ, சிவசு, ப்ரின்ஸ், கார்த்திக், சுபாஷ், ஸ்டாலின் ஆகியோர் கலந்து கொண்டோம். பயிற்சியும் பலமாக நடந்தது. நாளும் வந்தது. அன்றுதான் எனக்குப் புதுப் பதற்றம் ஒன்றும் வந்தது.

இரண்டு நாள்கள் அவர்களோடு ஒரே அறையில் தங்க வேண்டும். ஆண்கள்தாம். என் வகுப்புத் தோழர்கள்தாம். ஆனாலும் பயமும் பதற்றமும் மனத்தை ஆக்கிரமித்தன. நான் கண்டிப்பாக ஓர் ஆண் இல்லை என்பது எனக்கே உள்ளங்கையில் தெரிந்த தருணம் அது. திகிலுடன் கிளம்பினேன். ரிகர்சலின் போதிருந்த உற்சாகம், வேகம் எல்லாம் மாயமானது.

மதுரை ராஜா முத்தையா மன்றத்துக்கு எதிரிலுள்ள ஒரு கட்டடத்தில் மூன்றாவது மாடியில் தங்க வைத்திருந்தார்கள். கட்டடம் முழுதும் வெவ் வேறு கல்லூரிகளிலிருந்து வெவ்வேறு மாணவர்கள். அத்தனை பேரும் ஆண்கள். நரகமானது இரவு. மற்றவர்கள் என் பெண் தன்மையை அடையாளம் கண்டு கேலி செய்வதைவிட, அப்படியொரு இசைகேடு நடந்து விடுமோ என்ற பாதுகாப்பற்ற உணர்வே எனக்கிருந்த மிகப் பெரிய உளவியல் சிக்கல். அதை எதிர்கொண்டு அதனோடு போராடுவதே நரகமாக இருந்தது. இதனால்தான், பொதுவாகவே நான் எந்தக் குடும்ப நிகழ்ச்சிகளுக்கும் கல்யாணம் கச்சேரிகளுக்கும் போவதை அறவே தவிர்த்து வந்தேன்.

பல்லைக் கடித்துக் கொண்டு இருந்த சமயத்தில் இடியாக வந்து இறங்கினான், இம்மானுவேல் என்ற எங்கள் வகுப்பு மாணவன் ஒருவன். லாஸ்ட் பெஞ்ச் மாப்பிள்ளை. இரண்டு குழந்தைகளுக்கு அப்பா போல இருப்பான். திரைப் படங்களில் வரும் அடியாள் மாதிரி வட்டசாட்டமான உடம்பு. கல்சுரல்ஸில் நடைபெற இருந்த ஃபேஷன் ஷோவில் கலந்து கொள்ளும் கார்த்திக்கின் நண்பன். அவன், இம்மானுவேல், சசிக்குமார் எல்லாம் ஒரு செட். கார்த்திக் அமைதியாக இருப்பான். ஆள் அப்படியே இம்மானுவேலுக்கு நேர் எதிர். காதல் கோட்டை அஜீத் போல் ஹேண்ட்ஸம், கலர். நடக்கும் போது மட்டும் யாரையோ அடிக்கப் போவது மாதிரியே இருக்கும்.

இம்மானுவேலின் சொந்த ஊர் திண்டுக்கல்தானாம். பக்கத்தில் தானே இருக்கிறது மதுரை என்பதாலும், அன்று விடுமுறை தினம்தான் என்பதாலும் நிகழ்ச்சியைப் பார்க்க வந்து விட்டான். வகுப்பில், இம்மானுவேல் என்னிடம் சின்னச்சின்ன வம்புகள் செய்ததுண்டு. அவனைப் பொறுத்தவரை நான் பால் வடியும் குழந்தை. அப்போது என் தோற்றமும் கல்லூரி மாணவன் போல இருக்காது. பத்தாவது படிக்கும் சிறுவன் போலத்தான் இருக்கும். எனவே, கிண்டல் செய்து சந்தோஷப்படுவான்.

அன்றைக்கு அவன் பீர் வேறு குடித்திருப்பான் போல. நாற்றம், பயம், எப்படியாவது இந்த இரவுபோக வேண்டும்.

சகித்துக் கொண்டு அந்த இரவைக் கழிக்கத் தொடங்கினேன். உள்ளுக்குள் என்னென்வோ கற்பனைகள் ஓடிக் கொண்டிருந்தன. சீக்கிரமே போர்வையால் தலை வரை மூடிக் கொண்டு படுத்து விட்டேன். சுற்றிலும் வகுப்பு மாண வர்கள். என்னென்னவோ கதை பேசிக் கொண்டிருக்கிறார்கள். வேறென்ன, பெண்கள். பெண்கள் குறித்த அருவருப்பான உரையாடல்கள்.

பேச்சிற்கிடையே, ‘இவனயெல்லாம் ஏண்டா கூப்புட்டு வந்தீங்க?!’ யாரிடமோ கேட்கிறான் இம்மானுவேல்.

நடுக்கத்தை மறைத்தபடி போர்வைக்குள் நான்.

‘விடு மச்சி!’ என்று லியோ பதில் சொல்கிறான். இடையில் என்ன தோன்றியதோ, திடீரென என் போர்வையை விலக்கி, குடித்துக் கொண்டிருந்த சிகரெட்டால் என் க்காலில் சூடு வைத்து விட்டான். அலறியடித்து எழுந்த என்னைப் பார்த்துச் சிரித்துக் கொண்டிருந்தார்கள்.

‘யேய், ஏண்டா பச்சப் பிள்ளைய போட்டு...’ சற்று கடிந்து கொள்ளும் தோரணையில் லியோ, சுபாஷ், சிவசு, செழியன் ஆகியோர் அவனைக் கடிந்து கொள்ள - அதிஷ்டவசமாக அத்துடன் என்னை விட்டு விட்டான். பிறகு வகுப் பில் இதைச் சொல்லிச் சொல்லி சிரித்துக் கொண்டான்.

★

நான் கல்லூரியில் சேர்ந்த புதிதில் நாங்கள் உய்யக்கொண்டன் திருமலையில் எங்களுக்கு அளிக்கப்பட்டிருந்த இடத்தில் கடனோடு கடனாகக் குடிசை வீடு

கட்டி, புதுமனைப் புகுந்தாயிற்று. சோமரசம் பேட்டையில் கிடைத்த இளங்கோவின் நட்பும் ஒரு முடிவுக்கு வந்திருந்தது. சுற்றிலும் தட்டி கட்டி, சற்று மேடான வாசல். இடது பக்கம் சிறிய கிணறு. குனிந்து வெளியே விட்டே தண்ணீர் பிடித்துக் கொள்ள முடிந்த அளவு நீர்வளம். கிணற்றைக் கடந்து வடப் பக்கமாக வாசல். முதல் அறையில் பெரிய ஸ்டீல் கட்டில், டி.வி. இங்கே சித்தியும் பிரபாவும் படுத்துக் கொள்வார்கள். உள் அறை கிச்சன். பாத்திரம் பண்டம் போக, பெரிய மரப் பெட்டி ஒன்று. சிறிய தடுப்புச் சுவர் கடந்து பீரோ ஒன்று. மூன்றடுக்கில் எனது சிறிய புத்தக அலமாரி ஒன்று. அது போக ஒரு ஆள் படுத்துக் கொள்ளலாம். அது நான். அப்பா வாசலில் கயிற்றுக் கட்டில் விரித்து, படுத்துக் கொள்வார்.

இப்போதெல்லாம் அப்பாவின் மீது எனக்குப் பயம் இல்லாமல் போய் விட்டது. அதே நேரத்தில் பிரபாவை நான் மிரட்டிக் கொண்டிருந்தேன். படிக்க வேண்டுமே. பிரபா எனக்குச் செல்லம். ராதாவைப் போலவே நல்ல அழகு. ஆனால், வேறு மாதிரியான அழகு. சித்தியின் முகத் தோற்றத்தில் இருப்பாள் பிரபா. கொஞ்சுவதைப் போலவே பிரபாவைப் படுத்துவதும் எனக்குப் பிடிக்கும். திடீர் திடீர்னு கன்னத்தைக் கிள்ளுவது, ஸ்கூலுக்கு அவசர கதியாகக் கிளம்பிக் கொண்டிருக்கும் வேளையில் அவள் போட்டிருக்கும் ரெட்டை சடை ரிப்பனை அவிழ்த்து விடுவது போன்றவற்றை விரும்பிச் செயவேன். 'அம்மா பாருமா இங்கி...' சிணுங்கும் போது அவள் என் பழயை தேழி அமிர்தவள்ளியை நினைவுபடுத்துவாள்.

பள்ளியில் பிரபா பத்து ரேங்க்குக்குள் வாங்கிக் கொண்டிருந்தாள். அப்போதெல்லாம் சித்தி 'முன்னாடியெல்லாம் சரவணன் ஃபர்ஸ்ட் ரேங்க் வாங்குவான் தெரியுமா?' என்று என்னை அவளுக்கு உதாரணம் காட்டுவார். சித்தியும் இப்போது நன்றாக மாறி விட்டிருந்தாள். பதினாறு வயதில் வெகுளியாக மூன்று குழந்தைகளுக்கு, இல்லை சிறுவர்களுக்குச் சிற்றன்னையாக வந்துசேர்ந்தவர். மணமாகி வந்த அடுத்த வருடத்தில் பிரபா பிறந்துவிட, அடுத்தடுத்த இரண்டு வருடங்களில் ராதா, மஞ்சுவுக்கு அன்னை ஸ்தானத்தில் இருந்து திருமணம் செய்து வைத்ததில் அவருக்கு வயதுக்கு மீறிய அனுபவங்கள்.

உலகில் பொதுவாக வருணிக்கப்படும் சித்திகள் போலில்லை என் சித்தி. அவள் எங்களைக் கொடுமைப்படுத்தியதில்லை. நாங்கள் அவளைக் கொடுமைப்படுத்தாததே பெரிய விஷயம். சேர்த்து வைத்து என் அப்பாதான் சித்தியைப் படுத்திக் கொண்டிருந்தார். எங்கள் வீடு சர்வாதிகாரி அல்லவா அவர்? கரிசனையோ, அன்போ வெளிப்படுத்தத் தெரியாத மிலிட்டரி மேன். அவரிடம் அடி வாங்கி, பயந்து பயந்து இன்னொரு வீரம்மாளாகவே சித்தியும் ஆகி விட்டிருந்தாள்.

ஆனால், காலம் அனைத்தையும் மாற்றி விடுகிறது. சித்தியும் மாறிப் போனாள். என்னைப் போலவே அப்பாவிடம் ஓரளவுக்கு தைரியமாக வாதாடக் கூடியவளாக அவள் ஆகியிருந்தாள்.

அப்போதெல்லாம் புதுமைப் பெண், புவனா ஒரு கேள்விக் குறி, அவள் ஒரு தொடர்கதை நாயகிகளைப் போல, புதுமைப் பெண்ணாக இருக்க விரும்புவேன். இதைப் புரிந்து கொள்வது மிகவும் சிக்கலானது. ஆணாக இருக்கிறேன். உடலளவில் பெண்ணல்ல. ஆனால், எதிர்காலம், தொழில் குறித்து சிந்திக்கும் போது பெண்ணாக, பெண் பார்வையிலேயே எண்ணவோட்டங்கள் இருந்தன. என் சிந்தனைகளை சித்தியின் புத்தியிலேற்றி, அவளையும் போல்டாக இருக்க வேண்டுமென்று அவ்வப்போது எடுத்துக் கூறுவேன்.

சித்திக்குப் பெண்ணியம் எல்லாம் என்னவென்று தெரியாது. ஆனால், அவள் குரல் கொடுக்கக் கற்றுக் கொண்டாள்.

ஒரு முறை ராதா வீட்டிலிருந்து உய்யக்கொண்டான் திருமலைக்குப் பேருந்தில் வந்து கொண்டிருந்தேன். கல்லூரி போன்ற வழக்கமாகப் புழங்கும் இடங்கள் தவிர, மற்ற பொது இடங்களில் நான் சற்றுச் சுதந்தரமாகவே உணர்வேன், இருப்பேன். அதாவது நடக்கும் போது இடுப்பை வளைத்து நெளித்து நடப்பது, அமர்ந்திருப்பதென்றால் கால் மேல் கால் போட்டு ஸ்டைலாக அமர்ந்து கொள்வது, முன் நெற்றியில் விழும் கூந்தலை விலக்கி விடுவது போல் பாவனை செய்வது, மனம் மிகவும் லேசாக உணரும் தருணங்களில் இத்தகைய நடத்தை என்னிடம் அதிகமாகக் காணப்படும். அன்றும் அப்படி அலட்டிக் கொண்டு அமர்ந்திருந்த போது, என் அருகில் ஒரு நபர் வந்து அமர்ந்தார்.

'நீங்க சோமரசம் பேட்டையா?' சற்றுக் குழைவான குரலில் அவர் கேட்க, முகத்தைச் சுளித்துக் கொண்டு நாடகத் தனமான எரிச்சலுடன் 'எதுக்குக் கேக்குறீங்க?' என்றேன். அப்போதுதான் கவனிக்கிறேன். கருத்த அவரது முகத்தை, பேச்சில் இருந்த குழைவை. சற்றுக் குண்டாக, தோற்றத்தில் 25, 26 வயதிருக்கும் போலத் தெரிகிறது. அல்லது அதை விடக் குறைவாகவும் இருக்கலாம். பார்த்த மாத்திரத்தில் மனம் செல்கிறது. இவரிடம் தொடர்ந்து பேசலாம் என்று.

பாம்பின் கால்.

என்னைப் போல்தான் வரும் என்று சற்று நேரத்தில் தெரிந்து விட்டது. பெயர் செந்தில். பேங்க் ஒன்றல் பணி புரிகிறார். மொபைல் உள்ளது. மொபைல் போன் அப்போதுதான் மிடில் கிளாஸ் மக்களிடம் பரவ ஆரம்பித்திருந்தது. அவர் டிப்ளமோ முடித்திருப்பதாகச் சொன்னார். நன்குப் பேசினார். பிடித்திருந்தது. எனக்கேற்ற தோழமையை அவரிடம் எதிர்பார்க்கலாம் என்று நினைத்தேன்.

அவரது மொபைல் நம்பரைக் கேட்டு வாங்கிக் குறித்துக் கொண்டேன்.

'நாளைக்கு உங்களுக்கு லீவு தானே, குழுமாயி கோயிலுக்கு வர்றீங்களா? நம்ம கொஞ்ச நேரம் பேசலாம்.'

'ம்...' மதியம் மூன்று மணிக்கு வருவதாகப் பேசிக் கொண்டோம்.

பஞ்சருக்குக் கொடுத்திருந்த எனது BSA SLR சைக்கிளை எடுத்துக் கொண்டு, குழுமாயி கோயிலுக்குச் சென்றேன்.

சைக்களை வாங்கித் தர ஸ்பான்சர் செய்த அக்காவிடம், கண்டிஷன் போட்டு வாங்கியது அந்த சைக்கிள். காலேஜ் சேர்ந்த புதிதில் வாங்கியது. காலேஜுக்கும் சரி, ராதா வீட்டுக்கும் சரி, எப்போதும் இந்த BSA SLR சைக்கிளில்தான் போவேன்.

'அப்பாவோட அட்லஸ் சைக்கிள் மாதிரி பெரிய சைக்கிளெல்லாம் வேணாம். லேடிஸ் சைக்கிள் இருக்குல்ல, அது மாதிரி முக்கா வண்டி வாங்கிக் குடுங்க' என்று கேட்டு வாங்கியிருந்தேன்.

குழுமாயி கோயிலை எங்கள் வீட்டிலிருந்து பத்து நிமிட சைக்கிள் பிரயாணத்தில் அடைந்து விடலாம். வீட்டிலிருந்து புத்தூர் நோக்கிப் போகும் பிரதான சாலையிலேயே சென்றால், கொஞ்சதூரத்தில் பாலம் ஒன்று வரும். பாலத்துக்கு அடியில் இரு மருங்கிலும் உள்ள ஒற்றையடிப் பாதையும் கரைகளுக்கு நடுவில் அந்தப் பகுதியின் பிரபலமான உய்யக்கொண்டான் ஆறு சலசலத்துக் கொண்டிருக்கும். பாலத்தைக் கடந்த பின் வரும் கரையின் வலது பக்கமாகக் கொஞ்ச தூரம் சென்றவுடன் நகரத்து இறுக்கம் குறைந்து, கிராமத்து வாசனையுடன் வாழைத் தோட்டங்கள் தென்படும். அதே பாதையில் சில நிமிட பயணத்தில் இன்னொரு சிறிய பாலம் வரும். இந்தப் பாலம் பிரதான சாலையில் உள்ள பாலத்தைப் போல நீள அகலம் கொண்டது கிடையாது. கீழே பாறைகளுக்கு மத்தியில் கொஞ்சமாக ஓடிக் கொண்டிருக்கும் நீரிலேயே பாதையைப் பார்த்து நடந்து விடலாம். சற்று மேடாக ஏறி இறங்கினாற் போலக் காணப்படும் அச்சிறிய பாலத்தைக் கடந்தால் குழுமாயி கோயில்.

பாலத்துக்கு முன்பாக சைக்கிளை நிறுத்த வாகாக, அந்தச் சிறிய பாதையிலும கொஞ்சம் இடம் இருக்கும். அங்கே சைக்கிளை நிறுத்தி, பாலத்தின் நடுவே நின்று ஆற்றையும் கோயிலையும் வேடிக்கை பார்த்தபடி காத்திருந்தேன். புத்தூர் குழுமாயி அம்மன் திருவிழா மிகவும் பிரசித்தி பெற்றது. வருடத்துக்கு ஒரு முறை இக்கோயிலில் இருக்கும் குழுமாயி அம்மனை புத்தூரில் உள்ள கோயிலுக்குத் தேரில் கொண்டு செல்வார்கள். அங்கே குட்டி குடித்தல் என்னும் ஆடு, கோழி கழுத்தை அப்படியே கடித்து ரத்தம் குடிப்பது, கோயில் விழாவின் சிறப்பு.

மற்ற நாள்களில் இக்கோயில் வெறும் நாலைந்து பக்தர்களுடன் அமைதியாக இருக்கும். கோயில் பிராகாரத்தை ஒட்டி பின்புறம் ஓடுவதுதான் நிஜ உய்யக்கொண்டான ஆறு. அந்த ஆற்றிலிருந்து, ஆறு கண்ணிலிருந்து திறந்து விடப்படும் நீர்தான், இப்பாலத்துக்கடியில் ஓடும் ஆற்று நீர். பாலத்தைக் கடந்தபின் பழங்காலத்து ஆல மரம் ஒன்றிருக்கும். அகலமான பாறைகள் பல நிறைந்த ஆறு, அமைதியான கோயில், ஆல மரம் என அந்த இடமே மிகவும் ரம்மியமாக இருக்கும்.

வர மாட்டாரோ, சும்மா பேருந்தில் வந்த சக பிரயாணியை நம்பி வந்து விட்டேமோ என்று நான் மெல்ல கவலைப்பட்டுக் கொண்டிருந்த போது சுசு கியில் வந்திறங்கினார் செந்தில்.

'ரொம்ப நேரம் வெயிட் பண்றீங்களா, சாரிப்பா' என்றார்.

'இட்ஸ் ஓகேப்பா!' என்று பதிலளித்தேன்.

இரண்டு பேருமே அந்தப் பாலத்தில் நின்று இருவரைப் பற்றியும் முழுமை யாகத் தெரிந்து கொண்டோம். எனது அந்தரங்கமான பழக்க வழக்கங்கள் யாவையும் அவரிடம் இருப்பதைத் தெரிந்து கொண்டு மகிழ்ந்தேன்.

'நாம ரெண்டு பேரும் வாடி போடின்னு பேசிக்கலாமா?' என்று அவர் கேட்ட தும் எனக்கு மகிழ்ச்சியில் ஒன்றும் புரிபடவில்லை.

உடனே ஒப்புக் கொண்டேன்.

பல விஷயங்கள், பல சைகைள் எங்களுக்குள் ஒன்றாக இருந்தது. இருவருக்கும் உள்ள ஆசைகள், தேவைகள், அவமானங்கள், வலி, தனிமை எல்லாமே ஒன்றாகவே இருந்தது தெரிய வந்தது. அவருடன் பேசப் பேச, இப் படிப் பேச ஒரு தோழி வேண்டுமென்று தானே இத்தனை காலம் காத்தி ருந்தேன் என்று மனம் விரிந்து சிறகடித்தது. நான் தேடிய தோழி கிடைத்து விட்ட மகிழ்ச்சி இதயம் முழுக்க நிரம்பியது.

கூந்தல் இல்லையே என்று வருந்த வேண்டாம். டோப்பா வாங்கி வைத்துக் கொள்ளலாம். நமக்கு நாமே பெண் பெயர் சூட்டிக் கொள்ளலாம். இத்தகைய மன ஓட்டம் உடையவர்களுக்கென ஒரு தொண்டு நிறுவனம் உள்ளது. அங்கு போனால் பல கதவுகள் நமக்கெனத் திறக்கும். அவரிடமிருந்து சில புதிய விஷயங்களை அன்று தெரிந்து கொண்டேன்.

என் வாழ்க்கையின் மிக முக்கியமான கட்டம் து. செந்திலை நான் சந்தித்தது.

5. அது வேறு உலகம்

ஒரு பக்கம் கல்லூரிப் படிப்பு. பி.எஸ்.சி. கம்ப்யூட்டர்சயின்ஸ். இன்னொரு பக்கம் செந்தில் அறிமுகப்படுத்தி வைத்த தொண்டு நிறுவனத்துக்குப் போய் வருதல். ஆர்வமில்லாமல் படிப்பு. கொப்பளிக்கும் ஆர்வம் இருந்தாலும் அடி மனத்தில் பயத்துடனேயே தொண்டு நிறுவனத்துடன் தொடர்பு. என் வாழ்வின் மிக முக்கியமான காலகட்டம் அது.

இளங்கலைப் படிப்பில் என்னால் 61 சதிவிகிதம் மட்டுமே பெற்றுத் தேர்ச்சியடைய முடிந்தது. அப்பா என்னை ஏதும் சொல்லவில்லை. ஏமாற்றங்களுக்கு அவர் ஒருவாறு தயாராகியிருக்க வேண்டும். ‘இவனையெல்லாம் பெத்து, படிக்க வைச்சதே வேஸ்டுடி’ என்று சித்தியிடம் மட்டும் அலுத்துக் கொண்டார். நான் பெற்றிருந்த மதிப்பெண்களின் அடிப்படையில் மேற்கொண்டு என்னைப் படிக்க வைக்கலாம் என்பது மட்டுமே அவரது சிந்தனையாக இருந்தது.

எப்படியாவது யாருடைய கை - காலையாவது பிடித்து எம்.எஸ்.சி.யோ. எம்.சி.ஏ.வோ சேர்த்து விட வேண்டும் என்பது அவரது திட்டம். ஆனால், என்னால் அதையெல்லாம் படிக்க முடியாது என்று நான் அறிவித்திருந்தேன்.

மேற்கொண்டும் அறிவியல் தொடர்பான படிப்பைப் படிக்க எனக்கு விருப்பமில்லை. எம்.ஏ. மொழியியல் சேரலாம் என்று இருக்கிறேன் என்று அப்பாவிடம் சொன்னேன். இடிந்து போனார்.

கல்லூரிக் கலை நிகழ்ச்சிகள், ஆடல் பாடல்கள், நாடகங்கள் என்று என் மனம் விரும்பக் கூடிய விஷயங்களுக்கு அந்தப் படிப்புதான் சரிப்படும் என்று நினைத்தேன். நான் படித்த கல்லூரியில் வருடா வருடம் தமிழ்த் துறை சார்பில் முத்தமிழ் விழா நடத்துவார்கள். சற்று கிராண்டாகவே இருக்கும். நாடகம், இசை, விநாடி வினா எனப் பல விதமான போட்டிகளும் நடத்தப்படும். அதில் ஓர் இலக்கிய விநாடி வினா வைத்தார்கள். இரண்டு பேராகக் கலந்து கொள்ள வேண்டிய போட்டி. ஓரளவுக்குக் கல்சுரல்சில் ஆர்வமுள்ள ப்ரின்ஸ் என்கிற மாணவனைச் சேர்ததுக் கொண்டு அதில் பங்கு பெற்றேன்.

முன்னதாக, பத்தாம் வகுப்பு படித்துக் கொண்டிருந்த வரை அவ்வப்போது சில போட்டிகளில் கலந்து கொண்டு பரிசுகள் பெற்றதுண்டு என்றாலும், எதுவும் பெரிய விஷயமாக எனக்குப் பட்டதில்லை. மேலும் நீண்ட இடைவெளிக்குப் பிறகு நான் பங்கு பெற்ற போட்டியாக அந்த விநாடி வினா அமைந்தது. எதிர்பார்த்தபடி எனக்குத்தான் முதல் பரிசும்கூட.

பன்னிரண்டு குழுக்கள் பங்கு பெற்ற அந்தப் போட்டியில் பெரும்பலும் முதுகலை மாணவர்களே இருந்தார்கள். இளங்கலை படித்துக் கொண்டு - அதுவும் கம்ப்யூட்டர் சயின்ஸ் - நான் முதல் பரிசு வென்றது எங்கள் துறை வட்டாரத்தில் வியப்புடன் பேசப்பட்டது. எல்லோரும் பாராட்டினார்கள். அதிலும் இரண்டாம் ஆண்டில் எங்களுக்குத் தமிழ் வகுப்பெடுத்த ஆசிரியர் தனியாகக் கூப்பிட்டுப் பாராட்டியது எனக்கு மிகவும் பெருமையாக இருந்தது.

முத்தமிழ் விழாவில் எனக்கு பரிசு வழங்கப்பட்டது. அன்றைக்கு நிறைய கலை நிகழ்ச்சிகள் எல்லாம் நடந்தன. பல்வேறு கலைக் குழுவினர் வந்திருந்து நிகழ்ச்சி நடத்தினார்கள். அப்படி வந்த கலைக் குழு ஒன்றின் பெயர் 'தந்தானே'. அழகி படம் பார்த்தீர்களா? அதில் வரும் குணசேகரன் என்னும் நடிகர் நடத்தும் குழு அது.

யாரோ ஒரு நடிகர் என்றுதான் முதலில் அவரை நினைத்திருந்தேன். பிறகு அவர் ஒரு நாடகத் துறை பேராசிரியர் என்று விழா கமிட்டியினர் அறிமுகப்படுத்தி போது, வியப்பும் மதிபபும் ஏற்பட்டது. அப்போதுதான் எனக்குப் பாண்டிச்சேரியில் நாடகத் துறை என்ற ஒன்று இருப்பதே தெரிய வந்தது.

எம்.ஏ. சேருவதென்றால் முதலில் புதுச்சேரி நாடகத் துறையில் தான் போய்ச் சேர வேண்டும் என்று நினைத்திருந்தேன். ஆனால், அங்கே விடுதியில் தங்கித்தானே படிக்க வேண்டும்?

ஆண்கள் விடுதி. இரண்டு நாள் மதுரைக்குப் போய் பட்ட அவஸ்தைகள் போதாதா? சரி, வேறெங்காவது நாடகத் துறை இருக்குமா என்று பார்ததேன். தஞ்சை தமிழ் பல்கலைக் கழகத்தில் நாடகத் துறை உண்டு என்று தெரிய வந்தது. ஆனால், எம்.ஏ. வகுப்புக்கு அல்ல. எம்.பில். அல்லது பிஹெச்டி தான் செய்ய முடியும் அங்கே.

அதனால்தான் தமிழ்ப் பல்கலையில் எம்.ஏ. மொழியியலில் சேர்ந்து கொண்டு, அப்படியே நாடகங்களிலும் நடிக்கத் தொடங்கலாம் என்று தீர்மானித்து, வீட்டில் எம்.ஏ. மொழியியல் படிக்க இருப்பதாகச் சொன்னேன்.

வழக்கம் போல் அப்பா எதிர்த்தார். ஆனாலும், நான் நினைத்ததைச் சாதித்துக் கொண்டு விட்டேன்.

தினமும் காலை ஏழு மணிக்குக் கிளம்பி சைக்கிளை மிதித்தால் ஏழே முக்காலுக்கு ஜங்ஷனை அடைவேன். எட்டு மணிக்கு தஞ்சாவூர் ரயிலில் ஏறி உட்கார்ந்தால் ஒன்பதே காலுக்குத் தஞ்சை ஜங்ஷன். ஜங்ஷனின் இடப் பக்கம்

உள்ள பிரதான வழியில் வெளியேறாமல், வலது பக்கம் தண்டவாளத்தை ஒட்டியுள்ள மேடான சிறு பாதையில் வேகவேகமாக நடந்தால், மேம்பாலம் வந்து விடும். அது மேம்பாலம் பஸ் ஸ்டாப். அங்கிருந்து பேருந்தில் ஏறி யுனிவர்சிட்டி குவாட்டர்ஸ் நிறுத்தத்தில் இறங்கினால் தமிழ்ப் பல்கலைக் கழகத்தின் பின்புறம் வந்து விடும்.

மாலை நான்கு மணிக்கு வகுப்புகள் முடிந்து விடும். பிறகு ஒரு மணி நேரம், இரண்டு மணி நேரம் நூலகத்திலும் நாடகத் துறையிலும் தான் கழிப்பேன். இரவு 7.30 மைசூர் எக்ஸ்பிரஸ்ஸைப் பிடித்தால், எட்டே முக்காலுக்குத் திருச்சி, ஒன்பதரைக்கு வீடு.

என் முதுகலைப் படிப்புக் காலம் இந்தச் சுழற்சி பிசகாமல் இரண்டு வருடங்கள் ஒழுங்காக நடந்து கடந்தது. பள்ளி, கல்லூரி நாள்களைக் காட்டிலும் இந்த இரண்டு ஆண்டுகளில் மிகுந்த மகிழ்ச்சியுடன் பல்கலைக் கழகத்துக்குப் போய் வந்து கொண்டு இருந்தேன். அதிகம் பிரச்னை இல்லாத காலகட்டம். முக்கியமாக, பல்கலைக் கழகத்தில் கிண்டல், கேலிகள் இல்லாதிருந்தது எனக்குப் பெரிய ஆறுதல்.

ஆனால், பேராசிரியர்கள், மாணவர்கள் எனத் தவறாமல் எல்லோரும் என்னிடம் வேறொரு கேள்வி கேட்டார்கள். 'கற்றது தமிழ்' படத்தின் கதாநாயகனிடம் கேட்பது போன்ற கேள்வி.

'கம்ப்யூட்டர் சயின்ஸ் படிச்சிட்டு ஏம்பா லிங்க்விஸ்டிக்ஸ் படிக்க வந்த? குறைஞ்சபட்சம் தமிழ் லிட்ரேச்சர் படிச்சாலாவது டீச்சர் வேலை கிடைக்குமே!'

நான் என்ன பதில் சொல்வது?

நடிக்க வேண்டும். அல்லது ஒரு பத்திரிகையாளராகவோ, ஆராய்ச்சியாளராகவோ ஆக வேண்டும். அதுதான் என் தீர்மானம், கனவு. படித்து முடித்து ஆசிரியராக வேண்டுமென்றோ, ஏதாவது நிறுவனத்தில் குமாஸ்தாவாக வேண்டுமென்றோ எனக்குத் தோன்றியதில்லை. என் அப்பா கனவு கண்டது போல, கலெக்டர் ஆகும் ஆசையும் எனக்கில்லை.

அதனால் வேலை வாய்ப்புகள் குறித்த கவலை ஏதுமில்லாமல் மொழியியலை ஆர்வமுடன் பயின்று வந்தேன்.

மொழியியலை ஆர்வமுடன்தான் பயின்றேன். ஆனால், அதைவிட நாடகத்தில் ஆர்வம் மிகுதியாக இருந்தேன். என் பெரும்பாலான நேரம் நாடகத் துறையில்தான் கழிந்தது. கவனமெல்லாம் நாடகத்தின் மீதே இருந்தது.

வகுப்பில் நான் உட்பட மொத்தம் ஆறு மாணவர்கள். மூன்று பெண்கள், இரண்டு ஆண்கள். மற்றும் நான். மற்ற ஐந்து பேரும் தமிழ் இலக்கியம் கிடைக்காமல், மொழியியல் சேர்ந்தவர்கள். எனக்கு ஆர்வமும் அக்கறையும் இருந்தது என்றாலும் வகுப்புகளுக்குச் சரியாகப் போக மாட்டேன். ஆனால், தேர்வுகள் எனக்குப் பிரச்னையாக இல்லை. நூலகத்தில் நோட்ஸ் எடுத்து

எப்படியோ படித்துத் தேறி விடுவேன். மேலும் மொழிப் புலத்தில் நடக்கும் அத்தனை கருத்தரங்கங்களிலும் சிறப்பான முறையில் பங்களிப்பு செய்வேன். இதனால் இலக்கியத் துறை உள்ளிட் மற்ற துறைகளிலும் சற்றுப் பிரபலமாக இருந்தேன். படிக்கிற பையன் என்கிற பிம்பம் எனக்கு இருந்தது. ஆகவே, நான் வகுப்புகளுக்குச் செல்லாமல் இருந்தது அங்கே மன்னிக்கப்பட்டது.

திறந்த வெளி அரங்கு ஒன்றும் அரங்கைச் சுற்றி அரை வட்ட வடிவத்திலுள்ள நான்கு அறைகளும் சேர்ந்துதான் அங்கே இருந்த நாகடத் துறை. சேர்ந்த சில நாள்களிலேயே, அத்துறையின் தலைவரான பேராசிரியரைச் சந்தித்தேன். நீண்ட வெண் தாடியுடன் எளிமையான தோற்றத்தில் தன் எழுத்துப் பணி களைப் பார்த்துக் கொண்டிருந்தவருக்குத் தொந்தரவாக என்னை அறிமுகம் செய்து கொண்டேன்.

'சார், மொழியயல் துறையில் எம்.ஏ. படிக்கிறேன். எனக்கு நாடகங்கள்ள நடிக் கணும்னு ரொம்ப ஆசை. அதனால் நாடகத் துறையில் ஏதேனும் நாடகம் நடத் தினால் நான் நடிக்கறதுக்கு வாய்ப்புத் தாங்க சார்' என்று பவ்வியமாகக் கேட்டுக் கொண்டேன்.

'நீங்க எங்க இருந்து வர்றிங்க தம்பி?'

என்னைப் பற்றி அறிமுகத் தகவல்களைக் கூறிக் கொண்டே அறையை நோட்டமிட்டேன். அந்தத் துறை விசித்திர அழகுடையது. ஓர் அகலமான மேசை. மேசைக்குப் பின் அவர். எதிரில் நான்கு நாற்காலிகள். பக்கத்தில் புத்தக அலமாரி. இருந்ததெல்லாம் நாடகம் தொடர்பான புத்தகங்களும் இலக் கியம் தொடர்பான புத்தகங்களும், என்சைக்ளோபீடியா வால்யூம்களும். அறையில் ஆங்காங்கே அழகழகான முகமூடிகள். நாடகத்துக்காகச் செய்து இருந்த தூண் செட்டிங்ஸ். அழகுதான். ஆனால், களேபரமான அழகாக இருந் தது அந்த அறை. அந்தத் துறைத் தலைவரை எனக்கு மிகவும் பிடித்து விட்டது. அவர், மு.ரா. என்று சுருக்கமாக அறியப்படும் பேராசிரியர் மு. ராமசாமி.

அவருக்கு அங்கே குமாஸ்தா ஒருவரும், அலுவலக உதவியாளரும் உண்டு. ஆனால், பெரும்பாலும் அவர்கள் இருவருக்கும் மற்ற துறைகளில் வேலை இருக்கும். அங்கே நம் தினசரிப் பணிகளை முடித்து விட்டு, பேராசிரியரைத் தனியே விட்டு விட்டுப் போய் விடுவார்கள். அங்கே சுற்று வட்டத்தில் யாருமில்லாதது குறித்து அவருக்குக் கவலையே கிடையாது. அவருண்டு, அவர் வேலை உண்டு.

அடிக்கடி நான் அங்கு செல்வதும் அவருடன் பேசுவதுமாக என் தினங்கள் நகரத் தொடங்கியிருந்தன. கிட்டத்தட்ட நான் நாடகத் துறையில் படிக்கிற பையன் என்றே பலராலும் நினைக்கப்படத் தொடங்கினேன். அடிக்கடி அங்கே சென்று வந்ததால், பேராசியரின் மாணவர்களான வெங்கடேஷ், கார்த்தி (இவர் அப்போது பிரபலமான சித்தி சீரியலில் முக்கியப் பாத்திரத்தில் நடித்து வந்தார்), ஜான் போன்றவர்கள் எனக்கு நல்ல நண்பர்களானார்கள்.

இவர்களுடன் ஒத்திகைக் கலைக் குழுவைச் சேர்ந்த விஜி, ராமர், முருகன் ஆகியோரும் நண்பர்கள் ஆனார்கள். இந்தப் பரிச்சயங்களால் 'சாம்பான்' என்னும் நாடகத்தில் நடிக்க எனக்கு ஒரு வாய்ப்பு கிடைத்தது. சாம்பானின் 10 வயது இளைய மகன் வேடம்.

ஓர் ஆறுதல், இவர்கள் யாருக்குமே அப்போது என் பெண் தன்மை தனித்துத் தெரியவில்லை. அல்லது அதை அவர்கள் பெரிதாக எடுத்துக் கொள்ள வில்லை. அது எனக்கு மிகவும் ஆறுதலாகவும் நிம்மதியாகவும் அமைந்தது. அதிகம் தன்னுணர்வு கொண்டு அச்சப்படாமல் பல காரியங்கள் செய்ய முடிந் தது. முக்கியமாக, நாடகம் தொடர்பான பல புத்தகங்களை அப்போது படித் தேன். முருகபூபதி என்பவரின் இரண்டு நாடகங்களை ஒரு நாடகத் தொகுப் பில் படித்திருந்தேன். அந்நாடகம் முழுவதும் பரவியிருந்த மந்திரத் தன்மை யும், அமானுஷ்யமும் என்னை மிகவும் கவர்ந்தன. முருகபூபதி அப்போது என் ஆதர்ச நாடகாசிரியராக இருந்தார்.

★

இந்த நாள்களில் நான் தினசரி மேற்கொண்ட ரயில் பயணம், எனக்கு மிகப் பெரிய அனுபவமாக இருந்தது. சீசன் டிக்கெட் வாங்கிக் கொண்டு பல்கலைக் கழகத்துக்குப் படிக்கப் போய்க் கொண்டிருந்த நான், விரைவிலேயே எந்த டிக் கெட்டும் வாங்காமல் ரயில்களில் பிச்சை கேட்க தினசரி இதே போல் பயணம் மேற்கொள்ள நேரிடலாம் என்றெல்லாம் நான் எண்ணியிருக்கவே முடியாது.

நிறைய யோசித்தேன். என்னைப் பற்றியும் என் இருப்பின் அவஸ்தைகள் பற்றியும். எப்போதும் உள்ளுக்குள் ஓர் எச்சரிக்கை ஒலி கேட்டுக் கொண்டே இருக்கும். யாராவது நம்மைக் கவனிக்கிறார்களா, வித்தியாசமாகப் பார்க் கிறார்களா என்கிற படபடப்பு இருக்கும். ஆனாலும், ரயில் பயணங்களை நான் மிகவும் விரும்பினேன். ஜன்னலோரப் பயணம். தனிமையும் கூடி விட்டால் கேட்கவே வேண்டாம்.

சின்ன வயதில் எப்போதாவது கரூரில் உள்ள அம்மாவின் தங்கையான மீனா சித்தி வீட்டுக்குச் செல்லும் போதும், கொஞ்சம் வளர்ந்த பின், மஞ்சுவுக்குத் திருமணமாகி கரூரிலுள்ள வடுகபட்டிக்கு அவள் போய்விட, அவளைப் பார்க்கப் போகும் போதும் எனக்கு ரயில் பயணங்கள் வாய்க்கும். இளம் வயதில் புத்தூரிலிருந்து திருச்சி மலைக் கோட்டைக்கு வந்து அங்கிருந்து கரூர் வண்டி பிடித்துப் போவோம். எனக்கு ரயிலும் பிடிக்கும், ரயில்வே ஸ்டேஷன்களும் பிடிக்கும்.

ரயிலுக்காகத் தண்டவாளத்தின் இறுதி முனையைப் பார்த்தபடியே காத்திருப்பது அங்கிருக்கும் சிமெண்ட் பெஞ்சில் அமர்வதும், அடிக்கொரு தரம் தண்டவாளத்தை எட்டி எட்டிப் பார்ப்பதும், ப்ளாட்பாரத்தில் இங்கும் அங்கும் ஓடுவதும்கூட எனக்குப் பரவசமே.

'யே, பாத்து பாத்து'ன்னு அம்மா பதறுவாள். ஓடி வந்து ராதா என்னை இழுத்து பிடிப்பாள். ருசிகரமான தருணங்கள் அவை. இந்த அனுபவத்துக்காகவே ரயிலில் ஊருக்குப் போவது மிகவும் பிடிக்கும்.

ரயிலின் மீதான என் காதல் தொடர முதுகலைப் படிப்பு வாய்ப்பாக அமைந்தது. சீசன் டிக்கெட் எடுத்துக் கொண்டதால் எத்தனை முறையும் எல்லா நாளும் போகலாம், வரலாம். எக்ஸ்பிரஸ்ஸிலும் தடை கிடையாது. ஸ்லீப்பரில் ஏறிக் கொள்ளலாம், டி.டி.ஆர். பார்த்தால் ஒன்றும் சொல்ல மாட்டார். அவருக்கே தெரியும். 'இவுங்கெல்லாம் சீசன் டிக்கெட்டு.'

இருந்தாலும் நான் அவரிடம் சொல்லுவேன் 'சார், வர்றதுக்குள்ள ட்ரெயின் கிளம்பிடுச்சு. அவசரத்துக்கு ஏறிட்டேன். அடுத்த ஸ்டேஷன்ல இறங்கிக் கிறேன் சார்.'

இந்த டயலாக்கைக் கேட்டு சலித்துப் போயிருப்பார்கள் போல. பெரும் பாலும் கண்டு கொள்ளாமலேயே போய் விடுவார் டி.டி.ஆர்.

என்னைப் போல தினமும் செல்லும் சீசன் டிக்கெட் வாசிகளின் செட் ஒன்று அந்த ரயிலில் உண்டு. அதில் சற்றுக் குண்டாக, சிகப்பாக, நாற்பது வயது மதிக்கத் தக்க அரசாங்க ஊழியர் ஒருவர். இன்னொரு 28 வயது மதிக்கத் தக்க அரசாங்க ஊழியர் ஒருவர். தனியார் கம்பெனியில் பணி புரியும் இரண்டு இளைஞர்கள். இவர்களோடு ரேவதி மற்றும் நான்.

ரேவதி என்னைவிட ஒரு வயது மூத்தவர். அந்த வயதிலேயே TNPSC பாஸ் செய்து அரசாங்க அலுவலகம் ஒன்றில் ஜூனியர் அசிஸ்டென்டாகப் பணிபுரிந்து கொண்டிருந்தார். நன்றாகப் படிப்பார். ஆனால், அவர் படிப்ப தெல்லாம் பாடம் சம்பந்தமாக, ஏதாவது ஒரு தேர்வு சம்பந்தமானதாகவே இருக்கும். பிரயாணத்தின் போது நாவல்கள் படித்து வரும் எனக்கும், பாடம் சம்பந்தமாகப் படிக்கும் அவருக்கும் வாசிப்பு என்னும் பழக்கத்தின் அடிப் படையிலேயே நட்பு ஏற்பட்டது. ஏழு மணிக்கெல்லாம் அல்லித் துறையி லிருந்து கிளம்பி புத்தூர் வந்து புத்தூரிலிருந்து ஜங்ஷன் வந்து, ஆபீஸ் போவார். இரவில் பத்து மணி சுமாராக வீடு போய்ச் சேர்வார்.

பெண் தோழமை வேண்டி ஏங்கி இருந்த எனக்கு, ரயில் பிரயாணத்தின் போது கிடைத்த நல்ல தோழி ரேவதி. அமைதியானவள், அப்புராணி என்று மற்ற நண்பர்கள் என்னைப் பற்றி நினைத்தாலும், என்னைப் போலவே பையனா கவே பார்த்த அவர்களுக்கு ரேவதியுடன் நான் பழகுவதைப் புரிந்து கொள்ள முடியவில்லை. அல்லது தவறான அர்த்தத்தைக் கொடுத்தது. பேச்சுவாக்கில் அவை வெளிவர ஆரம்பித்தபோது, அந்த செட்டையே தவிர்த்தேன். ரேவதியையும்தான்.

★

செந்தில் அறிமுகப்படுத்திய அந்தத் தொண்டு நிறுவனத்துக்கு, செந்தில் வருவது குறைவு என்றாலும் நான் அடிக்கடி போய்க் கொண்டிருந்தேன்.

அங்கே என்னைப் போலவே பேண்ட் சட்டை போட்ட ஆணாக வெளித் தெரிந்தாலும் பெண்ணைப் போன்ற நடை, பேச்சு, பாவனை உடையவர்கள் பலர் வந்து போவார்கள். அவர்கள் தங்களுக்குள் வாடி, போடி எனப் பேசிக் கொள்வதுண்டு.

செந்தில் என்னை அங்கே அறிமுகம் செய்யும்முன் எனக்கு ஓர் அறிவுரை அளித்தார்.

'நீ அங்கே போய் வருவதில் தவறில்லை. ஆனால், நீ ஒரு பொட்டைன்னு identify பண்ணாத மாதிரி பாத்துக்க. அடிக்கடியும் அங்க போகாதே.'

'ஏன்? அவங்களும் நம்மா மாதிரிதானே?'

'அதுக்கில்ல. அங்க முக்காவாசிப் பேரு படிக்காதவங்கள். வெளிய போகும் போது பப்ளிக்கா பொட்டைன்னு காமிச்சிக்கிறவங்க. அவங்ககூட ரொம்பப் பழகினா பாக்குறவங்க உன்னையும் கிண்டல் செய்வாங்க.'

கிண்டல்!! போதும்டா சாமி.

அந்தத் தொண்டு நிறுவனம் தென்னூரிலிருந்த தினபூமி அலுவலகத்துக்கு அடுத்த தெருவில் இருந்தது. தினபூமி அலுவலகம் எனக்குப் பரிச்சயமான இடம்தான். இளங்கலை இறுதியாண்டு படிக்கும்போது, இரண்டு மாதங்கள் அங்கே ப்ரூப் ரீடிங் செக்‌ஷனில் பார்ட் டைமாகப் பணிபுரிந்து வந்தேன். எனது பணியிடம் முதல் மாடி. கீழே பிரஸ் இருக்கும். பணியில் சேர்ந்த கொஞ்ச நாளிலெல்லாம், லே-அவுட் செக்‌ஷனைச் சேர்ந்த இருவரும் பிரஸ்ஸில் பணி புரியும் என்னைவிட வயதில் சிறுவனான ஒரு பையனும் என்னைப் பார்க்கும் நேரத்திலெல்லாம், 'ஹாய் ரம்பா! ஹே ரம்பா!!' எனக் கிண்டல் செய்ய ஆரம்பித்தான். தொடர்ந்து அங்கு பணி புரிவது எனக்குப் பிடிக்காமல் போய் விட்டது.

எனவே, அந்த வழியாகப் போகும் போது அந்த அலுவலகத்தைச் சேர்ந்த யாரும் என்னைப் பார்த்து விடக் கூடாது என்று பயம் தொற்றிக் கொள்ளும். அதுவும் இந்தத் தொண்டு நிறுவனத்துக்குத்தானே செல்கிறேன் என்பது தெரிந்தால் இன்னும் தர்ம சங்கடமாகி விடுமே என்று பயம். இதனால் அங்கிருந்த என்னைப் போன்ற மற்றத் தோழிகளிடம் நான் நெருக்கமாகப் பழகவில்லை.

ரத்னவேல் என்றொரு அழகான இளைஞன். கொஞ்சம் கோணாமல் நாணாமல் நின்றால் பார்க்கும் யாருமே அப்படித்தான் சொல்வார்.

'யே! போடி, சீ வாடி' என முகம் சுளித்துக் கொஞ்சிக் கொஞ்சிப் பேசும் போது, பார்ப்பவர்களுக்கு அதிர்ச்சியாகவே இருக்கும்.

பாபு நல்ல உயரம். கருப்பு. டைட்டான ஜீன்ஸ், டைட்டான டீ-ஷர்ட் போட்டு கேட் வாக் நடப்பது போல் நடப்பாள். திருச்சி, ஜமால் முகம்மது காலேஜில் முதுகலை ஆங்கில இலக்கியம் படித்தவள்.

சிநேகா, தனது ஆண் பெயரை யாரிடமும் சொல்ல மாட்டாள். கையை V ஷேப்பில் மடக்கி வைத்துக் கொண்டு இடுப்பை ஆட்டி ஆட்டி இவள் நடப்பது, வெளிப்படையாகத் தன்னை யார் என்று காட்டிக் கொள்வதாக இருக்கும்.

ரத்னவேல், சிநேகா, பாபு போன்றவர்கள் அடிக்கடி அங்கே வரும் பெண் தன்மை கொண்ட ஆண்கள்.

இவர்களோடு எப்போதாவது, கடலை விற்கும சுரேஷ் சேர்ந்து கொள்வாள். லுங்கியை மடித்துக் கட்டிக் கொண்டு ஆண் போல் 'ம்மா...கடலை... கடலை' எனத் தள்ளு வண்டியில் கூவி விற்றுக் கொண்டிருக்கும் சுரேஷ். தொண்டு நிறுவனத்தில் நுழைந்த உடனே, மனசுக்குள் பெண்ணாகி விடுவாள்.

'ஏய்! என்னாடி பண்றீங்க... நல்லா இருக்கிங்களாடி...ஏய் சிநேகா, எப்படி வந்தே...?' என்று கண்ணைச் சுருக்கி கழுத்தை நெடித்துப் பேசியவாறே ஆளுக்குக் கொஞ்சம் கடலையைத் தந்து விட்டு உடனே போய் விடுவாள். வெளியேறும் போது பழைய சுரேஷ் ஆகி விடுவாள்.

அப்போது, அவர்களெல்லாம் என்னைப் போலவே ஆண் உடையில் நடமாடுபவர்கள். இவர்களை, 'கோத்திகள்' என்பார்கள். ஆண் உடையில் பெண் தன்மையோடு காணப்படுபவர்களைக் குறிக்கும் சொல் அது. இவர் களோடு வெளிப்படையாகவே பெண் உடையணிந்து, பெண் போலவே தோற்றத்தில் காணப்படுபவர்களையும், ஆப்பரேஷன் செய்து கொண்டு பெண்ணாகவே மாறியவர்களையும் அங்கே பார்க்க முடிந்தது. அவர்கள்தாம் திருநங்கைகள்.

ஷாலினி. தன்னை முற்றாகப் பெண்ணாகவே மாற்றிக் கொண்ட திருநங்கை. கரகாட்டம் ஆடுபவள். திரைப் பாடல்களுக்கும் நன்றாக டான்ஸ் ஆடுவாள். சற்றுக் குள்ளமானவள். அதிக மேக்கப் இல்லாதவள். அடிக்கடி தன் கூந்தலைக் கலைத்து அழகு காட்டுபவள். அவளைப் பார்க்கப் பார்க்க, இப்படித்தான் நாமும் உருமாறி விட வேண்டும் என்ற ஆசையை மனம் படபடத்து உரக்கச் சொல்லும்.

பூஜா. உயரமாகவும் சற்றுக் குண்டாகவும் இருப்பாள். ஷாலினியைப் போலன்றி முகத்தில் கடுமை தெரியும். அவளும் ஒரு திருநங்கை.

ஆயிஷா. மற்ற இரண்டு பேரையும்விட நல்ல சிகப்பு. பெண்ணைப் போலவே அவள் இருப்பாள். திருச்சியில் உள்ள திருநங்கைகளில் அவள் அழகு பிரசித்தம். ஆனால், அழகுக்கேற்ற கர்வமும் உடையவள் என்பதால் அவளை யாருக்கும் அவ்வளவாகப் பிடிக்காது. இருந்தாலும், அவள் அழகை நினைத்துப் பொறாமை கொள்ளாதோர் சொற்பம். வெட்கமென்ன? எனக்கும்கூட அந்தப் பொறாமை உண்டு.

இவர்கள் மூன்று பேருமே ஒரே இடத்தில் வசிப்பவர்கள். மூன்று பேருமே முதுகலை படித்த காலத்திலிருந்தே தோழிகள். பிறகு, வீட்டை விட்டு

வெளியேறி பல இன்னல்களைக் கடந்து ஒருவாறு அமைதி கண்டபின் - இன்று வரை சேர்ந்தே வாழும் நல்ல தோழிகள்.

★

ஒருமுறை அந்தத் தொண்டு நிறுவனம் பெங்களூரில் உள்ள வேறொரு தொண்டு நிறுவனம் ஏற்பாடு செய்திருந்த தொடர் ஓட்டத்துக்கு (Rally) எங்களை அழைத்துச் சென்றது. திருச்சியிலிருந்து நான், பாபு, சிநேகா, ரத்ன வேல் மற்றும் சில ஆண் உடையில் உள்ளவர்களும், ஷாலினி, பூஜா, ஆயிஷா, இவர்களோடு பழனியம்மாள், மலேசியா என 40 வயது மதிக்கத் தக்க சில புதிய திருநங்கைகளும் வந்திருந்தனர். அவர்களுடன் சென்ற அந்தப் பிரயாணமும், ஊர்வலமும் என் வாழ்க்கையில் சில சரியான முடிவுகளை எடுக்க உதவியாக இருந்தது.

திருச்சி மட்டுமன்றி, சென்னை, பாண்டிச்சேரி, விழுப்புரம், கரூர், ஈரோடு, மதுரை, நாமக்கல், ஹைதராபாத், பெங்களூர் எனப் பல இடங்களைச் சேர்ந்த பல தொண்டு நிறுவனங்களில் இருந்தும் நூற்றுக்கணக்கில் திருநங்கைகளும், கோத்திகளும் அந்த ஊர்வலத்தில் கலந்து கொண்டனர். திருநங்கைகளுக்குத் தனி உலகம் ஒன்று உள்ளதை அன்று தெளிவாக அறிந்து கொண்டேன். கேலி, கிண்டல் கடந்து திருநங்கைகளுக்குள்ள பலப்பல பிரச்னைகள் குறித்த யதார்த்த அறிவையும் அந்த அனுபவம் எனக்குப் பெற்றுத் தந்தது.

இத்தனைக்கும் நடுவில், அங்குள்ள யாரிடம் (செந்திலின் அறிவுரை யின்படியும், மற்றவர்களின் கேலி கிண்டல்களுக்குப் பயந்தும்) என்னை நான் வெளிக்காட்டிக் கொள்ளவில்லை.

தோழிகள் கேட்கும் போதெல்லலாம் 'நான் உங்களப் பத்தி ஆராய்ச்சி பண்ணலாம்னு இருக்கேன். அதான் உங்களப் பத்தி தெரிஞ்சிக்க வந்தேன்' என்று அபத்தமாகச் சமாளிப்பேன்.

அவர்களோடு வெளியே செல்லும் சமயத்திலும் என்னைக் கட்டுப்படுத்திக் கொண்டு ஆண் போல நடித்துக் கொள்வேன்.

வெளி உலகத்தில் என் வேஷம் பலிக்காத போது, என்னைப் போலவே உள்ள என் தோழிகளிடம் எப்படி என்னால் முழுமையாக நடிக்க முடியும்? என் னையும் அறியாமல் வெளிப்படும் என் பெண்மையால் அவர்கள் என்னை அறிந்திருந்தார்கள்.

அப்போதெல்லாம் என் படிப்பு, குடும்பம், சமூகம் ஆகியவற்றைக் கருத்தில் கொண்டு உறுதியாக மறுத்து வந்தேன். ஆனால், இந்த வேஷத்தை நீண்ட நாள் என்னால் தொடர முடியவில்லை.

6. விடைபெற்ற தருணம்

பெங்களூருக்குப் போய் வந்த பிறகு தனிப்பட்ட முறையில் எனக்கு ஏற்பட்ட மனக் கொந்தளிப்புகள் ஏராளம். அதோடு, படிப்பை விட நாடகம், கவியரங்கம், கருத்தரங்கங்களில் எனக்கிருந்த ஆர்வம். வகுப்புகளுக்குப் போவதே அநேகமாக நின்று விட்டது. தேர்வுக்கு முந்தைய பத்துப் பன்னிரண்டு விடுமுறை நாள்கள் மற்றும் தேர்வுக் காலமான நான்கு நாள்கள். அவ்வளவுதான் நான் படித்தேன்.

ஆனால், உயிரைக் கொடுத்துப் படித்தேன்.

எங்கள் பல்கலையில் அப்போது இலக்கியம், மொழியியல், தத்துவம், சிற்பம், தொல்லியல் என மொத்தம் துறையில் மட்டுமே முதுகலைப் படிப்பு இருந்தது. மாணவர்களின் எண்ணிக்கையும் வகுப்புக்கு 40 தாண்டாது. எனவே, ஒவ்வொரு செமஸ்டர் தேர்வும் அத்தனை பேருக்குமாகச் சேர்த்து ஒரே அரங்கில்தான் நடைபெறும். மூன்று மணி நேரத் தேர்வு நேரம் என்றால் நான் அதிகபட்சம் ஒன்றரை மணி நேரம்தான் எழுதுவேன். வேகமாக எழுதி விட்டு அரங்கை விட்டு நான் மட்டும் ஒன்றரை மணி நேரம் முன்னதாக வெளியேறுவதை அத்தனை பேரும் திரும்பிப் பார்ப்பார்கள். வெளியே வந்ததுமே அடுத்த நாள் தேர்வுக்குப் படிக்க ஆரம்பித்து விடுவேன்.

பல்கலைக் கழக நாட்கள் உண்மையில் எனக்கு மிகுந்த ஆறுதல் தந்தவை. கிண்டல்களில்லாத தினங்கள் என்பது பெரிய விஷயமல்லவா? நான் ஆணா, பெண்ணா என்ற குழப்பங்களைக் கடந்து என் சுயத்துக்கான தேடலுக்கு அவகாசமளித்த திங்கள் அவை.

எனது வகுப்பு இரு பாலர் வகுப்பாக இருந்ததும், என் பெண்மையை சக மாணவர்கள் உணராமல் இருந்ததும் என்னிடம் நன்றகப் பழக அங்கே மூன்று பெண்கள் கிடைத்ததும் ஒரு முக்கிய காரணமாக இருக்கலாம்.

சில இலக்கியத் துறை நண்பர்கள் கூட, 'என்ன சரவணன். பசங்ககூட ரொம்ப சேர மாட்டிங்களா? அட்லீஸ்ட், உங்க டிபார்ட்மென்ட் பசங்கக் கிட்ட கூடவா சேர மாட்டிங்க?' என்று பேச்சு வாக்கில் கேட்பதுண்டு.

நான் பதில் சொல்லாமல் சிரித்து மழுப்பி விவேன். வெட்டி அரட்டை அடிக்க ஆரம்பித்தால் படிப்பு கெடும் என்று நான் நினைப்பதாக அவர்களே சமாதானம் கொள்வார்கள்.

ஆனால், பல்கலைக் கழக வளாகத்தில் இல்லாத பிரச்னை எனக்கு ரயில் பயணத்தில் அமைந்ததுதான் இதில் எனக்கிருந்த ஒரே வருத்தம். என்னையும் ரேவதியையும் இணைத்து வைத்து நண்பர்கள் சிலரே மோசமாகப் பேசிய சம்பவம். என்னை அது மிகவும் பாதித்தது.

என் பெண் தன்மையை ஒருவர் அறிந்து கொள்வதில் எனக்கு வருத்தமோ, கஷ்டமோ எதுவும் இல்லை. அதனை அறிந்து கொள்வதால் நான் கேலிக் குள்ளாவதுதான் எனக்கு எரிச்சலை ஏற்படுத்தக் கூடியதாக இருந்தது. அப்படி யிருக்க, என்னை ஆணாக, ஒரு பெண்ணை விரும்பக் கூடிய ஆணாகக் கற் பனை செய்து பேசுவது நாராசமாக இருந்தது. என்னால் சகிக்கவே முடியாத விஷயம் அது. என் உடல் தோற்றம் உங்களுக்கு ஆணாகத் தெரியலாம். மனத் துக்குள் நான் ஒரு பெண். எனவே, நான் ஒரு பெண்ணை விரும்புவதாக நீங்கள் கருதுவதையும் கிண்டல் செய்வதையும் எப்படி என்னால் பொறுத்துக் கொள்ள முடியும்?

இம்மாதிரியான வருத்தங்கள் சில இருப்பினும் பல்கலைக் கழகக் காலம் எனக்குச் சுகமானதாகவே இருந்தது. முக்கிய காரணம், நாடகத் துறை - அங்கு கிடைத்த அனுபவங்கள், தொடர்புகள், நட்புகள்.

நான் அந்தத் துறைக்குப் போய் வரத் தொடங்கியதற்குச் சற்று முன்னதாக மு. ராமசாமி ஒரு நாடகத்தைதத் தயார் செய்து நடிப்பதற்கு ஆட்களை நியமித் திருந்தார். ரிகர்சல் ஆரம்பிக்கப்பட இருந்தது. மதுரையில் அதற்கான ரிகர்சல் நடக்கவிருந்த போது, ஒத்திகை விஜியிடம் இன்னும் யாராவது ஒரு நபர் தேவை என்று சொல்லியிருப்பார் போலிருக்கிறது. எனவே, விஜி அதற்காகக் கிளம்பினார். நானும் நண்பர் ராமரும் விடாப் பிடியாக ரிகர்சலைப் பார்க்க வாவது போவோம் என்று விஜியுடன் சேர்ந்து கிளம்பி விட்டோம்.

ஆர்வத்தோடு வந்தவர்களைத் திருப்பி அனுப்பவும் பேராசிரியருக்கு மன தில்லை. அதே சமயம் நடிகர்களும் போதுமான அளவுக்குச் சேர்ந்து விட்டார் கள். எனவே உடனிருந்து, அரங்கப் பணிகள் செய்வத்கு எங்களை நியமித்தார் மு.ரா.

நாடகம், மதுரை யாதவா ஆடவர் கல்லூரியில் நடந்தது. ரிகர்சலும் பத்து நாள் களாக அங்கேயே நடந்தது. ராமசாமி, அவரது முனைவர் பட்டத்துக்கான ஆராய்ச்சி மாணவர்கள் பலர் அங்கேயே இருந்தார்கள். அத்தனை பேரும் நாட கத்துக்காகவே வாழ்பவர்கள். பல்வேறு நாடகங்கள் இயற்றியும், நடித்தும் அனுபவம் மிக்கக் கலைஞர்களான ஆழி. வெங்கடேஷ், கார்த்திகேயன், பழநி, 'ஏர்' மகராசன், மற்றொரு நாடகத் துறை ஆசிரியரான கோவிந்தசாமி சார், யாதவா கல்லூரி தமிழ்ப் பேராசிரியர் ஷாஜகான் கனி - இன்னும் பல பேர்! இவர்களோடு மதுரை பல்கலைக் கழகத்தில் படித்த தமிழ்த் துறை

மாணவர்கள் மூவர். தஞ்சையிலிருந்து என்னோடு வந்திருந்த 'ஒத்திகை' விஜய், ராமர் என எல்லோரும் ஆண்கள். ஆண்கள் மட்டுமே.

பெண்களின் பங்களிப்பு இல்லாமல் போன அந்த நாடகத்தின் பெயர் 'கலகக் காரர் தோழர் பெரியார்'. அதனால் என்ன, நான் இருக்கிறேனே. முழுக்க முழுக்க ஆண்களோடு இருந்த இந்த பத்து நாள்கள், கல்லூரி அனுபவத்தைப் போல அத்தனை அசூயைத் தரத் தக்கதாக இல்லை.

தவிரவும் அது ஓர் அபத்த நாடகமும் இல்லை. நிஜ நாடகம். ஆம். மு. ராம சாமியின் அந்நாடக இயக்கத்தின் பெயரும் 'நிஜ நாடக இயக்கம்'தான். கல்லூரி நாள்கள் வரை நடிப்பு என்றால் சினிமாதான் என்ற பேதமையிலிருந்து தன்னைச சுத்திகரித்த நாடகப் பள்ளி அது.

ரிகர்சல் தொடங்கி ஓரிரு நாள்களில், புதிதாக ஒரு நபர் சற்று உயரம் குறைவாக, கையில் ரகளையான துணிப் பை, அதில் புல்லாங்குழல் என்று வித்தியாசமாக அங்கே வந்து சேர்ந்தார். பார்த்தாலே கலைஞன் என்று தெரியும். அவர் முகம் அந்த மாதரி. ஒரு தீவிரமும் குழந்தைத் தனமும் சேர்ந்து பிரதிபலிக்கும் முகம் அது.

'யார்ரா அவரு?' சற்று முன் அவரிடம் நலம் விசாரித்துக் கொண்டு இருந்த விஜியிடம் கேட்டேன்.

'யே, இவரைத் தெரியாது? இவர்தான் முருகபூபதி. நீ கூட பாக்கணும் பாக்கணுமுன்னு சொல்லுவியே....'

வியப்புடன் அவரை நெருங்கி, தயங்கித் தயங்கி என்னை அறிமுகப்படுத்திக் கொண்டேன்.

'அண்ணா, உங்க நாடகத் தொகுப்பு ஒண்ணு படிச்சிருக்கேண்ணா. முழுசா புரிஞ்சிக்க முடியாட்டியும் அந்த நடை என்னை ஓர் அமானுஷ்ய உலகத் துக்குக் கொண்டு போயிடுச்சி...' என்று தயங்கியபடி பேசினேன்.

அங்கேதான் எனக்கு செல்வமும் அறிமுகமானார். முருகபூபதியின் நண்பர். ராஜபாளையம் அருகில் 'குன்னாங் குன்னாங் குர்' என்ற சிறுவர்களுக்கான பிரத்யேக மாற்றுத் திரைப்பட இயக்கம் ஒன்றை நடத்தி வந்தவர். கொஞ்சம் கொஞ்சமாக மசாலா திரைப்படங்களிலிருந்து, விலகி வந்த எனக்குச் செல்வத்தின் அறிமுகம் நல்ல சினிமாவை முறையாக அறிமுகம் செய்தது.

செல்வம், முருகபூபதியோடு இலக்கியம் மற்றும் நாடகம் சார்ந்து இயங்கக் கூடிய பல ஆளுமைகள் இந்நாடக நாள்களில் எனக்கு அறிமுகமானார்கள்.

நாடக ரிகர்சலின் போது, ப்ராம்ப்ட் பார்ப்பதில் தொடங்கி, அரங்க நிர்வா கத்தில் உதவுதல், லைட்டிங்கில் உதவுதல் என எல்லாவற்றிலும் சிறு சிறு உதவிகளைச் செய்து, அதன் மூலம் சில பாடங்கள் கற்றேன். அந்தப் பெரியார் நாடக அனுபவம் எனக்குக் கிடைத்த வரம்.

பல புதிய சோதனை முயற்சிகளை அரங்கேற்றிய இந்நாடகம் முழுதாகத் தயாரான சமயத்தில் எனக்கும் அதில் ஒரு பங்கு கிடைத்து விட்டது. நாடகத்தின் இடையில் பெரியார் பேசுவதாக சில காட்சிகள் வரும். சில இடங்களில் பெரியார் குறித்த Visuals திரையில் காண்பிக்கப்படும். இந்த ஒளி ஒலி அமைப்புகளை சரியான டைமிங்கில் செய்வது என் வேலை. ஒரு சில முறை தவிர, பெரும்பாலும் சொதப்பிக் கொண்டிருந்தேன். ஆனால், எல்லாமே அனுபவம்.

அதோடு, இடை இடையே பார்வையாளர்களிடமிருந்து கேள்வி கேட்பது போல, பார்வையாளர்களையே தயார் செய்வதும் அதை ஒருங்கிணைப்பதும் என் வேலை. நாடகம் முடியும் தறுவாயில் நாடகம் குறித்து பத்திரிகையாளர்களாக இரண்டு பேருடன் நானும் மேடையேறி பேட்டி எடுப்பேன். அப்போது, வசன உச்சரிப்பின் போது, டி.வி.யில் பேசும் நிகழ்ச்சி தொகுப்பாளினியாக என்னைப் பாவித்துக் கொண்டு பேசுவேன்.

ஒரு முறை முருகபூபதி என் முகத்தைக் கூர்ந்து பார்த்து, 'டே உன் முகத்துல ஆணும் பெண்ணும் கலந்த art இருக்குடா' என்றார்.

அசந்து போனேன். அவர் ஒரு பிறவிக் கலைஞர். நாடக மேதை மதுரகவி பாஸ்கரதாஸின் மகள் வழிப் பேரன். எழுத்தாளர்கள் கோணங்கி மற்றும் தமிழ்ச் செல்வியின் தம்பி.

அந்தக் கலைஞனின் உள்ளுணர் திருஷ்டி, என்னை உளமார அவர் முன் மண்டியிடச் செய்தது. ஊன் உருக, அவர் முன் மண்டியிட்டுக் கதறி அழ வேண்டும் போல் இருந்தது. என்ன ஏது என்று செல்லாமலே அழுது தீர்க்க வேண்டும் போல இருந்தது. செய்யவில்லை. ஆனால், அந்த வார்த்தைகளைத் திரும்பத் திரும்ப நினைவு கூர்ந்து புளகாங்கிதம் அடைந்தேன்.

பல ஆண்களுடன் ஒரே இடத்தில் தங்க வேண்டியிருந்தது. பொதுக் குளியலறையில் பலருடன் ஒரே சமயத்தில் குளிக்க நேர்ந்தது போன்ற சிலவற்றைத் தவிர வேறு பெரிய சங்கடங்கள் எனக்கு அப்போது இல்லை.

★

இது நிஜ நாடகம். 'ஒத்திகை' குழுவினருடன் பணி புரிந்தது. திருச்சியில் உள்ள கார்முகில் கலைக் கூடம் என்னும் நாடகக் குழுவிலும் சில காலம் வேலை பார்த்திருக்கிறேன். மேலாண்மை பொன்னுச்சாமியின் நாடக வழித் தோன்றலான முத்துவேல் அழகன் என்பவர் அதன் இயக்குநர்.

நாடகத்தின் பெயர் 'பதினெட்டாம் போர்'. பாரதப் போரின் இறுதி நாளான பதினெட்டாம் நாளின் சுருக்கக் கதை. மாயாவி கிருஷ்ணனின் சூதால் பலியாகும் அரவானின் கதை. அர்ஜுனனுக்கும், நாக கன்னி உலூபிக்கும் பிறந்தவன் அரவான். அபிமன்யூவிற்கு இருந்த வாரிசு உரிமை, மூத்தவனான தனக்கில்லை என்ற ஆதங்கமும் பிறந்த நாள் முதல் தந்தையின் அரவணைப்பு இல்லாமையின் வெறுப்பும் நிரம்ப வளர்ந்தவன். வெற்றி என்னும் போது,

பாண்டவர்களின் தேவைக்காக, பலிகடா ஆனவனும் அவனே. பலியாவதற்கு முன் தினம் கிருஷ்ணன் மோகினி என்னும் பெண் வடிவத்தில் அவனுக்கு மனைவியாவதும், மறுநாள் அரவான் பலியானதும் கிருஷ்ணன் என்னும் மோகினி ஒப்பாரி வைப்பதிலும் நாடகம் முடியும்.

இந்நாடகத்தில் நானும், தற்போது திருச்சியில் இலக்கிய இதழ் ஒன்றினை நடத்தி வரும் என் நண்பர் செந்திலும் கதை சொல்லிகளாக நடித்திருந்தோம். ரிகர்சலின் போதெல்லாம் சில சமயம் என்னை அறியாமல் வெளிப்படும் என் பெண் தன்மையை அரசல் புரசலாகச் சிலர் கிண்டல் செய்வதுண்டு. ஒருமுறை நாடக ரிகர்சலின் போது, மேக்கப் மேன் லிப்ஸ்டிக் போட்டு விட்டார். லிப்ஸ்டிக் சகிதம் அழகான மேக்கப், எதிரே நிலைக் கண்ணாடி. பொதுவாக என்னைப் போன்ற திருநங்கைகளுக்குக் கண்ணாடி ஒரு வரப் பிரசாதம். கண்ணாடி எல்லோருக்கும் அவரவர் ஸ்தூல உருவத்தை மட்டுமே பிரதிபலிக்க, திருநங்கைகளுக்கு மட்டும் அவர்களின் மனத்தை, உள்ளே கொந்தளிக்கும் உணர்வுகளை, உள்ளார்ந்த அவர்களுடைய பெண்மையை ஒரு சித்திரமாக மாற்றிக் கண்ணெதிரே காட்டும். இதை மற்றவர்களால் புரிந்து கொள்ளவே முடியாது. உங்களுக்கு முகத்தையும் எனக்கு முகத்துக்குப் பின்னால் இருக்கும் மனத்தையும் காட்டக் கூடிய கருவி அது! எனக்கு என்றால் எங்களுக்கு. எங்கள் எல்லாருக்கும்!

ஆகவே லிப்ஸ்டிக் போட்டு, கண்ணாடி முன் நின்றதும் நான் என்னை மறக்கத் தொங்கி விட்டேன். என் பெண்மை மட்டுமே அப்போது விழித்திருந்தது. இப்படியும் அப்படியும் திரும்பித் திரும்பி நின்று என் அழகை நானே ரசிக்கத் தொடங்கினேன். யாருமில்லாத மேக்கப் அறை. அது கொடுத்த தனிமை, சுதந்தரம் - நான் முற்றிலும் என்னை மறந்திருந்த சமயத்தில் சடாரென்று செந்தில் உள்ளே நுழைந்தார்.

ஒரு கணம் இருக்குமா? அவருக்கு ஆரம்பத்திலேயே என் நடவடிக்கைகளில் மெல்லிய சந்தேகம் இருந்தது. அது உறுதியாகி விட்டது இப்போது. வியப்பில் அவர் அப்படியே நின்று விட்டார்.

சற்று சமநிலைக்கு வந்ததும், 'என்னாடி சரவணி?' என்று விகல்பமின்றிக் கிண்டல் செய்ய ஆரம்பித்தார். நான் சிரித்து மழுப்பி விட்டுப் போய் விட்டேன்.

★

'கலகக்காரர் தோழர் பெரியார்' முதல் முறை அரங்கேறிய பிறகு இரண்டு வருடங்கள் தொடர்ந்தாற் போல் சென்னை, மதுரை, நாமக்கல், ஈரோடு, திருச்சி, கோவை, சேலம், தேனி, போடி, தஞ்சாவூர், திருவண்ணாமலை, பாண்டிச்சேரி எனப் பல்வேறு மாவட்டங்களில் நாற்பது தடவைக்கும் மேல் அரங்கேற்றப்பட்டது. இரண்டு வருட காலம் தொடர்ந்து அனைத்துக் காட்சிகளிலும் பணியாற்றி வந்தேன்.

இதனால் அக்குழுவில் உள்ள பலரும் நல்ல நண்பர்களாகி விட்டிருந்தார்கள். ஒரு முறை 'ஏர்' மகராசன் மற்றும் இரண்டு பல்கலை மாணவர்களிடம் விளையாட்டாகப் பேசுவதைப் போன்ற தோரணையில் பெண்ணைப் போலப் பேசி நடித்துக் கொண்டிருந்தேன். அவர்களுக்கு என் 'நடிப்பு' பிடித் திருந்தது. அதாவது நான் நடிப்பதாக அவர்கள் நினைத்துக் கொண்டிருக்க, நானே அந்தச் சந்தர்ப்பத்தை ஒரு வாய்ப்பாகப் பயன்படுத்தி என் உள்ளார்ந்த விருப்பத்தை மெல்ல மெல்ல வெளிப்படுத்திக் கொண்டிருந்தேன்.

பின்னர், ஒவ்வொரு முறை நாடகத்துக்காக நாங்கள் கூடும் போதும் அந்த 'விளையாட்டு' அரங்கேற ஆரம்பித்தது. அடிக்கடி, 'யேய், வாடி', 'யேய் போடி' என்று என்னிடம் விளையாட ஆரம்பித்தனர்.

எல்லாம் கொஞ்ச நாள்தான். என்னுடையது நடிப்பல்ல; நிஜம் என்பது அவர் களுக்குப் புரிய ஆரம்பித்து விட்டது. அதிர்ச்சியும் வியப்பும் அவர்கள் பார் வையில் தென்பட்டது. அதுவும் கொஞ்ச நாள்தான். விரைவில் என்னைக் கிண்டல் செய்வதே அவர்களுக்குப் பிரதானமான பொழுதுபோக்காகி விட்டது. அப்போது எனக்கு வலிக்கத் தொடங்கியது.

இந்நாடக நடவடிக்கைகளுக்கு மத்தியில் திருச்சியில் நான் போய் வந்து கொண்டிருந்த தொண்டு நிறுவனத்துக்குச் செல்வதும், அங்குள்ள கோத்திகள் மற்றும் திருநங்கைகளுடன் பழகுவதும் மேலும் தீவிரமானது. அந்த நிறுவன வளாகத்தில் மட்டுமன்றி, திருநங்கைகள் அதிகம் கூடும் பேருந்து நிலை யங்களிலும் அதிகம் சுற்றத் தொங்கினேன். அவர்களுடன் நேரம் செலவழிப் பதை மனம விரும்ப ஆரம்பித்திருந்தது. ஆரம்பத்தில் என்னை அவர்களிடம் மறைக்கப் பார்த்து, தோற்று, இறுதியில் ஒப்புக் கொண்டு, பேண்ட் சட்டை அணிந்த 'கோத்தி'யாக அவர்களுடனேயே வலம் வரத் தொங்கினேன்.

பொதுவாக, பேருந்து நிலையங்களில் சுற்றிக் கொண்டிருக்கும் கோத்தி களுக்கும் திருநங்கைகளுக்கும் நோக்கம், பாலியல் தொழில்தான். பிழைப் புக்கு அவர்களுக்கு வேறு வழியேதும் கிடையாது. எனவே, ஆரம்பப் பர வசம் மற்றும் ஆர்வக் கொப்பளிப்புடன் அவர்களுடன் பேசுவதற்குச் செல் லும் என்னுடன் நேரம் செலவழிப்பது அவர்களுக்குச் சிரமமாக இருந்தது. பேசிக் கொண்டிருக்கும் நேரத்தில் ஒன்றிரண்டு வருமானத்துக்கு வழி தேடிக் கொள்ளலாம் அல்லவா?

அலி என்றும் ஒம்போது என்றும் கிண்டல் செய்வோர் பேருந்து நிலை யங்களில் உண்டு. அவர்களிடையே பாலியல் நோக்கங்களுடன் திருநங்கை களை வட்டமிடுவோரும் உண்டு.

நான் அனைத்தையும் மிகத் தீவிரமுடன் கவனித்துக் கொண்டிருந்தேன். எனக் குள் கொழுந்து விட்டெரிந்த உணர்வை இவ்விடத்தில் வார்த்தைகளில் பிடிப் பது கடினம். கேலிச் சொற்களால் என்னை அசிங்கப்படுத்தி வந்த அத்தனை பேருக்கும் நடுவே நானொரு திருநங்கை என்று கம்பீரமாக வெளிப்படுத்திக் கொள்ள மிகவும் விரும்பினேன். நான் ஓர் ஆண் இல்லை என்பதைப்

பகிரங்கமாக வெளிப்படுத்தும்படி பேருந்து நிலையமெங்கும் இடுப்பை வளைத்தும் நெளித்தும் அங்குமிங்கும் நடப்பேன்.

இது ஓர் எதிர் உணர்வு. எது வெளிப்பட்டு விடுமோ என்று இது நாள் வரை அஞ்சிக் கொண்டிருந்தேனோ, அதனைப் பகிரங்கமாக்கி விடத் துடித்துக் கொண்டிருந்தது மனம். என் வயதும் அனுபவங்களும பக்குவமும் என்னை அந்த நிலைக்கு அழைத்துப் போய்க் கொண்டிருந்தன.

அப்படி நான் திருநங்கை போலவே நெளித்து வளைத்து நடந்து போவதைப் பார்க்கும் சில ஆண்கள் என் பின்னால் வரத் தொடங்குவார்கள். ஆ! எப்பேர்ப் பட்ட சந்தர்ப்பம் அவையெல்லாம்! அவர்களைச் சுற்றிச் சுற்றிப் போக்குக் காட்டி அலைய விட்டுக் காணாமல் போய் விடுவேன்.

என்னால் இந்தச் சமூகத்துக்கு அளிக்க முடிந்த அந்த ஒரு ஏமாற்றம் எனக்கு மிகப் பெரிய குரூரத் திருப்தியாக இருக்கும். கேலி செய்யப்பட்ட என் பெண் தன்மையைக் கொண்டு அவர்களெல்லாம் பழி வாங்கக் கிடைத்த வாய்ப்பாக அதனைக் கருதுவேன்.

தினசரி ஓர் ஆணையாவது அப்படி அலைக்கழித்து ஏமாற்றுவது அப்போ தெல்லாம் எனக்குப் பரம சந்தோஷம் தரும் செயலாகும்.

★

நாடகம், இலக்கியம், திருநங்கைகளின் நட்பு எனக் காலம் விரைவாகச் சென்று கொண்டே இருந்தது. முதுகலைத் தேர்வு முடிந்தது. முடிவும் வந்தது. பல வருடங்களுக்குப் பிறகு நான் முதல் மதிப்பெண் பெற்றிருந்தேன். ஆறே போட்டியாளர்கள்தான் என்றாலும், பல்கலைக் கழகத்தில் முதல் ரேங்க் என்பது பெருமைக்குரிய விஷயமல்லவா? ஆனால், கொண்டாடத்தான் முடியவில்லை.

நாடகத் துறையில் முனைவர் பட்டம் படிப்பதும், தொடர்ந்து நாடகச் செயல்பாடுகளில் தீவிரமாக இருப்பதும்தான் முதுகலை படிக்கும் வரை என் எதிர்காலத் திட்டமாக இருந்தது. ஆனால், நாளுக்கு நாள் என் பெண்மையின் உக்கிரம் வலுவடைந்து கொண்டே இருந்தது. எனக்குள் என்னவென்றே புரியாமல் நடைபெற்றுக் கொண்டிருந்த போராட்டத்தில், நான் நிலை குலைந்து நின்றேன். நான் என்னவாக ஆக வேண்டும்? இந்தக் கேள்வி பெரி யது. நான் ஒரு நாடகக் கலைஞர் ஆவது என்பது ஒன்று. என் தந்தை ஆறுதல் கொள்ளத் தக்க வகையில் ஓர் உத்தியோகத்தைத் தேடிக் கொள்வதென்பது இன் னொன்று. எல்லாவற்றையும் மீறி நான் பிறந்ததிலிருந்து போட்டு வந்த இந்த 'ஆண் வேடத்தை'க் கலைத்து விட்டு எப்போது என் இயல்பான பெண்ணுரு வில் வலம் வருவது என்பது மூன்றாவது.

இதில் எனக்கு அதிகக் குழப்பத்தைத் தந்தது என் தந்தை குறித்த கவலைகள். என் படிப்புக்காக அதிக வட்டிக்குக் கடன் வாங்கியிருந்தார் அவர். அவரது கனவுகளை ஒவ்வொன்றாகத் தேர்ந்தெடுத்து நான் நசுக்கி வந்து கொண்டிருந் ததில் ஏற்கெனவே தளர்ந்து போயிருப்பவர்.

நான் சரவணன் இல்லை, நான் ஒரு பெண் என்று அவரிடம் எப்படி என்னால் தெரிவிக்க முடியும்? அன்பான என் சித்தி. என் உயிரைவிட முக்கியமானவர்களான என் சகோதரிகள், நான் பாசத்தைக் கொட்டவென்றே எனக்குப் பிறகு பிறந்த என் தங்கை பிரபா. இந்தக் குடும்பம் என்னை எப்படி எதிர்கொள்ளும்? எப்படி நான் சொல்லுவதைத் தாங்குவார்கள்?

தொண்டு நிறுவனத்தில் சேர்ந்தது முதல் பல கோத்திகளும், திருநங்கைகளும் அறிமுகமாகி எனக்கு நல்ல தோழிகளாகி இருந்தார்கள். ஆனால், எனக்கு வழிகாட்டுபவராக அங்கே யாருமே அமையவில்லை. மிகச் சரியாக அந்த நேரத்தில் வந்து சேர்ந்தார் ஸ்ரீ.

ஸ்ரீ என்னைப் போன்ற ஒரு கோத்தி. என் சிந்தனை ஓட்டத்துக்கு ஏற்ற சரியான கோத்தி. கம்ப்யூட்டரில் முதுகலை முடித்து, தனியார் ஐ.டி. நிறுவனம் ஒன்றில் நல்ல பணியில் இருப்பவர். நல்ல வசதியான குடும்பம். மதுரை பூர்வீகம். தொழில் நிமித்தம் சென்னையில் செட்டில் ஆகி விட்ட குடும்பத்தின் கடைசி வாரிசு. கோத்தியானதால் எனக்கு ஏற்பட்ட அதே சமூக மற்றும் உறவுச் சிக்கல்களை அவரும் சந்தித்தவர்.

'பல்ல கடிச்சிக்கிட்டு நல்லா படிச்சேன். இன்னிக்கு யாருக்காகவும் நான் கவலைப்படல. குடும்பத்துக்கு வேண்டியதை நான் செய்யறேன். அதே சமயத்துல இந்த மாதிரி NGO, கூவாகம்னு விருப்பப்பட்ட இடங்களுக்குப் போய் அப்பப்ப பெண்ணாகவும் என் வாழ்க்கையை வாழ்ந்துக்குறேன்' என்று அவர் சொன்னார்.

திருச்சி ஜங்ஷனில் நுழைவாயில் முன்பாக, அகலமான பேருந்து திண்டுகளுக்கு மத்தியில் அமர்ந்து ஒரு நாள் பன்னிரண்டு மணி இரவில் கதறிக் கதறி அழுதபடி நான் என்னைப் பற்றி அவரிடம் சொல்லியிருந்தேன். அதைக் கேட்டு, ஆறுதலாக எனக்குத் தன் அறிவுரைகளை அவர் வழங்கிக் கொண்டிருந்தார். 'இதோ பார்! படிப்பை விட்டுடாத. சொந்த ஊர்ல இருக்கப் புடிக்கலியா? பரவால்ல. வேற எங்கயாச்சும் வேலை தேடிக்கிட்டுப் போயிடு. என்னை மாதிரியே கோத்திங்களுக்கான தொண்டு நிறுவனங்களுக்குப் போவறது, நம்மள மாதிரியானவங்க பொதுவுல கூடுற திருவிழா, பண்டிகைங்கள்ல கலந்துக்கறதுன்னு இருந்துடலாம். வருசத்துக்கு ஒரு தடவை கூவாகத்துக்குப் போவலாம். சந்தோஷமாப் பொண்ணா அங்க வலம் வரலாம். ஆனா படிப்பை மட்டும் விட்டுடாத. பிஹெச்டி முடிச்சிட்டன்னா எங்கயாச்சும் காலேஜுல ப்ரொபசராயிரலாம். நல்ல சம்பளம் கிடைக்கும். இல்லேன்னா, உனக்குப் பிடிச்ச நாடகங்கள்ள நடிக்கலாம். தனிமைல நம்ம விருப்பத்தை நிறைவேத்திக்க முடியும். அதுதான் உனக்கும் உன் குடும்பத்துக்கும் நல்லது. அதை விட்டுட்டு பொண்ணா மாறித்தான் ஆவேன்னு அடம் புடிச்சேன்னா, காலத்துக்கும் பிச்சை எடுத்தாவணும். நீ படிச்சிருக்க, உன்னால பஸ் ஸ்டாண்ட் கிராக்கியா சுத்த முடியுமா? கண்டிப்பா முடியாது!'

அவர் சொல்வது உண்மைதான். ஆனால் என்னால் இரட்டை வாழ்க்கை இனிமேலும் வாழ முடியாது போலிருக்கிறதே?

'போதும், பொண்ணா வாழ முடியாதுன்னா பேசாம, செத்துத் தொலை யிறேன். ஆனா, ஆம்பளையா மட்டும் இனிமே வாழ முடியாதுன்னு நினைக்க றேன்' குழம்பிக் கொண்டிருந்ததாக நினைத்துக் கொண்டிருந்த நான், என்னை யறியாமல் முடிவெடுத்திருந்தேன்! அதுதான் என்னையும் மீறி வார்த்தையாக வெளிவந்தது. கடந்த சில நாள்களாகத் தற்கொலை எண்ணமும் அவ்வப் போது தலை தூக்கிக் கொண்டிருந்தது.

தீரத் தீர ஸ்ரீயின் மடியில் விழுந்து அழுதேன். அழுது முடித்ததும் தெளிவாக, உறுதியாக, தைரியமாக ஒரு முடிவெடுத்து விட்டேன்.

ஆணாக வாழப் பிடிக்கவில்லை எனில் பெண்ணாக வாழ்ந்து பார்க்கலாம். முடியாது போனால் இறந்து விடலாம்.

இரவோடு இரவாக நேருவின் வீட்டுக்குச் சென்றேன்.

நான் கார்முகில் கலைக் கூடத்தில் பணியாற்றிக் கொண்டிருந்தபோது அறிமுகமான நண்பர். பல திரைப்படங்களில் உதவி இயக்குநராகப் பணி யாற்றிய அனுபவம் மிக்கவர். நான் எப்போதும் மிகவும் மதிக்கும் நண்பர் அவர்.

அவர் வீடு இருந்த இடம் ஒரு குறுகலான சந்து. வீட்டை அடைந்து கதவருகே காலிங் பெல்லை அழுத்தி விட்டுப் பதைப்புடன் காத்திருந்தேன். ஆள் சத்தம் கேட்டு அவர் வீட்டில் இருந்த நாய் குலைத்தது. நேரு எழுந்து வந்த கதவைத் திறந்தார்.

'என் இந்த நேரத்துல?'

என்னால் பேச முடியவில்லை. அழுகைதான் வந்தது. ஏதோ புரிந்தவராக என்னை உடனே உள்ளே அழைத்துச் சென்றார். நான் அழுது ஓயும் வரை பொறுத்திருந்தார். பிறகு குடிக்கக் கொஞ்சம் தண்ணீர் கொடுத்தார்.

'இப்ப சொல்லு. என்ன விஷயம்?'

'என்ன ஏதுன்னு கேக்காதிங்க நேரு. எனக்கு உடனே சென்னைல ஒரு வேலை வேணும். உங்களால ஏற்பாடு செய்ய முடியுமா?'

மிகவும் பக்குவப்பட்டவரான அவர், என் நிலைமை புரிந்ததும் விசாரிக் காமல், 'சரி. வாங்கிரலாம்' என்று நல்ல வார்த்தை சொன்னார். மீண்டும் நான் பேசக் காத்திருந்தார்.

'நேரு, நான் உங்கள்ட்ட ஒரு விஷயம் சொல்லணும். அத நீங்க எப்பிடி புரிஞ் சிக்கப் போறீங்கன்னு தெரியலை. ஆனா, தயவு செஞ்சி அறிவுரை மட்டும் வேண்டாம்' என்று ஆரம்பித்தேன். அவரால் எதையும் புரிந்து கொள்ள முடியும் என்கிற நம்பிக்கை எனக்கிருந்தது.

இருந்தாலும், பலத்த பீடிகையோடுதான் ஆரம்பித்தேன். சில நிமிடங்கள் அவர் பேசுவதற்கு இடைவெளியே தராமல் அது நாள் வரை என் உள்ளத்தை உலுக்கிக் கொண்டிருந்த அனைத்தையும் அவர் முன் கொட்டினேன்.

நான் எதிர்பார்த்தாற் போலில்லை. நேரு அதிர்ந்துதான் போனார். முதலில் பேச்சற்று இருந்தவர், சுய உணர்வு கொண்டதும் எனக்கு அவரும் அறிவுரை சொல்லத் தொடங்கி விட்டார். வேண்டாம் விபரீதம். உனக்கென்ன குறைச்சல். இத்தியாதிகள்.

இறுதியில் என்னோடு வாதாட முடியாமல் எனக்குச் சென்னையில் ஒரு வேலை வாங்கித் தரச் சம்மதித்தார்.

தனது நண்பர் குமரனுடன் இரண்டு நாளில் நான் சென்னை செல்வதாகவும் அங்கே எனக்கு உத்தியோகமும் திருநங்கைகளுக்கான இல்லம் ஏதாவது இருக்குமானால் அதற்கான அறிமுகத்துக்கு ஏற்பாடும் செய்வதாக முடிவானது.

நன்றி சொல்லிப் புறப்படும் முன் தூய அன்போடும், ஆதரத்தோடும் என் நெற்றியில் முத்தமிட்டு வழியனுப்பி வைத்தார்.

அதிகாலை நாலு மணிக்கு வீட்டுக்கு வந்தேன். அப்பா வாசலில் படுத்திருந்ததால் மெதுவாகச் சென்று கதவைத் தட்டிப் பார்த்தேன். திறந்திருக்கவே உள்ளே சென்று படுத்துக் கொண்டேன். அழுகை, அசதிக்கு மத்தியில் என்னை அறியாமல் உறங்கிப் போனேன்.

மறுநாள் காலை ஏழு மணிக்கு எழுந்தேன்.

'சித்தி நாளைக்கு நான் மெட்ராஸ் போறேன்' என்று வீட்டில் அறிவித்தேன்.

'வேலை கிடச்சிடுச்சு, இனிமே அங்கேயேதான் இருப்பேன்' அப்பாவின் முன்பாகவே அப்பாவிடம் சொல்லும் தோரணையில் சித்தியிடம் சொல்லிக் கொண்டிருந்தேன்.

நான் எப்போதுமே இப்படித்தான். நாடகத்துக்காக ஓரிரு நாள்கள் வெளியூர் செல்வதாக இருந்தால் கூட சித்தியிடம் சொல்லி விடுவேன். மறுநாள் கிளம்பும் போது, 'போய்ட்டு வரேன்பா... போய்ட்டு வரேன் சித்தி' என்று கடமைக்குச் சொல்லிக் கொண்டு வெளியேறி விடுவேன்.

வேகமாக, தேவையான துணிமணிகளை அள்ளி எடுத்துக் கொண்டு பிரயாணத்துக்குத் தயாரானேன். துணிகளை எடுக்கும் போதே உள்மனத்தில் ஒரு குரல் கேட்டது. எதற்கு இந்த ஆண் உடைகள்? இனி இவற்றுக்கு அவசியம் இராது.

மாலை ஐந்து மணிக்கு நேரு அவர் வீட்டுக்கு வரச் சொல்லியிருந்தார். பிரபா நான்கு மணிக்குத்தான் ஸ்கூல் முடிந்து வருவாள். சித்தி ஐந்து மணி சுமாராக வருவார். அப்பா எப்போது வேண்டுமானாலும், யாரையும் பார்த்து விடக்கூடாதென மூன்றரைக்கே வீட்லிருந்து புறப்பட்டு விட்டேன். படபடப்புடன் சூட்கேஸை எடுத்துக் கொண்டு வேக வேகமாக நடந்து கொண்டிருந்தேன்.

மெயின் ரோடை அடைய கால்வாசி தூரம் கடந்திருப்பேன். ஒரு டிவிஎஸ் 50 கடந்து சென்றது. என்னைக் கடந்த நொடியில் வண்டி நின்று விட்டது. எதிர்

பாராத விதமாக அப்பா! நான் போவதற்குள் வீட்டுக்கு வர வேண்டும் என வேகவேகமாய் யாருடைய வண்டியிலோ லிப்ட் கேட்டு வந்திருக்கிறார்.

எனக்குக் கொஞ்சம் பயமாக இருந்தது. ஏதாவது சொல்லித் தடுத்து விடுவாரோ என்கிற பயம். எனவே, அவர் பேசவே வாய்ப்பளிக்காமல், 'போயிட்டு வரேம்பா' என்று உடனே சொல்லி விட்டேன்.

அப்பாவை அத்தனைப் பரிதாபக் கோலத்தில் நான் அதற்கு முன் பார்த்ததில்லை. உற்றுப் பார்க்கிறேன். கண்களில் நீர். தன் ஆசை மகனின் இந்தப் பிரயாணம் ஒரு பெரிய அதிர்ச்சியைத் தரக் காத்திருக்கிறது என்பதை அந்த நொடியிலே அவர் அறிந்து விட்டதைப் போல...

என் நெஞ்சை நொறுக்கும் பாசத்துடன் கேட்டார்:

'நிஜமாவே போறியாடா சரவணா...?'

என் சொற்கள் என்னை முற்றிலுமாக அப்போது என்னைக் கை விட்டு விட்டன. வெறுமனே தலையாட்டி விட்டு விறுவிறுவென்று நடக்கத் தொடங்கி விட்டேன்.

7. வேறு பாதை, வேறு பயணம்

சென்னை வந்திறங்கியதும் எனக்குக் காத்திருந்த முதல் வேலை, மேன்ஷன்களில் இடம் தேடுவது. அது ஓர் அனுபவம். நெரிசல் மிக்க திருவல்லிக்கேணி பகுதியில் அந்த அதிகாலை வேளையில் நானும் குமரனும் ஒவ்வொரு மேன்ஷனாக ஏறி இறங்கிக் கொண்டிருந்தோம். கையில் சூட்கேஸ். சிந்தனையில் எத்தனையோ குழப்பங்கள். இடம் கிடைக்க வேண்டுமே என்பது மேலான கவலை.

எல்லா மேன்ஷன்களிலும் அறைகள் இருந்தன. ஆனால், எல்லாமே மூன்றாவது, நான்காவது மாடிகளில் இருந்த அறைகள். குறுகலாகச் சுழன்று சுழன்று ஏறும் படிகளில் முடிவற்று உயர்ந்து கொண்டே இருந்தன. குமரனுக்கு முன்னதாகச் சில மேன்ஷன்களில் தங்கிய அனுபவம் இருந்தது. நடக்கச் சிரமமான அந்தக் குறுகல் படிகளில் அவர் சுலபமாக ஏறி இறங்கிக் கொண்டிருந்தார். எனக்குத்தான் மூச்சு வாங்கியது.

ஒரு வழியாக தேவி காம்ப்ளக்ஸின் பின்புறம் உள்ள குறுகிய சந்துக்கு அடுத்த சந்தில் தினசரி பேப்பர் விற்கும் கடை ஒன்றின் அருகே ஒரு மேன்ஷனில் எங்களுக்கு இடம் கிடைத்தது. பரவாயில்லை. சற்று வசதியான அறைதான். ஆனால், மூன்றாவது மாடி.

நானும் குமரனும் ஒன்றாகவேதான் அந்த அறையில் தங்கினோம். குமரனுக்கு நான் ஒரு பெண், திருநங்கை என்று சொன்னதை நம்பவே முடியவில்லை. அதைவிடச் சரியாகச் சொல்வதென்றால், அரவால் அதை ஏற்க முடியவில்லை. தன் நெருங்கிய நண்பர் நேரு சொன்ன ஒரே காரணத்துக்காக உதவ வந்தவர் அவர். அவர் சென்னைக்குப் புறப்பட்டு ஒரு வார காலம் இருந்தது. என் அவசரத்துக்கும் ஆத்திரத்துக்கும் மதிப்புக் கொடுத்துத்தான் என்னோடு அன்றே புறப்பட்டு வந்திருந்தார்.

இரண்டு நாள்களாக நான் தூங்கியிருக்கவில்லை. பேருந்துப் பயணத்தின் போதும் உறக்கம் இல்லை. பொதுவாக எனக்குப் பேருந்துப் பயணங்கள் அவ்வளவாகச் சரிப்படாது. ரயில் பயணம் மீது எனக்கு எத்தனை காதல் உண்டோ, அதே அளவு பஸ் பயணங்களின் மீது வெறுப்பும் உண்டு. இரைச்சலும் சீரற்ற வேகமும் வாகன நெரிசலும் ஹாரன் ஒலியும் புகையும் தூசும் இன்ன பிறவும் எனக்குச் சுத்தமாகப் பிடிக்காது.

தவிர நாங்கள் வந்த பேருந்து ஒரு லொடலொட வண்டி. அபாரமான சத்தம். வழியெல்லாம் குமரனிடம் என்னுடைய பிரச்னையைச் சொல்லி அவருக்குப் புரிய வைக்க வேண்டிய அவசியமும் எனக்கு இருந்தது. எனவே, அலுப்பும் களைப்பும் ஆளை அழுத்தியது. வந்து சேர்ந்த அறை கிடைத்ததும் படுத்து நன்றாகத் தூங்கி எழுந்தேன்.

குமரனும் தூங்கி விட்டார். பிற்பகல் எழுந்து அவரே போய் எனக்கும் சேர்த்துச் சாப்பாடு வாங்கி வந்தார். இருவரும் சாப்பிட்டோம். மாலை கடற்கரைக்கு அழைத்துப் போகிறீர்களா என்று கேட்டேன்.

'போலாங்க, இங்க இருந்து அஞ்சு நிமிசம் நடைதான்' என்று சொன்னார்.

கிளம்பினோம்.

பிரஸ் கிளப் ரோடு வழியாக நடந்து சென்றோம். வழியில், 'இதுதாங்க சேத்துப்பட்டு ஸ்டேடியம்' என்று சிதம்பரம் ஸ்டேடியத்தைக் காட்டினார். பார்த்தபடி நடந்தேன்.

'இதுதாங்க மெட்ராஸ் யுனிவர்சிட்டி.'

பெருமூச்சுடன் 'ம்...' என்றேன். மொழியியல் பாடம் தமிழ் நாடு முழுவதும் எனக்கு பல்கலைக் கழகங்களில் மட்டும்தான் உண்டு. அதில் ஒன்று சென்னைப் பல்கலைக் கழகம். கடந்து செல்கையில் விரும்பிய பொருளை இழந்து, தேடிக் களைத்த பின் மனமின்றி விலகுவதைப் போல் நிராசையுடன் நகர்ந்தேன்.

கடற்கரை. அலைகள் மற்றும் காற்று, குமரன் தன்னுடைய அனுபவங்களைக் கூறிக் கொண்டிருந்தார், சென்னை வாழ்க்கை முறை குறித்து. பரபரப்பு மிகுந்த நகரத்தை நான் வியப்புடன் பார்த்துக் கொண்டிருந்தேன்.

மறுநாள் தனக்கு நினைவு மங்கிப் போன ஒரு முகவரிக்குச் சற்று சிரமப்பட்டு அழைத்துச் சென்றார். சைதாப்பேட்டை ஸ்டேஷன் இறங்கி அங்கிருந்து ரொம்ப தூரம் நடந்து அந்த அலுவலகத்தை அடைந்தோம். அது ஸ்வாம் (SWAM) என்னும் தொண்டு நிறுவனம். என்னைப் போல் ஆண் உடையில் இருந்து வரும் கோத்திகளுக்கான தொண்டு நிறுவனம் அது. திருச்சியில் இருந்த தொண்டு நிறுவனம் போல் இருந்தது. தேடி அலைந்து கிடைத்த முகவரியில் சென்று விசாரித்தால் அன்றைக்கு விடுமுறை என்று சொல்லி விட்டார்கள். கதவைக் கூடத் திறக்கவில்லை.

அடுத்த நாள் காலையில் மீண்டும் அங்கு செனறேன். அங்கிருந்த ஆங்கிலோ இந்தியர் ஒருவர் எனக்கு அறிவுரை கூற ஆரம்பித்தார். என் எதிர்பார்ப்பு, அந்த அலுவலகத்தில் ஏதேனும் ஒரு வேலை. அல்லது எனது மன ரீதியான குழப்பத்துக்கு ஆறுதலான நண்பர்கள். வேலை கிடைத்தால் முழு நேரம் கோத்தியாக அங்கேயே பணி புரியலாம். என்னைப் போல உள்ள ஒரு கோத்தியுடன் சேர்ந்து தங்கிக் கொள்ளலாம் என்று திட்டமிட்டிருந்தேன்.

ஆனால், அங்கு சூழல் அதற்குச் சாதகமாக இருப்பதாகத் தெரியவில்லை. அறிவுரைகள் மட்டுமே அங்கு கிடைத்தன.

'படிச்சிருக்கீங்க. வேற எங்கயாவது நல்ல இடமாப் பார்த்து வேலைக்குப் போங்க. அப்பப்ப இங்க வரலாம். இங்க இருக்கற மத்த கோத்திகளோட ஜாலியாப் பேசிட்டு இருக்கலாம். இங்கேயே தங்கற யோசனை வேண்டாமே?' என்று சொன்னார்கள். பெண்ணாக மாற நினைத்து வாழ்க்கையைக் கெடுத்துக் கொள்ள வேண்டாம் என்பதைத் திரும்பத் திரும்ப அழுத்தமாகச் சொன்னார்கள்.

எனக்கு அந்த இடம் சரிப்படாது என்று தோன்றி விட்டது. அதற்குள் ஒருத்தி, 'ஏய், யார் இந்தப் பெண்?' என்று கேட்டபடி புதியவளான என்னிடம் அறிமுகம் செய்து கொள்ளும் தோரணையில் வந்தாள். அவள் ஒரு கோத்தி. என் வயதுதான் இருக்கும். தலைக்குக் கலரிங் செய்து கொண்டு ஒற்றைக் காதில் பொட்டு மாதிரி தோடு ஒன்று போட்டிருந்தாள். அவள் பெயர் ஜோதி. சிக்கல் இல்லாத பெயர் என்று நினைத்துக் கொண்டேன். ஆண்/பெண் இரு பாலருக்கும் பொருந்துமே!

'என் பெயர் ப்ரீத்தி' என்று அறிமுகப்படுத்திக் கொண்டேன். அங்கே யாரிடம் என் ஆண் பெயரைச் சொல்லவில்லை.

'எக்காரணத்துக்கும் கோத்திங்கள்ட்ட மட்டும் உன் சொந்தப் பேர சொல்லிராத. நாளைக்கு உன் ஆம்பளை பேர வச்சே உன்ன கலாய்ப்பாங்க!' இது ஸ்ரீ கொடுத்த அறிவுரை.

'ஹலோ! என்ன உங்க பேரு ப்ரீத்தியா?' திரும்பிச் சொல்லும்போது நக்கலாகக் கேட்டார் குமரன்.

'ம்...ஆமா' நெடித்து, ஒடித்து பதில் சொன்னேன்.

எனக்கு ப்ரீத்தி ஜிந்தாவை ரொம்பப் புடிக்கும். ஒரு சோப்பு விளம்பரத்தில் மாடலாக வந்தவள் என்னைக் கவர்ந்திருந்தார். அவரது துறுதுறுப்பும், துள்ளலான அழகும் எப்போதும் என் ரசனைக்குரியவை. அப்போது அவர் மணிரத்னத்தின் 'உயிரே' படத்திலும் நடித்துக் கொண்டிருந்தார்.

ப்ரீத்தி ஜிந்தாவுக்கு முன்னால் எனக்கு மிகவும் பிடித்த ஆளுமை சுஷ்மிதா சென். துரதிருஷ்டவசமாக, திருச்சியில் ஒரு கோத்தி சுஷ்மிதா என்ற பெயரில் சுற்றிக் கொண்டிருந்ததால், நான் 'ப்ரீத்தி' என்கிற பெயரை எனக்குச் சூட்டிக் கொண்டேன்.

அன்றைய பொழுது எனக்கு ஆறுதலாகப் போனது. அந்தத் தொண்டு நிறுவனத்தில் எனக்கு இடம் கிடைக்காத போதிலும் அங்கு சென்று வந்தது, என்னைப் போன்ற கோத்திகள் பலரை அங்கே பார்த்தது சற்றே இதமாக இருந்தது. இரவு குமரனிடம் பேசிக் கொண்டிருந்த போது, 'இந்த இடம் உங்களுக்கு எப்படித் தெரியும்?' என்று கேட்டேன்.

'நான் சர்வே எடுக்குற வேலையிலதானே இருக்குறேன்? ஒரு தடவை எய்ட்ஸ் தடுப்பு சம்பந்தமா ஒரு சர்வேக்குப் போன போது கோத்திகள், திருநங்கைகள் உள்ள இடத்தை மேப்பிங் செய்யத் தேடிக் கொண்டிருந்தோம்' என்று சொன்னார்.

குமரன் எனக்கு அதிக தொந்தரவின்றி இருந்தார். ஆனால் ஒரே பிரச்சனை, அவரது சிகரெட் பழக்கம். எனக்கு அந்த நெடி பிடிக்காது. சிறிய அறையில் கொசுவுக்குப் பயந்து ஜன்னல், கதவுகளை மூடி விட்டு, சூழும் சிகரெட் நெடி யுடன் எப்படி இருக்க முடியும்? சமாளித்துக் கொண்டு படுத்து உறங்கினேன்.

மறுநாள் குமரன், 'இரண்டு இடங்களுக்கு இன்னைக்குப் போகிறோம்' என்று சொன்னார்.

'எங்கெங்கே?'

'வாங்க சொல்றேன்.'

நுங்கம்பாக்கம் ஸ்டேஷனில் இறங்கி கொஞ்சம் நடந்தால் வருகிற சூளை மேடு சிக்னலைக் கடந்து சற்று தூரத்தில் "THAA" என்னும் தொண்டு நிறுவ னத்துக்கு முதலில் சென்றோம்.

நாங்கள் அலுவலக நேரத்துக்குச் சற்று முன்பாகவே சென்று விட்டோம். அங்கே நான் சென்ற நேரத்தில் ஒரு மாணவி தன் படிப்பிற்காகத் திருநங்கை களைக் குறித்து சர்வே எடுப்பதற்காக வந்திருந்தார். அவரிடமும், அங்கிருந்த ஒரு பெண் அலுவலரிடமும் கொஞ்ச நேரம் பேசிக் கொண்டிருந்தோம். நேரம் ஆக ஆக, திருநங்கைகள் வர ஆரம்பித்தார்கள், சில கோத்திகளும். அங் கேயே பணி புரியும் ஒரு திருநங்கைக்கு அடர்த்தியான நீண்ட கூந்தல். திருத்தமான முகம். கருப்பானாலும் களையாக இருந்தாள்.

திருச்சியில் ஸ்ரீயிடம் பேசிக் கொண்டிருந்த போது, சென்னையிலுள்ள முக்கியமான சில திருநங்கைகளைப் பற்றிச் சொல்லியிருந்தார். குறிப்பாக தனம்மா, நீலம்மா, இன்னும் சிலர். அவர்கள் இரண்டு பேருமே அந்தத் தொண்டு நிறுவனத்துக்கு நான் சென்றிருந்த அன்று வந்திருந்தார்கள். அவர்கள் என்னை யார் என்று கேட்டறிந்தபின் நயமாகப் பேசினார்கள்.

என் கூட இருந்துக்கிறியாமா? நான் பாத்துக்கறேன்' என்று கேட்டார்கள். நான் பதில் சொல்லவில்லை.

காரணம், நீலாம்மாவைப் பற்றி ஸ்ரீ சொல்லியிருந்த சில தகவல்கள். சற்று அச்சமுடன்தான் அவர்களை நான் அணுகினேன்.

'நீலம்மா சென்னையிலே பயங்கர சண்டைக்காரங்க. அவங்கள்ட்ட வாயக் கொடுத்து யாரும் மீள முடியாது' என்று சொல்லியிருந்தார் ஸ்ரீ. அவரைப் பற்றி மட்டுமல்லாமல் சென்னையில் வசிக்கும் வேறு பல திருநங்கைகளைப் பற்றியும் அவர் தனக்குத் தெரிந்த விவரங்களை என்னிடம் கூறியிருந்தார். பலருடைய பெயர் எனக்கு நினைவில்லை. நீலம்மாவின பெயர் மட்டும்

ஞாபகம் இருக்கக் காரணம், புத்தூரில் எங்கள் பக்கத்து வீட்டுப் பெண்ணின் பெயரும் நீலா என்பதே.

ஆனால் நான் பயந்த மாதிரி இல்லை அவர். நன்றாகவே என்னுடன் பேசிப் பழகினார். நீலாம்மாவோடும், தனம்மாவோடும் பேசிக் கொண்டிருந்ததில் எனக்கு நேரம் போனதே தெரியவில்லை. பக்கத்தில் குமரன் இருந்ததையும் மறந்து விட்டேன். பாவம் அவர். அலுப்புடன் ஓர் ஓரத்தில் அமர்ந்து எனக்காகக் காத்திருந்தார்.

சிறிது நேரத்தில் அந்த நிறுவனவத்தின் இயக்குநர் ஆஷா பாரதி அங்கு வந்தார். அவரிடம் என் பிரச்னைகளை வரிசையாகச் சொன்னேன்.

படிப்பு, சமூகம், நாலு பேர் பேசும் பேச்சுகள். 'நீ ஆணாக ஆண் உடையிலேயே இரு' என்று எல்லோரும் சொன்ன அதே அறிவுரையை அவரும் சொன்னார். சலிப்படைந்து விட்டேன். சில விஷயங்களைப் புரிய வைக்க முயற்சி செய்வதைக் காட்டிலும் தானாக உணரும்வரை காத்திருப்பது நல்லது என்பதைப் பின்னால் புரிந்து கொண்டேன். பேச்சு வாக்கில் 'புதிய காற்று' இதழில் தன்னைப் பற்றி எழுதப்பட்டிருந்த ஒரு கட்டுரையை என்னிடம் காட்டினர் ஆஷா பாரதி. எழுதியிருந்தவர் மு. ராமசாமி என்பதைக் கண்டதும் சந்தோஷமாகி விட்டது.

'நான் இவர்ட்டதான் நாடகத் துறையில் ரெண்டு வருஷமா இருந்தேன்' என்று சொன்னேன்.

'சார்க்கு என்னை நல்லாத் தெரியும்.'

'பரவாயில்லையே... நீ நாடகத்துல கூட நடிப்பியா? அப்புறம் ஏன் இந்தக் கஷ்டம் உனக்கு? பேசாம நாடகத்துல நடிச்சிக்கிட்டே இன்னும் நிறையப் படிக்கலாம்ல?' என்று விடாமல் அறிவுரை தந்தார் ஆஷா பாரதி.

எனக்குப் புரியவில்லை. இவர்களும் என்னைப் போலத் தானே. இவர்கள் மட்டும் பெண்ணாக மாறியிருக்க, ஏன் என்னை மட்டும் ஆணாகவே இரு என்று அறிவுறுத்த வேண்டும்? இது ஒன்றும் நான் நாடகத்தைத் தெரிவு செய்ததைப் போல விருப்பம் சார்ந்த தேர்வு அல்ல. என்னுடைய தேவை. என்னுடைய அத்தியாவசியம். என்னுடைய இருப்பு. நிலை. நான் பெண். கண்டிப்பாக ஆண் இல்லை. அது ஏன் இவர்களுக்கே புரியவில்லை? என்ன முட்டாள்தனம்! எரிச்சலாக வந்தது.

அதற்குள் குமரனும் ஒரு முடிவுக்கு வந்து விட்டார்.

'இங்க பாருங்க, உங்களுக்கு இங்க யாரும் வேலை தரவோ, வேற எந்த உதவியும் செய்யவோ தயாரா இருக்கற மாதிரி இல்லை. இப்பத்திக்கு நான் வாங்கித் தர வேலைய செய்யுங்க. அப்புறம், சனி ஞாயிறுல இவங்ககூட வந்து பேசிட்டிருங்க. அதுதான் நல்லதுன்னு தோணுது' என்றார். எனக்கும் அதுவே சரியாகப் பட்டது.

என்னை அழைத்துக் கொண்டு இன்னோர் இடத்துக்குப் போனார். சூளைமேட்டின் அதே பகுதியில் இன்னும் சில சந்துகளைக் கடந்து போக வேண்டியிருந்தது. சிறிது நேரம் காத்திருந்த பின் அந்த அலுவலகத்தின் நிர்வாக இயக்குநரைச் சந்தித்தோம். 35 வயதிருக்கலாம். கணவன் மனைவி இருவரும் சேர்ந்து நடத்தும் ஒரு கம்பெனி அது. சர்வே எடுப்பது அதன் பிரதான வேலை. பெரிய பெரிய வர்த்தக நிறுவனங்கள் தங்கள் தயாரிப்பு களை வெளியிடும் முன் மக்களிடையே சர்வே எடுதது, நாடி அறிந்து செயல் பட விரும்பும் அல்லவா? அப்படிப்பட்ட சர்வேக்களை எடுத்துத் தரும் நிறுவனம் அது.

குமரன் என்னை அவர்களுக்கு அறிமுகப்படுத்தி எனக்கு ஒரு வேலை அளிக்கக் கேட்டுக் கொண்டார். சிறிது நேரம் என்னுடன் பேசி, என் படிப்பு போன்ற விவரங்களைக் கேட்டறிந்து கொண்டு என்னை சர்வே எடுக்கும் பணியில் சேர்த்துக் கொள்ள முடிவு செய்திருப்பதாகச் சொன்னார்கள்.

சர்வே என்றால் என்ன? எப்படிச் செய்ய வேண்டும் என்றெல்லாம் எனக்கு அங்கே சொல்லிக் கொடுத்தார்கள். ஒவ்வொருவருக்கும் ஏரியா பிரித்துக் கொடுப்பார்கள். குறிப்பிட்ட ஏரியாவில் வீடு வீடாகப் போய் தகவல் சேகரிக்க வேண்டும்.

மறுநாளில் இருந்து வேலைக்கு வருவதாகச் சொல்லி விடை பெற்றேன்.

வரும் வழியில் ரேபாசிரியர் மு. ராமசாமிக்குப் போன் செய்தேன்.

'சார் நான் சரவணன் பேசுறேன்.'

'சொல்லுங்க சரவணன், எப்ப சென்னைக்குப் போனிங்க?'

'எப்பிடிக் கண்டுபிடிச்சிங்க சார்' என்று வியப்பானேன்.

'இதுல என்ன இருக்கு? நம்பர் தெரியுதில்ல?' என்றார் சிரித்துக் கொண்டே.

ஏதேதோ பேசிக் கொண்டிருந்தோம். உள்ளுக்குள் ஓர் உணர்ச்சிப் போராட்டம் எழுந்தது. 'இவரிடம் உண்மையைச் சொல்லுவோமே' என்று தோன்றியது. அப்பாவிடம் சொல்ல முடியாது அப்பா ஸ்தானத்தில் உள்ள மரியாதைக்குரிய அவரிடம் சொல்வதில் தவறில்லை என்று பட்டது. அதுவும் ஆஷா பாரதியை பேட்டி கண்டு எழுதியிருக்கிறார் என்பதால், என் பிரச்னையை ஓரளவு புரிந்து கொள்வார் என்று கருதினேன்.

தயங்கித் தயங்கி, 'சார், புதிய காற்றுல உங்க கட்டுரை படிச்சேன் சார்' என்று ஆரம்பித்தேன்.

'உங்கள்ட்ட ஒரு விசயம் சொல்லணும்.'

'சொல்லுங்க.'

'சார்....'

'சொல்லுங்க சரவணன். ஏன் தயங்கறீங்க?'

எனக்கு அழுகை முட்டிக் கொண்டு வந்தது. மனத்தில் அபபாவையும், என் பிஹெச்டி. ஆசையையும் நினைத்துக் கொண்டேன்.

'இல்ல சார். நானும் அந்த மாதிரிதான்' பல்லைக் கடித்துக் கொண்டு சொல்ல வந்ததைச் சொல்லத் தொடங்கி விட்டேன்.

'அந்த மாதிரின்னா... எந்த மாதிரி?'

'அவங்க ஆஷா பாரதி மாதிரிதான்.'

'அப்பிடின்னா?'

'இல்ல சார், நானும் அவங்கள மாதிரி பெண்ணா மாறணும்னு தான் ஆசைப் படுறேன். அதுக்குத்தான் சென்னைக்கு வந்தேன்.'

ஒரு கணம் அவர் பேச்சற்றுப் போனார்.

'சார்....'

'என்ன சொல்றிங்க?!' என்று நம்ப முடியாமல் கேட்டார்.

'நெஜந்தான் சார். நானும் பெண்தான். என்னால இதுக்கு மேல ஆம்பளையா வாழ முடியாது. வாழறதே நடிக்கறது மாதிரி இருக்கு சார்... என்னமோ தெரியல... உங்ககிட்ட பேசணும், உங்ககிட்ட இதைச் சொல்லணும்னு தோணிச்சி. அதான் போன் பண்ணேன்.'

'என்ன சரவணன் இது! நீங்க என்ன பேசறீங்கன்னே புரியல. இங்க பாருங்க... கொஞ்சம் கஷ்டப்பட்டு பிஹெச்டி முடிச்சிட்டிங்கன்னா ஒரு பிரச்னையும் இருக்காது உங்களுக்கு. அதுக்கப்புறம் நீங்க பெண்ணாகறதை வேணாலும் பாத்துக்கலாம்.'

'இல்ல சார்... நான்... என்னால முடியாது சார்... எனக்குப் பெண்ணாத்தான் சார் வாழணும்.... வேற எதுவுமே இப்ப எனக்கு முக்கியமா தெரியல சார்.'

என்னென்னவோ பேசினார். நிறைய அறிவுரைகளும் ஆறுதலும் அளித்தார். பேசத் தொடங்கி அழுது முடித்து போனை வைத்தேன். அப்படி அழுததில் சற்று ஆறுதலாகவும் இருந்தது.

★

மறுநாள் முதல் நான் வேலைக்குச் செல்லத் தொடங்கி விட்டேன். ராயப் பேட்டை, திருவல்லிக்கேணி, சேத்துப்பட்டு, சைதாப்பேட்டை, மயிலாப்பூர் என தினம் ஒரு ஏரியா வந்து விடுவார்கள். அதற்கான பேருந்துத் தடம், பேருந்து நிறுத்தம், வழி எல்லாம் சொல்லி அனுப்பி விடுவார்கள். போய் மக்களிடம் பேசி விவரம் சேகரிக்க வேண்டியதுதான்.

முதலில் எனக்கு கம்ப்யூட்டர் நிறுவனம் ஒன்று கேட்டிருந்த சர்வேயை அசைன்மெண்டாக அளித்திருந்தார்கள்.

கொடுக்கப்பட்ட ஏரியாவில் வீடு வீடாகப் போய்க் கதவைத் தட்டி விவரம் சொல்வேன். பெரும்பாலும் உதவ மாட்டார்கள். சர்வே கேள்விகளுக்கு ஒப்புக் கொள்ளும் சிலரும் அதற்கு ஆகும் நேரத்தைக் கண்டு சலிப் படைவார்கள்.

ஒரு நாளைக்கு ஏழு பேரிடம் நான் பேசி, விவரம் சேகரித்தால் போதும். ஆனால், ஒவ்வொருவருக்குமே அரை மணி நேரத்துக்கு மேல் ஆகி விடும். காலை ஒன்பதரைக்குத் தொடங்கினால், முடிவதற்குப் பிற்பகல் இரண்டரை, மூன்று ஆகி விடும்.

வேலை முடிந்ததும் எங்காவது கடையில் பரோட்டா சாப்பிட்டு விட்டு திரும்பவும் சூளை மேடு அலுவலகத்துக்குப் போக வேண்டும். சர்வே ரிப் போர்ட்டை எழுதி ஒப்படைத்து விட்டுக் கிளம்ப மாலை ஆகி விடும்.

இதில் வருமானம் என்பது நாம் செய்யும் வேலையைப் பொறுத்தது. எத்தனை சர்வே எடுக்கிறோமோ, அதற்கேற்ப. ஒரு நாளைக்கு இரண்டு சர்வேக்களில்கூடப் பங்கு பெறலாம்.

ஆனால், நான் அப்படியெல்லாம் செய்யவில்லை. வேலை முடிந்ததும் நேரே 'THAA' தொண்டு நிறுவனத்துக்குச் சென்று விடுவேன். அங்கே என் திருநங்கைத் தோழிகளைக் கண்டு பேசிக் கொண்டிருப்பதைவிட எனக்கு வேறென்ன வேலை?

ஒரு நாள் நீலாம்மா வீட்டுக்கும் இன்னொரு நாள் அங்கு அறிமுகமான சங்கரியம்மா வீட்டுக்கும் கூடப் போய் வந்தேன். சந்தோஷமாக இருந்தது. கஷ்ட ஜீவனம் என்றாலும் அவர்கள் தம் விருப்பத்துக்குகந்த வாழ்க்கையைப் போராடிப் பெற்று வாழ்ந்து வந்ததைக் கண்டேன். 'நான் ஒரு பெண்தான்' என்பதை மறைக்காமல் வெளிப்படையாக அப்படியே வாழ்ந்து கொண்டி ருந்த அவர்களுடைய வாழ்வில்தான் எத்தனை போராட்டங்கள் இருந் திருக்கும்? எத்தனை இடங்களில் முட்டி மோதி வந்திருப்பார்கள்? வாழ முடியாமலா போய் விட்டது?

ஒப்பிட்டுப் பார்க்கும் போது என்னுடைய இரட்டை வாழ்க்கை எனக்குப் பெரும் சுமையாகவும் அவமானகரமாகவும் இருந்தது. அந்தக் கணமே என் ஆண் வேடத்தைக் களைந்து எறிந்துவிட வேண்டும் என்கிற ஆங்காரம் உண்டானது.

குமரனிடம் சொல்லி அழுதேன். 'என்னால முடியல குமரன். இந்த ரெட்டை வாழ்க்கை வேண்டாம்னு தோணுது. நான் பெண்ணா மட்டுமே வாழணும். என்னை தயவு செஞ்சி புரிஞ்சிக்குங்க குமரன். பிச்சை எடுத்தாலும் பெண் ணாத்தான் வாழ விரும்பறேன்' என்று கதறினேன்.

அவர் அதிந்து போனார். உணர்ச்சி கேவத்தில் நான் பேசியிருந்தாலும் உண்மை அதுதான். நான் பெண்ணாகவே வாழ வேண்டுமானால் ஒன்று பிச்சை எடுக்க வேண்டும். அல்லது பாலியல் தொழில் புரிந்தாக வேண்டும். இரண்டைத் தவிர வேறு வழி கிடையாது. என் மொழியியல் படிப்போ, நாடக

அனுபவமோ, நாட்டமோ எனக்கு இந்த விஷயத்தில் உதவப் போவதில்லை. நிச்சயம். பிச்சை ஒன்றுதான் வழி. பாலியல் தொழில் என்னால் முடியாது. நினைத்துப் பார்க்கவும் முடியவில்லை. எனவே பிச்சை.

'பிச்சை புகினும் கற்கை நன்றே...' என்கிற பழமொழி என் நினைவுக்கு வந்தது. சற்று மாற்றிக் கொண்டேன். பிச்சை புகினும் பெண்மை நன்றே.

குமரன் எனக்கு நிறைய அறிவுரைகள் சொன்னார். என்னை மாற்றப் பார்த்தார். நேருவும் தொலைபேசியில் மணிக்கணக்கில் பேசிப் பார்த்தார். என் மனத்தில் பெண்ணாகும் எண்ணம் தவிர இன்னொன்று இல்லை. புத்தியும் உடலும் முற்றிலுமாகப் பெண்மை எய்தியது போல் உணர்ந்தேன். சத்தியமாக என்னால் ஆணாக வாழ முடியாது என்று தோன்றியது. அதையேதான் என் நண்பர்களுக்கும் சொன்னேன். மிக நீண்ட போராட்டங்களுக்குப பிறகு குமரன் ஒருவாறு என்னைப் புரிந்து கொண்டார்.

எங்கோ விசாரித்து, என்னை அருணா அம்மாவின் வீட்டுக்கு அழைத்துச் சென்றார். அவர் ஒரு திருநங்கை. அந்நேரத்தில் ஏதோ ஒரு தனியார் தொலைக் காட்சியில் அவரது பேட்டி ஒளிபரப்பானது. அவர் பேசிய விதம் கண்டு குமர னுக்கு அந்த எண்ணம் தோன்றியிருக்க வேண்டும். முன்னதாக ஒரு முறை சர்வே விஷயமாக அவரைச் சந்தித்திருந்த அனுபவமும் இருந்தது.

அவரிடம் என்னை அழைத்துச் சென்று அறிமுகப்படுத்தினார். அருணா சற்று குண்டாக, நல்ல நிறத்தில், இயல்பான ஒரு பெண்ணைப் போன்றே இருந்தார். அசப்பில் என் சித்தியை நினைவுபடுத்தினார். பார்த்த மாத்திரத்தில் எனக்கு அவரைப் பிடித்துப் போனது.

அவர் ஒரு தொண்டு நிறுவனம் நடத்திக் கொண்டிருந்தார். உட்கார்ந்து என்னைப் பற்றி முழுவதுமாகக் கேட்டு அறிந்து கொண்டதும், ஆதரவாக ஒரு பார்வை பார்த்தார். எனக்கு அதுதான் வேண்டியிருந்தது. அந்தக் கணமே என்னை அவர் தம் மகளாக ஏற்றுக் கொண்டார்.

அவரும் என்னைப் போலவே நன்றாகப் படித்தவர். அப்பாவிடம் அடி வாங்கியவர். அவமானம் பல பட்டவர். இருப்பினும் படிப்பில் சோடை போகாதவர். ஒரே வித்தியாசம் என்னைப் போல் அவர் முதுகலைப் படிப்பு வரை போகவில்லை. பத்தாம் வகுப்பின் போதே அவர் முடிவெடுத்து விட்டார். அதே வலி. அதே பயணம். அதே கஷ்டங்கள்.

இரண்டு நாள் அங்கு தங்கியிருந்தேன். அவரது தொண்டு நிறுவனத்தில் வேலை கேட்டேன்.

'இப்ப வேலையெதும் காலியில்லம்மா...' என்று சொன்னார்.

'ரெண்டாவது, இது கோத்திகளுக்கான கவுன்சிலிங், மெடிக்கல் ஹெல்ப் செய்ற NGO. இதுல அனுபவம் இல்லாத உன்னை எப்படிச் சேர்க்க முடியும். முத கொஞ்ச காலம் முழு திருநங்கையா சில விஷயங்களைத் தெரிஞ்சுக்கோ. அப்புறம் வேலைக்கு ஏற்பாடு செய்றேன்' என்று சொன்னார்.

இது எனக்குச் சரியென்று பட்டது. தெளிவு, நியாயமான அறிவுரை. சரியோ, தவறோ. பெண்ணாக முடிவு செய்தாகி விட்டது. இனி பிச்சை எடுப்பதைத் தவிர வேறு வழியில்லை. பெண்ணாக மாறி, பிச்சை எடுத்துத்தான் பார்ப்போமே?

என் முடிவை அருணா அம்மாவிடம் சொன்னேன். அவர் ஆதரவாக என் கரங்களைப் பற்றிக் கொண்டார். அந்த அரவணைப்பில், பின்னால் வரப் போகிற வலிகளுக்கும் வேதனைகளுக்குமான முன் தேதியிட்ட ஒத்தடம் தெரிந்தது.

'பெண்ணாயிடறேம்மா. ஆனா சென்னைல பிச்சை எடுக்க நான் விரும்பலை. என்னை வேற எங்கயாச்சும் அனுப்பிடுங்களேன்?' என்று கேட்டுக் கொண் டேன்.

புனேவிலுள்ள அருணாம்மாவின் அம்மாவும், எனது நானியும் ஆன சாரதாம்மாள் வீட்டுக்கு அனுப்புவதாகத் தீர்மானிக்கப்பட்டது.

இதற்குள் எனது ஆண் உடைகள், சூட்கேஸ், மதிப்பெண் பட்டியல் அனைத்தையும் குமரனிடம் கொடுத்து மார்க் ஷீட்டை மட்டும் பத்திரமாக வைத்திருக்குமாறும் மற்றபடி பேண்ட் ஷர்ட் அனைத்தையும் யாருக்காவது கொடுத்து விடுமாறும் ஒப்படைத்து விட்டு, அருணாம்மா வீட்டுக்குச் சென்றேன். முன்னதாக நான் ஏழெட்டு நாள் மட்டும் போர்த்த அந்த சர்வே எடுக்கும் வேலையிலிருந்தும் விடைபெற்றிருந்தேன்.

புனே செல்வது என்று முடிவானதும் எனக்குக் காதும் மூக்குத்தியும் குத்தி விட்டார்கள். சென்னைக்கு நான் சென்ற புதிதில் சேர்த்துக் கட்டினால் சிறிய கொண்டை போட்டு விடலாம் என்ற அளவில் கொஞ்சம் நீளமான முடி இருந்தது. நாடகத்தில் இருப்பதன் காரணமாக முடி வளர்க்கிறேன் என்று வீட்டிலும், முதுகலை வகுப்பிலும் சொல்லி சமாளித்து வந்தேன். ஏனெனில் நாடகத் துறையில் ஊறிப் போன முருக பூபதி, 'ஒத்திகை' விஜி, ஆழி. வெங்கடேஷ், கார்த்திகேயன் என எல்லோருமே நீண்ட கூந்தல் உடைய வர்களாகவே இருந்தனர். எனவே, கூந்தல் வளர்ப்பதில் எனக்கிருந்த காதலை யாரும் தவறாகக் கருதவில்லை. நாடக ஆர்வத்தின் ஒரு பகுதியாகவே அதனை எடுத்துக் கொண்டார்கள்.

அதுநாள் வரை நான் மஞ்சுவின் பாவாடை சட்டையையும் ராதாவின் புடைவையையும் கட்டத் தெரியாமல் அரைகுறையாகத்தான் கட்டியதுண்டு. அன்று அருணாம்மா வீட்டில் இருந்த கௌதமியம்மாவின் உதவியுடன் அவள் கொடுத்த நீல நிறப் பூக்கள் வைத்த வெள்ளைப் புடைவை ஒன்றை அணிந்து கொண்டேன். புடைவை கட்டி, பொட்டு வைத்து கொண்டை போட்டு கண்ணாடி முன் நின்றேன். நான் ஒரு பெண். அழகான பெண். அன்றுதான் தெரிந்தது. என் முகத்தில் ராதாவின் சாயல் இருக்கிறது. என் அக்காவின் புகைப்படம் ஒன்றை எடுத்து மற்றவர்களிடம் காட்டினேன். ராதாவைப் போலவே நானும் ஒரு பெண் என்பதில் பெருமை பிடிபடவில்லை.

ஸ்ரீக்குப் போன் செய்து நடந்த அனைத்தையும் தெரிவித்து நான் புனே புறப்படுவதைச் சொன்னேன். மறுநாளே அவர் என்னைச் சந்திப்பதாகச் சொன்னார்.

அன்று மாலை நுங்கம்பமாக்கம் ஸ்டேஷனில் ஸ்ரீயும், குமரனும் என்னைப் பார்க்க வந்தார்கள். முதல் முறை என்னைப் புடைவையில் பார்த்த குமரனுக்குப் பயங்கர அதிர்ச்சி. என்னை என் பெயர் சொல்லி அழைக்கவே அவர் தயங்கியதாகப் பட்டது. என் புதிய தோற்றத்தில் அவர் அதிர்ச்சியுறிருந்தார். ஆனாலும் எதுவும் சொல்லவில்லை. ஆனால், ஸ்ரீ மௌனமாகவே இருந்தார். ஒரு வகையில் இதனை அவர் எதிர்பார்த்துத்தானே வந்திருக்க வேண்டும்? வியப்படைய ஒன்றுமில்லை.

இருப்பினும் கடைசி நேர முயற்சியாக என் மனத்தை மாற்ற அவர் சில அறிவுரைகளைச் சொன்னார். நீலாம்மாவே கூட, 'நீ நல்லா படிச்ச கோத்தி. உனக்கெதுக்கு இந்தக் கஷ்டமெல்லாம்? கொஞ்ச நாள் பொறுத்துக் கிட்டன்னா, ஒனக்கு ஒரு என்.ஜி.ஒவுல வேலை வாங்கித் தரேன்' என்றுதான் சொல்லியிருந்தார். நான்தான் கேட்கவில்லை.

சங்கரியம்மாவும் அதே போலத்தான் சென்னார். தனக்குத் தெரிந்த ஒரு தொண்டு நிறுவனத்துக்கு என்னை அழைத்துசு சென்று வேலைக்கு முயற்சியும் செய்தார். கூடிய விரைவில் கிடைத்து விடும் என்றும் நம்பிக்கை சொல்லியிருந்தார். எனக்குத் தான் பொறுக்கவில்லை.

ஸ்ரீ இன்னும் ஒரு படி மேலே சென்று 'என்னைப் பாரு. நானும் கோத்திதானே? படிச்சவதானே? வேலைக்குப் போகல? சம்பாதிக்கல? அப்பப்ப பெண்ணாவும்தான் இருந்துக்கறேன். நீ மட்டும் ஏன் இப்படிக் கஷ்டப் படணும்னு விரும்பற?' என் கேட்டார்.

'முதல்ல இந்தக் காது, மூக்குத்திய கழட்டிப் போடு. முடிய வெட்டு. இது இருக்கறதுனாலத்தான் உனக்கு இந்த நெனப்பெல்லாம்' என்று சொன்னார்.

'நெனச்சுப் பாரு. இவளோ படிச்சி, கஷ்டப்பட்டதெல்லாம் பிச்சை எடுக்கத் தானா?'

எனக்கு நன்றாகத் தெரிந்திருந்தது. அவர்கள் அனைவரும் என் நல்லதுக்குத் தான் இத்தனை தூரம் அறிவுரை சொல்கிறார்கள். ஆனால், பொதுவில் ஆணாகவும் தனியே பெண்ணாகவும் வாழும் அந்த இரட்டை வாழ்க்கை பிடிக்கவில்லை. ஆண் உடையில் இருப்பதை மிகவும் அருவருப்பாக நினைத்தேன். எனவே தான், யாருடைய அறிவுரையையும் என் முடிவை அசைக்க முடியவில்லை. நான் பெண். பெண்ணாக வேண்டும் என்ற தீவிரம் தவிர, என்னிடம் வேறு ஏதும் கிடையாது. அது தீவிரம் என்பதைவிட ரௌத்திரம் என்கிற நிலையை அடைந்திருந்த ஓர் உணர்ச்சி, இந்த ஆண் உடலை வதம் செய்யும் வெறியுடன் ருத்ர தாண்டவம் ஆடிக் கொண்டிருந்தது என் பெண்மை. அந்த ஆங்காரத்துக்கு முன் எந்த அறிவுரையும் எடுபடாமல் பொசுங்கிக் கொண்டு இருந்தது.

★

சென்னை சென்ட்ரல் மக்களால் நிறைந்திருந்தது. எங்கும் சத்தம். எல்லோரிடமும் அவசரம். நான் ஒருத்தி மட்டுமே நிதானமுடன் இருப்பது போல் உணர்ந்தேன். மனத்துக்குள் பரவசம் குதூகலம் நிறைந்திருந்தது. பிச்சை எடுக்கத்தான் போகிறேன். ஆனாலும், ஒரு பெண்ணாக அல்லவா? அதைவிட வேறெதுவும் எனக்குப் பெரிதாக இல்லை. இனி இந்த சரவணன் இல்லை. அவன் உடல் வடிவம் நான் இல்லை. ப்ரீத்தி.

குமரனை நானே ஸ்டேஷனுக்கு வர வேண்டாம் என்று சொல்லி விட்டேன். நேருவுக்குப் போனில் தகவல் தந்து விட்டேன். நேரு எந்த அறிவுரையையும் சொல்லி என்னைக் களைப்படையச் செய்யவில்லை. தைரியமாகவும் ஆறுதலாகவும் விடையளித்தார். ஸ்ரீக்கும் சொல்லியிருந்தேன். ஏனோ அவர் ஸ்டேஷனுக்கு வரவில்லை.

காலங்காலமாகத் திருநங்கைகளின் அடைக்கலத் தலமாகவும் சுதந்திர பூமியாகவும் திகழும் மும்பை நோக்கி சென்னை - மும்பை தாதர் எக்ஸ்பிரஸ் பயணிகளைச் சுமந்தபடி விரைய ஆரம்பித்தது. வழியில் நான் இறங்கப் போகும் புனேவை நினைத்தபடி ரயிலின் தாகத்தில் மயங்கிக் கிடந்தேன்.

8. என்னை ஏற்றுக் கொள்ளுங்கள்!

புனேவுக்கு என்னை ரயிலில் அழைத்துச் சென்றது கலைச் செல்வி ஆயா. எங்கள் மரபுப்படி இவள் எனக்கு 'நானி' முறை. அதாவது பாட்டி முறை. என் அம்மாவுக்கு அம்மா. அவளுடன் கூட சாந்தி என்கிற 'அம்மா' மறைவுக்கார ஒருத்தியும் வந்திருந்தாள். ரயிலில் இருவரும் சீட்டாடியபடி ஊர்ப்பட்ட கதைகள் பேசிக் கொண்டே வந்தார்கள். கூடவே என்னை ஏகத்துக்கு அதிகாரமும் செய்தபடி வந்தார்கள்.

'ஏய் பேட்டி! இத எடு... அத எடு' என்று நிமிடத்துக்கு ஒரு முறை வேலை வாங்கினார்கள்.

எனக்கு அதெல்லாம் பெரிய விஷயமாகவே அப்போது படவில்லை. இவர்கள் யார் என்னை வேலை வாங்க என்று கூடத் தோன்றவில்லை. அது நாள் வரை நான் பட்ட உளவியல் சிக்கலும், சமூக - புறச் சிக்கல்களும் என் மனத்தை மிகவும் இறுகப் போகச் செய்திருந்தன. கிட்டத்தட்ட ஒரு கல்லைப் போல்தான் இருந்தேன். என் ஆண் அடையாளத்தைத் தொலைத்து விடுவதற் காக என்ன வேண்டுமானாலும் செய்யத் தயாராக இருந்தேன். அதனால் மனதார திருநங்கைகளின் குழுமத்தில் இணைந்து விட்டேன்.

பொதுவாகவே வயதில் மூத்த திருநங்கைகள், இளையவர்களிடம் அதிகம் மரியாதை எதிர்பார்ப்பார்கள். எதிர்க் கேள்வி கேட்காமல் சொன்னதைச் செய்ய வேண்டும் என்று விரும்புவார்கள். அவர்களுக்கு இணையாக நாம் உட்காரக் கூடாது என்பார்கள். சந்திக்கும் போதெல்லாம் 'பாம்படுத்தி' சொல்லி (பாதம் தொட்டு) வணங்கச் சொல்வார்கள்.

இதையெல்லாம்கூட அங்கீகாரமற்ற இச்சமூகத்தில் குறைந்தபட்சம் நாமா வது நம் மூத்தவர்களை வணங்குவோம் என்று ஏற்றுக் கொள்ளலாம். ஆனால், இதோடு நிற்காது அவர்கள் சொல்லும் அத்தனை வேலைகளையும் மறுப்பின்றிச் செய்ய வேண்டும். அவர்கள் எச்சில் துப்ப வைத்திருக்கும் பாத்திரம் முதல் கழுவி வைக்க வேண்டும். கால் வலிக்கிறதென்று சொன்னால் உடனே காலை அமுக்க வேண்டும். இதைச் செய்யாதே, அதைச் செய்யாதே, அப்படி நிற்காதே, இப்படிப் பார்க்காதே என்று எப்போதும் கட்டளைகள் பறந்த வண்ணம் இருக்கும். சகித்துக் கொண்டு தான் தீர வேண்டும்.

திருநங்கைகளின் உலகில் எனக்கு அம்மாவாகிய அருணாம்மா ஒரு தொண்டு நிறுவனம் வைத்திருந்தாலும், பொது உலகத்தோடு சற்றுத் தொடர்புடைய வராக இருந்தாலும் அவரிடம் இந்தப் பிரச்னைகள் எனக்கு இருக்கவில்லை. சூளை மேட்டில் அவரது தொண்டு நிறுவனம் இருந்த வீதியில் பல திருநங் கைகள் வசித்து வந்தார்கள். அவர்களில் பலர் எங்கள் வீட்டுக்கும் வருவ துண்டு. அருணாம்மா எனக்குத் தராத அம்மாதிரி தொல்லைகளை அந்த திரு நங்கைகள் எனக்கு அவ்வப்போது தருவதுண்டு. கொஞ்ச நாள்தான்.

திருநங்கை குழுமத்தில் இணைந்து கொஞ்சம் பழகி விட்டால் ஏய்ப்புகள் நின்று விடும். அதற்குள் எப்படியும் வேறாரு புதிய திருநங்கை வந்து விடுவாள் என்பதும் இதற்கொரு காரணம். முதல் நாள் வரை ஏய்க்கப்பட்டுக் கொண்டிருந்த திருநங்கைகள், மறு தினம் முதல் புதிதாக வந்து சேருவோரை அவர்களே ஏய்க்க ஆரம்பித்து விடுவர்கள். கல்லூரி ராகிங் போலத்தான் என்று சொல்லலாம். ஆனால், சற்று வேறு மாதிரி. சமூக அந்தஸ்து என்பதே இல்லா மல், ஒதுக்கப்பட்டு, இழிவுபடுத்தப்பட்டு வாழ்ந்து தீர்க்கச் சபிக்கப் பட்டவர்களுக்கும் எப்போதாவது யாரையாவது அதிகாரம் செய்து கொஞ்சம் சந்தோஷப்பட்டுக் கொள்ளத் தோன்றலாம் அல்லவா? அந்த மாதிரி எடுத்துக் கொள்ள வேண்டியதுதான்.

ஆனால், நானோ அடிப்படையில் சற்றுச் சுதந்தர மனப்பான்மை கொண்டவள். காரணமின்றி யாருக்கும் அடி பணிய விரும்ப மாட்டேன். என் சுயத்துக்குச் சற்றும் பங்கம் நேராமல் பார்த்துக் கொள்வதைக் காட்டிலும் எனக்குப் பெரிய கவனம் வேறில்லை. படித்த படிப்பு இதற்குக் காரணமா, இயல்பிலேயே நான் இப்படித்தானா என்று தெரியவில்லை. ஆகவே, என்னை ரயிலில் கலைச் செல்வி ஆயாவும் சாந்தியம்மாவும் அதிகாரம் செய்து சிறு சிறு வேலைகளைத் தலையில் கட்டிய போது சற்று எரிச்சலாகவும் இருந்தது.

சட்டென்று ஒரு குரல் என்னைக் கலைத்தது. ப்ரியா. அவளும் எங்களுடன் தான் புனேவுக்கு வந்து கொண்டிருந்தாள். முன்னதாக ஒருமுறை அருணாம்மா வீட்டில் அவளைப் பார்த்திருக்கிறேன். பதின்று வயதிலேயே திருநங்கைக் குழுமத்தில் இணைந்து விட்டவள்.

ஒரு முறை அருணாம்மா வீட்டில் இருந்தபோது, 'ஹாய், மை நேம் இஸ் ப்ரியா. நீங்க?' என்று அறிமுகப்படுத்தகி கொண்டவள். முதல் அறிமுகத்தி லேயே பழக இனியவளான அவள் எனக்குத் தோழியானதில் எந்த ஆச்சரிய மும் இல்லை. கிட்டத்தட்ட சம வயது என்பதும் ஒரு காரணம்.

ப்ரியா, எனது உயரம், நல்ல நிறம், அழகான சிரிப்பு. உடை விஷயத்திலும் மேக்கப் விஷயத்திலும் கவனமாக எளிமையைக் கடைப்பிடிப்பவளாக இருந்தாள். அதான் அவளுக்கு அழகு தந்தது. ன்றே நாங்கள் இருவரும் தோழிகளாகி விட்டோம்.

★

ஒன்றரை நாள் பிரயாணத்தின் இறுதியில் புனே ஸ்டேஷன் வந்தது. மிகவும் அழகான ஸ்டேஷன் அது. ஃப்ளை ஓவர் வழியாக வருவதென்றால் இறங்கு வதற்குச் சறுக்குப் பாதைப் போல - படிகள் அற்ற வழி ஒன்று இருக்கும். நெரிசலான அவ்வழியில் நேராக நடந்தால் சாலையை அடைந்து விடலாம். அல்லது முதல் ப்ளாட்பாரம் வழியாக வெளியேறுவதென்றால் புக்கிங் ஆபீஸ் கடந்து வரும் சிறு பாதை வழியாக வரலாம். இவ்விரண்டு வெளியேறும் பாதைகளுக்கும் இடையில் பழைய ஆல மரமும் அதனடியில் ஒரு சிறு கோயிலும் உண்டு. சறுக்குப் பாதை வழியாக நாங்கள் வெளியேறி, சாலைக்கு வந்து எதிரே இருந்த ஆட்டோ ஸ்டாண்டை அடைந்தோம்.

'யே... பைய்யா, சிட்டி போஸ்ட் சலோ' என்றாள் கலைச் செல்வி ஆயா.

வழியை அறிந்து கொள்ளும் ஆவலில் சாலையை வேடிக்கை பார்த்தபடி வந்தேன். வண்டியிலேயே கலைச் செல்வி ஆயா, போகிற இடத்தில் எப்படி நடந்து கொள்ள வேண்டும் என்று திரும்பத் திரும்பச் சொல்லிக் கொண்டே வந்தாள்.

'இறங்கின உடனேயே சுத்தி முத்தி பார்க்காம என் பின்னாடியே வா. அப்புறம் உள்ள நுழைஞ்ச உடனே நேரா நானி கால்ல விழுந்து ஆசீர்வாதம் வாங்கிக்க.'

பத்து நிமிடத்திற்கெல்லாம் ஆட்டோ சிட்டி போஸ்டை அடைந்தது. சிட்டி போஸ்ட் புனே நகரின் மையப் பகுதி. சுற்றிலும் பல கடை வீதிகள் உள்ள பிஸியான பகுதி. அதில் நாங்கள் சென்ற தெரு, கடை வீதிகளுக்கு நடுவில் இருந்தது. வீதயின் தொடக்கத்திலேயே ஒரு பொதுக் கழிபறை உண்டு. வெளியே குறுகலாக இருந்த அப்பாதை, உள்ளே செல்லச் செல்ல மிக விசாலமானதாக ஆகி விட்டது. சாலையின் இரு மருங்கிலும் வரிசையாக வீடுகள் இருந்தன. ஆங்காங்கு தென்படும் எந்தச் சந்தில் நுழைந்தாலும் மெயின் ரோடு வந்து விடும்.

ஓரிடத்தில் ஆட்டோ நிற்கவும் நாங்கள் கீழே இறங்கினோம். இறங்கும் முன்னரே ஆயா என் கையைப் பிடித்துக் கொண்டு இழுத்துச் செல்லும் தோரணையில் அழைத்துச் சென்றாள். போகும் போது ப்ரியாவிடம் கூடச் சொல்லிக் கொள்ள முடியவில்லை. 'வேடிக்கை பாத்துக்கிட்டுருக்காம நேரா வா' என்ற கட்டளை வேறு.

இறங்கிய உடன் வலது பக்கமாக நேராக நடந்து, இடப் பக்கம் உள்ள சிறிய சந்தில் திரும்பினால் ஒரு வீட்டின் பின்புறம் போல் ஓரிடம் வந்தது. அங்கே மாடிக்குச் செல்லும் மரப்படி ஒன்றும் இருந்தது. அந்த வழியாக எங்களை மேலே அழைத்துக் கொண்டு சென்றார்கள்.

ஒரு வீட்டின் முதல் தளம் அது. உள் அறையில் அமர்ந்திருந்த நானியிடம் நேராகச் சென்றேன். ஏற்கெனவே அறிவுறுத்தியிருந்தபடி அவரை நெருங் கியதும் 'பாம்படுத்தி' சொல்லி காலில் விழுந்து ஆசீர்வாதம் வாங்கினேன்.

நானி சற்றுப் பருமனாக, கறுப்பாக, முகத்தில் இறுக்கமின்றி இயல்பாக இருந்தாள். பார்க்கும் முன் இருந்த பயம் நேரில் பார்த்த போது இல்லை. அந்த அறை சிறியதுதான். அங்கிருந்த அகலமான கட்டிலில் அவள் படுத்திருந்தாள். அவள் படுத்த வாகிலேயே பார்த்து ரசிக்க வாகாக அறையின் மூலையில் ஒரு டிவி இருந்தது. கட்டிலின் எதிர்முனையில் இடுப்பு உயரத்துக்கு மேலே இரண்டு ஜன்னல்கள் திறந்திருந்தன. அதன் வழியே கீழே பெரிய சாலை அழகாகத் தெரிந்தது. ஜன்னல் இருக்கும் இடம், நாங்கள் ஏறி வந்த வழி இரண்டைத் தவிர சுவரின் பிற அனைத்து இடங்களிலும் வெவ்வேறு சாமி படங்கள். 'மாத்தா'* படம் ஒன்று. மூன்று மதங்களின் சின்னங்கள் தாங்கிய படம் ஒன்று. பிள்ளையார் படம் ஒன்று. லட்சுமி படம் ஒன்று.

சிறிது நேரம் அறிமுகச் சடங்குகள் முடிந்த பிறகு நானி என்னிடம் பேசத் தொடங்கினாள். ஏற்கனவே பலமுறை பேசி மனப்பாடமானதைத் திரும்பவும் ஒப்பிக்கிற தொனியாகப் பட்டது எனக்கு.

'இங்க நீ ஆடலாம், பாடலாம், உன் இஷ்டத்துக்கு இருக்கலாம். ஆனா பெரியவங்களுக்கு மரியாதை குடுத்து நடந்துக்கணும். சின்னவங்களை அரவணைச்சிப் போகணும். உனக்கு ஏதாவது வேணும்னா எங்கிட்ட கேளு. உன் அக்கா (எனக்கு முன் அங்கே வந்து இணைந்திருந்த திருநங்கை பெயர் சத்யா) கூடவே தினம் கடை கேட்கப் போ. ஒவ்வொரு நாளும் குறையாம 300 ரூபாயாவது கொண்டு வரணும். பணத்தைச் சேர்த்துட்டன்னா, எண்ணி ஆறு மாசத்துல உனக்கு நிர்வாணம் பண்ணிர்லாம்.'

நான் பதில் பேசாமல் கவனமாகக் கேட்டுக் கொண்டிருந்தேன்.

'என்ன ஒண்ணும் சொல்ல மாட்டேங்கறே?'

திடுக்கிட்டு, 'சரிங்க நானி' என்றேன்.

நான் படித்தவள் என்பதில் நானிக்குக் கொஞ்சம் பெருமை உண்டு. அதைச் சமயத்தில் வேறு விதமாக வெளிப்படுத்துவாள்.

'படிச்சிருக்கோம், நாம பெரியாளு அப்பிடின்னெல்லாம் நெனச்சிட்டு, ஹெட் வெயிட்டோட திரியக் கூடாது. புரிஞ்சிதா? படிச்சாலும், படிக்கலைன்னாலும் கோத்திங்க, கோத்திங்கதான். புரிஞ்சுதா?'

'யார்ட்டயும் எந்தக் கெட்ட பேரும் வாங்கிறாத, வந்தமா போனமான்னு இருக்கணும் மீறி எதாவது தப்புத் தண்டா பண்ண... அப்றம், ஆயா பொல்லாதவளாயிடுவேன். சரியா?' நான் அனைத்துக்கும் சரியென்றுதான் சொன்னேன். அன்று மாலை சித்ராம்மாவுடன் பம்பாய்க்குப் போய் 'ரீத்' போட்டு விட்டு வரும்படி சொன்னாள்.

'சரிங்க ஆயா.'

'உன் பேரென்னா?'

'ப்ரீத்தி ஆயா.'

'ப்ரீத்தியா...?' ஆச்சரியப்பட்டவள், வேற பெயர் வைக்கச் சொன்னாள். ஏற்கெனவே அந்தப் பெயரில் ஒருத்தி இருந்து, அகால மரணமடைந் திருக்கிறாள். எனவே, அப்பெயர் அபசகுனமாகக் கருதப்பட்டது அங்கே. வேறு பெயர் வைத்தார்கள். முதலில் தெய்வானை என்ற பெயரை சித்ராம்மா பரிந்துரைத்தாள். எனக்கு ஏனோ பிடிக்கவில்லை. ரொம்பப் பழைய பெயர் என்று நினைத்தேன். அங்கே எனக்கு அக்காவாக அறிமுகப்படுத்தப்பட்ட சத்யாதான்.

'இங்க பாரு இவளே... என் பேரு சத்யா, உன் பேரை வித்யான்னு வச்சிக்க. நம்ம அக்கா தங்கச்சி ரெண்டு பேருக்கும் ஒரே மாதிரி பேரா இருக்கட்டும்' என்றாள்.

வித்யா. எனக்குப் பிடித்திருந்தது. short and sweet என்று நினைத்துக் கொண்டேன். அழகான, அர்த்தமுள்ள பெயர்.

'வித்யான்னே வச்சுக்குறேன் ஆயா' என்றேன்.

★

வீட்டின் பின்புறம் சற்று அகலமான, சிமெண்ட் பூசிய தரையாக இருந்தது. நடுவில் தூண் ஒன்று இருந்தது. நுழைந்தவுடன் இருந்தது கிச்சன். கிச்சன் என்று அதைச் சொல்ல முடியாது. தனியாக அதற்குத் தடுப்புச் சுவரோ வேறு மறைப்போ எதும் இருக்கவில்லை. கேஸ் அடுப்பு வைக்க மேசை போன்ற ஒரு திட்டு மட்டும் இருந்தது. அதனடியில் சிலிண்டரும் இருந்தது. அதனையொட்டி உள்ளே ஒரு திறந்த, சிறிய குளியலறை. மற்ற பாத்திரம் பண்டங்களுக்குத் தனி ஸ்டீல் அலமாரி ஒன்று சுவரை ஒட்டி இருந்தது. மேலே சிறு பரணில் மளிகை சாமான்களும் மற்ற பாத்திரங்களும். சற்று விசாலமான அந்த அறையைக் கடந்தால் குறுகலான வழியை ஒட்டி மூன்று படுக்கை அறைகளும் இருந்தன. அதையும் கடந்தால் வருவது நானியின் அறை. சற்று எக்கி நடந்தால்கூட இடிக்கும் அளவுக்கு மிக அருகிலேயே மேல் கூரை. மேலே சுரங்கப் பாதை போல ஒரு துளை இருக்கும். துளையின் மீது

★ மாத்தா என்பது திருநங்கைகளின் தெய்வம். மன்னர் குடும்பத்தில் பிறந்து கோத்தியாக விளங்கிய ஒருத்திக்குத் திருமணம் செய்து வைத்து விடுகிறார்கள். மனைவியுடன் வாழ முடியாமல் காட்டுக்குப் போய் விடுகிற அந்த மன்னனைத் தேடி அந்தப் பெண் வருகிறாள். பெண்ணுடையில் இருந்த தன் கணவனின் கோலத்தைக் கண்டு பொறுக்க முடியாமல் சினம் கொள்கிறாள். அந்த மன்னன், 'நான் ஒரு பெண். என்னை மன்னித்து விடு' என்று கேட்க, கோபமுற்ற அந்த ராணி, 'இல்லை. நீ பெண்ணாக இல்லை. ஆணாகத்தான் இருக்கிறாய். உன்னை நானே பெண்ணாக்கி விடுகிறேன்' என்று வாள் எடுத்து அவன் பிறப்புறுப்பை வெட்டி எறிகிறாள். அந்த ராஜா அந்தக் கணம் முதல் திருநங்கையாகிவிட ராணி 'மாத்தா' என்கிற தெய்வமாகி விடுகிறாள். இந்தக் கதையின் அடியொற்றித்தான் ஒவ்வொரு கோத்திக்கும் நிர்வாணத்தின் போது 'மாத்தா, மாத்தா' என்று உச்சரித்துக் கொண்டிருக்க அறிவுறுத்தப்படுகிறது.

கையை வைத்து இழுத்தால் மர ஏணி ஒன்று தெரியும். அதை இழுத்து அதன் மேல் ஏறினால், நானி அறைக்கு இணையான அறை ஒன்றிருக்கும். அது கடை கேட்கச் செல்லும் திருநங்கைகளுக்கான தங்குமிடம். அதில்தான் நானும் இருந்தேன். அந்த அறையிலும் இரண்டு ஜன்னல்களும், ஜன்னலை ஒட்டி துணி காய வைக்க ஒரு கொடியும் கட்டப்பட்டிருந்தது.

நான் முதன்முதலாக அந்த வீட்டுக்குள் நுழையும் போத நேரம் காலை பத்துக்கு மேல் இருக்கும். ஆனால், எல்லோரும் அப்போதுதான் உறங்கி எழுந்தாற்போல் இருந்தார்கள்.

உயரமாக, சிகப்பாக இருந்த ஷில்பா மட்டும் சாப்பிட்டுக் கொண்டிருந்தாள். அசப்பில் நடிகை ஷில்பா ஷெட்டி போலவே இருந்தாள். அந்த வீட்டில் அதிகமாகச் சம்பாதித்துக் கொடுக்கும் இளையவள் அவள் என்பதைப் பின்னால் தெரிந்து கொண்டேன்.

'ஏய், நாஸ் சாப்டியா?' என்று கேட்டாள்.

'ம்... சாப்ட்டேன்.'

அவள் எனக்கு லட்சுமியம்மாளை அறிமுகப்படுத்தி வைத்தாள். லட்சுமியம்மாள் வயதில் சற்று மூத்தவள். துணிமணியுள்ள பெட்டி ஒன்றைத் தேடிக் கொண்டிருந்தாள். தன் வயதுக்குப் பொருந்தாமல் இளம் பெண்களைப் போல இறுக்கமான ஜீன்ஸ், டீ ஷர்ட் அணிந்திருந்தாள். எதுவும் பேசவில்லை. நான் மட்டும் 'பாம்படுத்தி' சொன்னேன். 'ஜீத்தேரோ' என்று செயற்கையாக வாழ்த்தினாள்.

கறுப்பானாலும் களையான முகத்துடன், அழகான பெண்மணியாக நந்தினியம்மாள் - எடுப்பான புடைவையில் இன்னும் அழகாக இருந்தாள். என்னைக் கண்டதும் 'சாய் குடிக்கிறியா கண்ணு' என்று கேட்டபடியே பதிலுக்குக் காத்திராமல் டீக்கு ஆர்டர் கொடுத்தாள்.

திருநங்கைகளில் அப்படித்தான். ஒரு திருநங்கை வீட்டுக்கு விருந்தாளியாக வந்தால் நன்றாக உபசரிக்க வேண்டும். கண்டிப்பாக டீ கொடுத்தேயாக வேண்டும். இவர்களோடு அந்த வீட்டில் நானிக்கு அடுத்த ஆளான பரிமளாம் மாள். மங்களகரமானவள். குண்டாகவும், ஒல்லியாகவும் இல்லாமல் சரியான உடல்வாகு. 40 வயதிலும் 20 வயதுப் பெண் போல இளமையாக இருப்பவள். அனைவருக்கும் பாம்படுத்தி சொல்லி அமர்ந்தேன். சற்றைக்கெல்லாம் வந்தவள்தான் சத்யா. எனக்கு அக்கா.

இவர்களோடு சித்ராம்மாவும் சீதாம்மாவும் இருந்தார்கள். இரண்டு பேருக்கும் ஆச்சர்யமாக, ஒரே மாதிரி குணம். அதிகம் கோபம் வரும். ஆரம்பத்தில் எனக்கு அவர்களுடன் பேசவே அச்சமாக இருக்கும். பிறகு பழகி விட்டது.

அன்று மாலை நான் சொன்னதைப் போல் சித்ராம்மா என்னை மும்பைக்கு அழைத்துச் சென்றாள். புனேவிலிருந்து மூன்று மணி நேரப் பயணத்தில்

கல்யாண். இறங்கி ஆட்டோ பிடித்து சில நிமிடப் பயணத்தில் ஓர் இடத்தை அடைந்தோம். அது ஒரு வீடுதான். ஆனால், உள்ளே போனதும் எங்கே இருக்கிறோம் என்றே பிடிபடாத அளவுக்கு ஒரு குழப்பமான சூழலாக அந்த இடம் இருந்தது.

நாங்கள் சென்ற நேரத்தில் அங்கே ஒரு திருநங்கை மட்டும் இருந்தார். அசப்பில் நடிகை வசுந்தராதாஸ் போலத் தெரிந்தார் எனக்கு. சொந்த ஊர் பெங்களூர் என்றாலும் நன்றாகத் தமிழ் பேசினார். எங்களுக்குச் சப்பாத்தி வரவழைத்து சாப்பிடக் கொடுத்தார். சாப்பிட்டு ஆனதும் நான்தான் பாத்திரங்களைக் கழுவி வைத்தேன். இரவாகி விட்டதால், காலையில் ரீத் போடலாம் என்று தெரிவித்தார்.

ரீத் போடுதல் என்றால் திருநங்கைகளின் சமூகத்தில் இணைந்து கொள்ளுதல் என்று அர்த்தம். பதிவு செய்து கொள்வது மாதிரி. அதற்குச் சிறிய தொகை ஒன்று தர வேண்டும். பல வருடங்களுக்கு முன் அது ஐந்து ரூபாயாக இருந்ததால் இதனை ஐந்து ரூபாய் ரீத் என்றே சொல்வதுண்டு. அதைத் தொடர்ந்து அவர்கள் பரிவார்/பரம்பரை லிஸ்டில் சேர்த்துக் கொள்வார்கள்.

கொஞ்சம் விளக்க வேண்டும். 'பரிவார்' என்பதை ஒரு குழுவாகக் கொள்ளலாம். சென்னையில் மொத்தம் ஏழு பரிவார் உண்டு. பேண்டி, பஜீர் பூனைக்கார், லாலக்கார் என்று ஒவ்வொன்றுக்கும் ஒரு பெரிய அல்லது குறியீடு. பம்பாய் முழுவதும் உள்ள திருநங்கைகள் இந்த ஏழு வீட்டுக்குள் தான் வருவார்கள். நாங்கள் பேன்டி பஜீர். ஒரு திருநங்கை முதலில் ஒரு பரிவாரில் இருந்து அவரது அம்மா மீதோ, நானி மீதோ கருத்து வேறுபாடு ஏற்பட்டால் மற்றொரு பரிவாரைச் சேர்ந்த யாருக்காவது மகளாகச் சென்று விடலாம். அவ்வாறு செல்பவர்கள், ஏற்கெனவே இருந்த வீட்டுக்குப் பணம் தர வேண்டும். அபராதம்.

ஒரு திருநங்கை யாருக்கு மகளாக விரும்புகிறாளோ, அவர் அந்த இளநங்கைக்கு அம்மா ஆகிறார். அவரது அம்மா நானி, நானியின் அம்மா தாதி ஆவார்கள். அந்த இளம் நங்கையும் அம்மாவுக்கு சேலா, நானிக்கு நாத்தி சேலா அப்படியே சந்தி சேலா, சடக் நாத்தி என்றாவார்கள். ஒரு அம்மாவின் சேலாக்கள் சகோதரிகளாவார்கள். அவர்களில் யார் முதலில் சேலா ஆனார்களோ அந்த அடிப்படையில் அக்கா தங்கையாவார்கள். இதே போல் அம்மாவுக்குச் சகோதரியாக இருப்பவர்கள் பெரியம்மா அல்லது சித்தியாவார்கள்.

அந்த வகையில் பேண்டி பஜீர் பரிவாரின் சாரதாம்மாளுக்கு நாத்தி சேலவாக, அருண்ணாம்மாவின் அம்மாவின் சேலாவாக எனக்கு 'ரீத்' போடப்பட்டது. ரீத் முடிந்து வரும் போது அங்கிருந்த முதிய திருநங்கை ஒருவர் எனக்கு ஒரு சேலையைத் தந்தார். புதிய திருநங்கைப் பெரியவர்கள் வழியனுப்புவதானாலும், பெரியவர்களைப் பார்க்கச் செல்வதானாலும் சீராக ஒரு புடைவை, கொஞ்சம் ரொக்கம் தர வேண்டும். இப்படி திருநங்கைகள் விஷயத்தில் ஆயிரம் சட்டதிட்டங்கள் உண்டு. இதெல்லாம் எந்தச் சட்டப்

புத்தகத்திலும் கிடையாது. ஆனால், நடைமுறையில் காலம் காலமாகப் பின்பற்றப்பட்டு வருகிறது.

★

வீட்டிலிருந்து புறப்பட்டு மூன்று மாதங்கள் ஆகி விட்டிருந்தன. திருச்சியி லிருந்து சென்னை, அங்கிருந்து புனே என்று வாழ்க்கை மிக வேகமாக ஓடிய சமயத்தில் வீட்டுக்கு ஒரு கடிதம்கூட நான் எழுதவில்லை. வீட்டில் போன் கிடையாது. எனவே, பேசவும் முடியாது. என்னைப் பற்றி என்னென்ன கவலை பட்டுக் கொண்டிருந்தார்களோ என்னமோ?

நான் புனே வந்த ஒரு மாதம் கழித்து ஒரு டிசம்பர் நாளில் தமிழ் நாட்டையே அதிர்ச்சிக்குள்ளாக்கிய சுனாமிப் பேரலை வந்தது. ஊரெல்லாம் பரபரப் பாகப் பேசிக் கொண்டிருந்தார்கள். நான் சென்னையில் இருப்பதாக அப்போது நம்பிக் கொண்டிருந்த என் குடும்பத்தினர், கண்டிப்பாக என்னைப் பற்றிக் கவலை கொண்டிருப்பார்கள்.

அப்பாவும் ராதாவும் சித்தியும் என்னைத் தேடத் தொடங்கினார்கள். ராதாவிடம் நான் மு. ராமசாமி அவர்களின் தொலைபேசி எண்ணை முன் எப் போதோ கொடுத்திருந்தேன். அவளுக்கு அது நினைவுக்கு வந்து அவருக்குப் போன் செய்து என்னைக் குறித்து விசாரித்திருகிறாள்.

பேராசிரியருக்கு என் நிலைமை தெரியும். அக்கா கேட்கும் போது என்ன சொல்வதென்று அவருக்குத் தெரியவில்லை. சென்னையைத் தாக்கிய சுனாமி, திருச்சியில் இருந்த என் குடும்பத்தையும் தாக்குவதற்கு, தான் ஒரு காரணமாகிவிட வேண்டியிருக்கிறதே என்கிற சங்கடமாக இருந்திருக்கலாம் அவருக்கு. முதலில் என்னைப் பற்றி எதுவும் தெரியாது என்று சொன்னவர், இறுதியில் என்ன தோன்றியதோ, நான் ஒரு திருநங்கை என்கிற உண்மை யையும், அதற்காகவே வீட்டை விட்டுச் சென்னைக்குச் சென்றேன் என்கிற தகவலையும் ராதாவிடம் கூறி விட்டார்.

ராதாவுக்கு இதனைக் காட்டிலும் ஒரு பேரதிர்ச்சி இருந்திருக்க முடியாது. ஒன்றிரண்டு நிமிடங்கள் அதிர்ச்சியடைந்து விட்டு, பிறகு நம்பி ஏற்றுக் கொண்டு விடக் கூடிய விஷயமா இது? அப்படியே அவளுக்குப் புரிந்தாலும் எப்படி அப்பாவிடம் சொல்லுவாள்?

‘என்ன ஆச்சுன்னு தெரிஞ்சிதா? சரவணன் எப்படி இருக்கானாம்? எங்க இருக்கானாம்?’

அப்பா திரும்பத் திரும்பக் கண்ணீருடன் கேட்டுக் கொண்டு இருந்ததில் ஒரு கட்டத்தில் ராதா உடைந்து போயிருக்கிறாள். பேராசிரியர் சொன்ன தகவல் களை அவரிடம் அழுதபடி தெரிவித்திருக்கிறாள்.

அந்தக் கணத்தில் என் குடும்பம் எப்படித் தத்தளித்திருக்கும் என்பதை என்னால் உணர முடிந்தது. ஆனால் நான் செய்யக் கூடியது ஒன்றுமில்லை.

அழுகை ஓலங்கள் எல்லாம் அடங்கி சற்றே நிதானத்துக்கு வந்த பிறகு என் குடும்பத்தினர் மு.ரா. மூலமாக சென்னையில் ஆஷா பாரதியைத் தொடர்பு கொண்டு, அவர் மூலம் அருணாம்மாவைப் பிடித்தார்கள். நான் புனேவில் இருகிற விவரம் அவர்களுக்குச் சொல்லப்பட்டது.

புனேவிலிருந்த என்னை அருணாம்மா உடனே சென்னைக்குப் புறப்பட்டு வரச் சொன்னார்கள்.

பதற்றம் என்னைத் தொற்றிக் கொண்டது. அப்பாவைச் சந்திக்கப் போகிற பதற்றம். என்னை, என் கோலத்தைப் பார்க்கும் போது அவர் என்ன ஆவார்? தெரியவில்லை. ஆனால், எதிர்கொண்டு தான் தீர வேண்டும். அப்பா உங்கள் மகள் ஒரு திருநங்கை. உங்களால் ஏற்க முடியமா? அக்கா, உனக்கு ஒரு தம்பி உண்டு என்று இனியும் சொல்லாதே. உனக்கிருப்பது இரண்டு தங்கைகள் தான். மஞ்சு. அப்புறம் நான், வித்யா. சரவணன் இல்லை. வித்யா.

பெரிய உணர்ச்சிப் போராட்டத்துடன் புனேவிலிருந்து சென்னைக்குப் புறப்பட்டேன். அருணாம்மாவின் தொண்டு நிறுவனத்தில் என் குடும்பத் தாரைச் சந்திப்பதாக ஏற்பாடாகி இருந்தது.

நான் சென்னை சென்று அடைந்ததும் என் வீட்டாருக்குத் தகவல் சொல்லி இரண்டு நாளில் வரவழைத்தார்கள். ராதாவும், அப்பாவும் வருவார்கள் என்று எதிர்பார்த்துக் கொண்டிருந்தேன். அவர்கள் எழும்பூர் ஸ்டேஷனுக்கு வந்து இறங்கியதும் தொலைபேசியில் அழைத்தாள் அக்கா. வந்து விட்டார்கள்.

நான் தயாரானேன். போவது என் பெற்றோரைப் பார்க்கவா? போர்க் களத்துக்கா என்றுதான் புரியவில்லை. பயமும் பதற்றமும் அப்படிக் கவ்வி இருந்தன. சமாளித்துக் கொண்டு சென்னையில் உள்ள எனது திருநங்கை சகோதரிகளான விஜி மற்றும் பூமிகா உடன் புறப்பட்டேன்.

அழகிய கருப்பு நிறத்தில் ஒரு புடைவை. பார்டர் மட்டும் வெள்ள நிறத்தில் பட்டையாக இருக்கும். அதைத்தான் கட்டிக் கொண்டு புறப்பட்டேன். இப்புடைவை என்னைவிட என் அக்காவுக்கு மிகவும் பொருத்தமாக இருக்கும் என்று அதை உடுத்தும் போதெல்லாம் தோன்றும்.

எழும்பூர் ஸ்டேஷன் நுழைவாயிலேயே ராதாவைப் பார்த்து விட்டேன். திக்கென்று மனத்துக்குள் என்னமோ அடைத்தது. கண்கள் உதிர்க்கத் தயாராயின.

'ராதா...' என்று மெல்லக் கூப்பிட்டேன்.

'சரவணா...'

நீண்ட நாளுக்குப் பிறகு சந்தித்தாலும் இந்தப் பெயர். நானே மறந்து விட்ட என் பெற்றோர் வைத்த பெயர் சொல்லி அழைக்கப்பட்ட போது, ஒரு மாதிரியாக இருந்தது. நான் புடைவையில்தான் இருந்தேன். எப்படி என் அக்கா அப்படி அழைக்கத் துணிந்தாள்?

'அப்பிடி கூப்புடாத... இப்ப என் பேரு வித்யா' மனச் சாட்சியின்றி விவாதம் செய்து கொண்டிருந்தேன். அதற்குள் மாமாவும், சேகர் சித்தப்பாவும் வந்து விட்டார்கள். மாமாவை எதிர்பார்த்திருந்தாலும் சேகர் சித்தப்பாவை நான் எதிர்பார்க்கவே இல்லை. சேகர் எங்கள் தூரத்துச் சொந்தம். பெரியாரிஸ்ட். கொஞ்சம் புரிதல் உள்ள நபர் என்று எதிர்பார்க்கலாம். மற்ற எந்த உறவுக்கார ஆண்களிடமும், ஏன் என் மாமாவிடம் கூட அதிகம் பேசாதவள் நான். நான் சற்றுச் சிரித்துப் பேசக் கூடிய உறவுக்காரர் சேகர் சித்தப்பா. அதனால்தானோ என்னவோ அவரையும் அழைத்து வந்திருந்தார்கள். ஆனால், அப்பா?

'அப்பா எங்க ராதா?'

'ம். அவர் நீ வந்து கூப்பிட்டாத்தான் வருவேன்னு வெளியே நிக்குறாரு.'

ராதாவையோ, மாமாவையோ எதிர்கொள்வதில் எனக்குப் பெரிய சிக்கல் இல்லை. அப்பாவை எப்படி? எப்படியும் உடைந்து விடுவார் என்று உறுதி. அவரது கனவுகளை நான் சிதைத்திருக்கிறேன். அவரது கம்பீரத்தை நான் உருக்குலைத்திருக்கிறேன். அவருடைய பெருமையைச் சின்னாபின்னப் படுத்தியிருக்கிறேன். எப்படி எதிர்கொள்வேன்?

ஒன்றும் புரியாமல் அவர் அருகே சென்றேன்.

'நான் அவன பாக்க மாட்டேன்... போகச் சொல்லு. என் முன்னால நிக்க வேணாம்னு சொல்லு...' அங்கேயே கதறினார். அவரது கடைசிச் சொட்டு நம்பிக்கை என்னைப் புடைவையில் பார்த்ததும் உதிர்ந்திருக்கும் என்பது எனக்குப் புரிந்தது. அப்பாவின் அழுகை ராதாவையும் உலுக்கியது. அவளும் அழத் தொடங்கினாள்.

சேகர் சித்தப்பா சமாதானம் செய்ய முடியாமல் அவரை ஆட்டோவில் ஏற்றினார். நான், ராதா, விஜி, சேகர் சித்தப்பா ஒரு ஆட்டோவிலும், அப்பா, மாமா, பூமிகா ஒரு ஆட்டோவிலும் ஏறிக் கொண்டோம்.

ஏற்கெனவே மு.ரா. மூலமாக விஷயம் தெரிந்ததால் ராதா சீக்கிரம் சமாதான நிலைக்கு வந்திருந்தாள். சிறு வயதிலிருந்தே நான் அவள் உடைகளை ரகசியமாக எடுத்து அணிந்த காட்சிகளெல்லாம அவளுக்கு நினைவுக்கு வந்திருக்க வேண்டும். கல்லூரி நாள்களில்கூடப் பலமுறை நான் ராதாவிடம், 'ராதா, எனக்கு என்ன பிரச்னைன்னே தெரியல. ஆனா என்னைக்காவது நான் நீங்க எதிர்பார்க்காத மாதிரி பைத்தியம் புடிச்சி திரியப் போறேன்' என்று சொல்வதுண்டு.

'அடப் போடா... உனக்கு வேற வேலயில்ல...' என்று விளையாட்டாகச் சொல்லி விட்டு நகர்ந்து விடுவாள். இதை அப்படி ஒரு பைத்தியக்காரத்தன மாக நினைத்தாளோ என்னவோ... எல்லாவற்றையும் விட, என் விருப்பம் போல, மகிழ்ச்சியான ஒரு வாழ்க்கை வாழ்கிறேன் என்ற திருப்தி எப்படியோ அவளுக்குக் கொஞ்ச நேரத்தில் வந்து விட்டது. ஓரளவு ஏற்றுக் கொண்டு விட்டாள் என்று தோன்றியது.

மாமாகூட, இளம் வயதிலே பல சந்தர்ப்பங்களில் 'பொம்பளயாடா நீ...' என்று திட்டுவதுண்டு. குறிப்பாக, டேப்பில் சித்ரா, சுவர்ணலதா, அனுபமா, வசுந்தராதாஸ் என பெண்குரல் பாடல்களை நான் விரும்பிக் கேட்கும் போதெல்லாம் பெண்மையின் ஏக்கம், காதல், வலியாக வரும் பாடல்களை அனுபவித்து ரசிக்கும் போதெல்லாம் 'என்னடா பாட்டு இதெல்லாம். வெறும் பொம்பள பாட்டா ரெகார்ட் பண்ணிட்டு இருக்க' என்பார்.

வரும் வழியில் எல்லாம் அப்பாவுக்கு விஷயத்தைச் சொல்ல முடியாமல் தவித்ததை, விஷயம் தெரிந்து அப்பா வீட்டை ரெண்டாக்கியதை, தாங்கள் அழுததை, மஞ்சுவுக்கும் சின்ன மாமாவுக்கும் சொன்னதை, அவர்களது கண்ணீரை, பிரபா விவரம் புரியாமல் விழித்ததை, சித்தி அதிர்ந்து போனதை, பெரியம்மா, பெரியப்பா உள்ளிட்ட உறவுகள் கேள்விப்பட்டு அழுததை எல்லாம் ஒவ்வொன்றாகச் சொல்லிக் கொண்டே வந்தாள் ராதா. என்னால் தாங்கவே முடியவில்லை. என்னை அறியாமல் அழுது கொண்டிருந்தேன்.

'நீயேன்டா அழுவுற... நாங்கதான் அழுவணும்... உனக்கு என்ன கொற வச்சோம்? ஏன்டா இப்படிப் பண்ண?'

அப்பா கடைசிவரை என்னை புடைவையில் பார்க்கவே மாட்டேன் என்று அடம் பிடித்தார்.

நானோ பேண்ட் சட்டை போடவே மாட்டேன் என்று அடம் பிடித்தேன். ராதா, அருணாம்மா அனைவரின் அறிவுரையின்படி, சுனாமி நிவாரணப் பொருள் களாக வந்திருந்த துணிக் குவியலிலிருந்து ஒரு சட்டையை மட்டும் எடுத்து அணிந்து கொண்டேன்.

பிறகுதான் அப்பா பேசவே ஆரம்பித்தார்.

அப்பாவுக்கு எப்படியாவது புரிய வைக்க வேண்டும் என்ற எங்கள் அனைவரின் முயற்சியும் பலனளிக்கவில்லை. எங்களுடைய எந்த ஒரு சமாதானத்தையும் கேட்க அவர் தயாராகவே இல்லை. முழுக்க அழுத வண்ணம் இருந்தார். அருணாம்மாவிடம் மட்டும், 'அம்மா... உன்ன கையெ டுத்துக் கும்புடுறேன். என் பிள்ளைய எங்கிட்ட குடுத்துடுங்க....' என்றார். தர்ம சங்கடத்துடன் நெளிந்தார் அருணாம்மா.

நான் மனத்தைத் தேற்றிக் கொண்டு பேசத் தொடங்கினேன். 'கண்ணு, காலு போயி கூன் குருடா, நொண்டியா ஆயிருந்தா என்ன பண்ணுவீங்க? ஐயோ நம்ம புள்ளயாச்சேன்னு ஏத்துக்குவீங்க இல்ல? அந்த மாதிரியாச்சும் என்னை ஏத்துக்கங்கப்பா' பேசும் போதே உடைந்து விட்டேன்.

என் சார்பாக அருணாம்மாவும் பேசினார். 'இப்பல்லாம் காலம் மாறிடுச் சிங்க. அறிவியலே எங்களை ஏத்துக்குது. எங்களாலயும் சராசரி ஆணைப் போல, பெண்ணைப் போல சாதிக்க முடியுங்க. நீங்கதான் கொஞ்சம் புரிஞ்சிக்கணும்.'

'ஆமா நான்கூட நடிகையா சாதித்துக் காட்டுறேன் பாருங்க' குறுக்கே புகுந்து நான் சொன்னது இன்னும் அப்பாவை வெறுப்பேற்றுவதாக இருக்கவே, மாமா அடிக்க வந்து விட்டார்.

மாறி மாறிச் சண்டை போட்டதில் மாலையானதே தவிர, எந்த முடிவும் எடுக்க முடியவில்லை. வழியே இல்லாமல் சேகர் சித்தப்பாவும், மாமாவும் அப்பாவை அழைத்துச் சென்றார்கள்.

எல்லாருக்கும் பதிலளிக்க முடிந்த நான், அப்பாவின் முன் ஒரு குற்றவாளியாகவே நின்றேன். அவரது ஆசைகளை, கற்பனைகளை, எதிர்பார்ப்புகளை நான் அழித்திருக்கிறேன். அந்தக் குற்ற உணர்ச்சி எனக்கு எப்போதும் உண்டு. ஆனால், இதற்கெல்லாம் நானா காரணம்?

என் கவலைகள் எனக்கும் அவரது துயரங்கள் அவருக்குமாக அப்படி அப்படியேதான் இருந்தன. முடிவு என்று ஏதும் எடுக்கப்படாமல் அந்தச் சந்திப்பு முடிந்தது.

ஒரே ஆறுதல், என் குடும்பத்துக்கு உண்மை தெரிந்து விட்டதுதான்.

9. என் உலகம், என் மக்கள்

பல்லாயிரக்கணக்கான திருநங்கைகளால் எப்படித் தம் குடும்பத்தாரிடம் தம் நிலைமையை எடுத்துச் சொல்லிப் புரிய வைத்து, திருநங்கைகளாகவே அவரவர் வீடுகளில் வாழ முடியவில்லையோ, அதே மாதிரி என்னாலும் அது முடியாமல் போனது. சமூகம் அதனை எப்படிப் பார்க்கும், எப்படி ஏற்றுக் கொள்ளும் என்பது ஒரு நல்ல கேள்வி. சமூகம் என்பதுதான் என்ன? என் சமூகம் என்பது என் தந்தையும் சகோதரிகளும் சித்தியும் மாமாவும் மற்றவர்களும் தானே? முதுகலைப் படிப்புக் காலம் வரை அவர் களுடனேயே தான் வாழ்ந்திருக்கிறேன். அப்போதும் நான் ஒரு பெண்ணா கத்தான என்னை உணர்ந்தேன். அவர்கள் பார்வையில் மட்டும் ஆணாக இருந்திருக்கிறேன். அது தவறு, இனி என்னைப் பெண்ணாகத்தான் நீங்கள் பார்க்க வேண்டும், அழைக்க வேண்டும், பழக வேண்டும் என்று சொல்லும் போது அபிப்பிராய பேதம் வருகிறது. ஏற்க மறுக்கிறர்கள் என்னை, என் பாலினமாக நான் உணரும் வண்ணத்தில் ஏற்க முடியாதவர்கள் என் சமூகத் தவராகவே இருந்தாலும் எப்படி என்னால் அவர்களுடன் வசிக்கவோ வாழவோ முடியும்? தவிரவும் அவர்களுடைய தர்ம சங்கடங்கள். என்னைப் பார்க்கும் பொழுதெல்லாம் என் தந்தையின் உள்ளத்தில் குமுறக் கூடிய எரிமலைகள். அவர் சிந்தும் கண்ணீர். உதிர்க்கும் சாபங்கள். எதற்கு இதெல்லாம்?

பிரியும் போது என்னால் முடிந்தது - எனக்கே அவ்வளவாக அப்போது இல்லாத நம்பிக்கையை அவர்களுக்கு விதைக்க ஒரு சிறு முயற்சி மேற் கொண்டேன். என்னைப் பற்றிப் பெரிதாகக் கவலைப்பட வேண்டாம். நான் படித்தவள்; உலகம் தெரியும்; வாழத் தெரியும்; அல்லது வாழ முடியும்; எனக்கு என் படிப்புக்கேற்ற நல்ல வேலை கிடைக்கும். எப்படியும் நான் பிழைத்துக் கொள்வேன். நான் சரவணன் தான இல்லையே தவிர மனிதப் பிறவிதான். பூதமல்ல, பிசாசல்ல, என் புத்தி என்னைக் காக்கும். வருகிறேன்.

என் அப்பாவை அது ஓரளவு சமாதானப்படுத்தி இருக்கும் என்று நினைத்துக் கொண்டேன். அதற்கு மேல் நான் செய்யக் கூடியது ஒன்றுமில்லை என்றே தோன்றியது. ஆண்களும் பெண்களுமாக நிறைந்த உலகில், திருநங்கைகளின் இடமும் இருப்பும் எப்போதும் பிரச்னைக்குரியதுதான். எங்களை சகஜ பாவத்துடன் ஏற்கக் கூடிய மனப் பக்குவம் பெரும்பாலும் யாருக்குமில்லை.

என் வீட்டாரைக் குறை சொல்ல எனக்கு விருப்பமில்லை. ஆண்களும் பெண்களும் நிறைந்த உலகில் அவர்களும் அதன் பிரதிநிதிகள் தானே? இனி என் பாதை, என் வாழ்க்கை, என் விருப்பங்கள், என் கனவுகள், என் எதிர்காலம் — அப்படி ஒன்று இருக்குமானால் நான் மீண்டும் புனேவுக்குப் புறப்பட்டு விட்டேன்.

தென்னிந்தியாவில் இருக்கும் திருநங்கைகள் பெரும்பாலும் வட மாநிலங்களில், குறிப்பாக பம்பாய், டெல்லி, புனே, கொல்கத்தா போன்ற பகுதிகளில் தஞ்சம் அடையக் காரணம் ஒன்று உண்டு. அங்கு மக்கள், திருநங்கைகளைக் கிருஷ்ண அவதாரமாகப் பார்க்கிறார்கள். அவர்களிடம் வாழ்த்து அல்லது ஆசி பெறுவது தங்களுக்கு நல்லது என்று ஒரு நம்பிக்கை. இதனை வேறு விதமாகவும் கூறலாம். திருநங்கைகள் சபித்து விட்டால் அது பலித்து விடும். தங்களுக்குக் கஷ்டம் வரும் என்கிற அச்சம். இது உண்மையா, இல்லையா என்பது முக்கியமல்ல. திருநங்கைகள் தமிழ்நாடு, ஆந்திரம் போன்ற மாநிலங்களில் வாழ்வதைக் காட்டிலும் மேலதிகப் பிரச்னைகள் ஏதுமின்றி வட மாநிலங்களில் வாழ முடிவதற்கு இது ஒரு முக்கியமான, சௌகரியமான காரணம்.

தமிழநாட்டில் கூட திருநங்கைகள் குறித்த புராணக் கதைகள் உண்டு. பாரதப் போரில் பாண்டவர்கள் வெற்றி பெறுவதற்காகக் காளிக்கு ஒரு பலி கொடுக்க வேண்டியிருக்கிறது. அர்ஜுனனின் மகன் அரவானை அதற்குத் தேர்ந்தெடுக் கிறார்கள். பலி கடாவாக, அரவான் பலியாகச் சம்மதிக்கிறான். ஆனால், அதற்கு முன் அவனுடைய விருப்பத்தைப் பூர்த்தி செய்ய வேண்டிய ஓர் அவசியம் உண்டாகி, கிருஷ்ண பரமாத்மாவே மோகினியாக அவதாரம் எடுத்து அரவானைத் திருமணம் புரிகிறார்.

அர்ஜுனனே தான் பெற்ற சாபம் ஒன்றின்படி ப்ருஹன்னளை என்னும் திருநங்கையாக உருமாறிய இன்னொரு கதையும் உண்டு.

மற்றொரு இதிகாசமான ராமாயணத்திலும், ராமர் வனவாசம் முடித்து, திரும்பி வருகையில் திருநங்கைகள் அவருக்காகக் காத்திருந்த கதையுண்டு.

இத்தனை இருந்தாலும், தமிழ்நாடு, கர்நாடகம், ஆந்திரம் போன்ற மாநிலங்களில் திருநங்கைகள் மீதான வன்முறைகள் மிக அதிகம். என்ன மாதிரியான வன்முறைகள், எவ்வளவு பாதிக்கப்படுகிறார்கள் என்கிற விவரங்கள்கூடக் கடந்த பத்தாண்டுகள் முன்பு வரை வெளியே தெரிய வரவே வராது. அதனை ஒரு பொருட்டாகவே யாரும் கருத மாட்டார்கள். தென் மாநிலத்தவர்களும் புராணங்களை நம்புகிறவர்கள்தாம். பக்தி மிக்க வர்கள்தாம். ஆனாலும், திருநங்கைகள் விஷயத்தில் அவர்களை எந்தப் புராணக் கதையும் மாற்றியதாகவே தெரியவில்லை. அவர்களும் மனிதப் பிறவிகள்தான். உண்டு, உறங்கி, விழித்து, எழுந்து, உழைத்து வாழப் பணிக் கப்பட்டவர்கள்தான் என்கிற எண்ணம் பெரும்பாலும் யாருக்கும் கிடையாது. பார்வையில் ஓர் அலட்சியம். அணுகுமுறையில் ஓர் ஆதிக்க மனோபாவம்.

அருகே சென்றாலே கெட்ட பொருள் பட்டு விட்டதைப் போல 'சீச்சீ தூரப் போ' என்று விரட்டும் அருவருப்புணர்வு.

திருநங்கைகள் என்ன பாவம் செய்து விட்டார்கள்? ஆணாகப் பிறந்து, பெண்ணாக உணர்வது ஒரு பாவம் என்றால் அது இயற்கையின் ஏற்பாடு. நாங்கள் என்ன செய்ய முடியும் அதற்கு?

இதனாலேயே தென்னிந்திய மாநில்ங்களில் வாழும் திருநங்கைகள், எப்படியாவது வட மாநிலங்களுக்குப் போய் விட மிகவும் விரும்புவார்கள். நம்பிக்கைகளாலோ, சாபம் குறித்த அச்சத்தாலோ - காரணம் என்னவாக இருந்தாலும் இங்கு இருக்கிற அளவுக்கு அங்கு எங்களுக்குத் தொல்லை கிடையாது. பெண்ணாகவும் வாழ வேண்டும். வன்முறைகளிலிருந்தும் விடுதலை வேண்டும். அதற்கு வட இந்தியா போவது தவிர வேறு வழி கிடையாது.

சிலர் பம்பாய். சிலர் கொல்கத்தா. நான் புனே. காரணம், என்னை மகளாகத் தத்தெடுத்த அருணாம்மாவுக்கு அந்த ஊரில் இருந்த தொடர்புகள். அவருடைய 'அம்மா' அங்கேதானே இருக்கிறார்? அந்த மரபுப்படி நான் என் 'பாட்டி' வீட்டில் வளர்வதற்காகப் புனே சென்றேன்.

எனக்குத் தெரியும். புனேவுக்குச் சென்ற நான் தங்கத் தட்டில் பால் சோறு தின்று கொண்டிருக்கப் போவதில்லை என்று. அங்கே என்ன செய்யப் போகிறேன் என்பதைப் பற்றி மிக நன்றாக அறிந்திருந்தேன். பிச்சை தான். சந்தேகமே இல்லை. பாலியல் தொழிலாளியாகப் பிழைப்பு நடத்த விருப்பமில்லாத பட்சத்தில் எனக்கு வேறு வழியே கிடையாது. எனக்கு என்றில்லை. எல்லா திருநங்கைகளுக்குமே இதுதான் நிலைமை. எனவே, நான் பிச்சை எடுக்கத் தயாரானேன். எனது எம்.ஏ., மொழியியல் பட்டத்தைத் தாற்காலிகமாக மறந்து போனேன்.

பிச்சை எடுத்தலை, திருநங்கைகளின் உலகம் 'கடை கேட்டல்' என்று சொல்லும். கடை கடையாக ஏறிப் பிச்சை கேட்பது கடை கேட்டல் அல்லது பஜார் கேட்டல். இதுவே டிரெயினில் பிச்சை எடுத்தால் அது டிரெயின் கேட்டல். டிராஃபிக் சிக்னலில் பிச்சை கேட்டால், டிராஃபிக் கேட்டல். ஆக, மூன்று விதமான பிச்சைகள் அல்லது கேட்டல்கள்.

நான் பம்பாய்க்குச் சென்று 'ரீத்' போட்டு விட்டு வந்த மறுநாளே என்னை சத்யா அக்காவுடன் கடை கேட்க அனுப்பி விட்டார்கள். முதல் நாள். முதல் அனுபவம். மறக்க முடியாது.

சிட்டி போஸ்டில் நாங்கள் இருந்த கல்லி(தெரு)ல் இருந்து மெயின் ரோடுக்குச் செல்லும் வரை தலை குனிந்தபடிதான் நடக்க வேண்டும்.

ஏனெனில் அந்தத் தெரு பாலியல் தொழில் செய்யும் திருநங்கைகளுக்கானது. இங்கே அவர்கள் மட்டும்தான் தங்க வேண்டும். தவிர, நிர்வாணம் ஆகாதவர்கள் அங்கே இருக்கக் கூடாது என்றொரு விதி. அப்படி இருப்ப

தானால், சில சட்ட திட்டங்களுக்கு உட்பட்டுத்தான் இருக்க வேண்டும். வீதியில் இறங்கினால் குனிந்த தலை நிமிரக் கூடாது என்பது அதில் ஒரு சட்டம்.

கடை கேட்கும் திருநங்கைகள் தங்குவதற்கென்று புனேவில் தனி இடங்கள் உண்டு. அதில் ஒன்று சிவாஜி நகர். புனேயின் முக்கியமானதொரு குடிசைப் பகுதி. அங்குள்ள எந்த வீட்டுக்கும் நான்கு புறங்களிலும் சுவர்கள் இருக்காது. மாறாக, நான்கு பெரிய தகரங்களைத்தான் வைத்து அடித்திருப்பார்கள். மேற்கூரையும் தகரத்தால் ஆனதாகவே இருக்கும். தரை மட்டும் தகரம் இல்லை. மண் தரைதான். இத்தகைய தகரக் குடிசைகளால் ஆன அந்தப் பகுதியில்தான், கடை கேட்கப் போகும் திருநங்கைக் வாடகைக்கு இருப்பார்கள். மிகச் சில மூத்த திருநங்கைகளுக்கு மட்டும் சொந்தத் தகரக் குடிசைகள் இருக்கும். மழைக் காலங்களில் நீங்கள் அந்தப் பக்கம் நடக்கவே முடியாது. வீதி முழுதும் வெறும் சேறாக இருக்கும். காலே வைக்க முடியாது. மண் தரை கொண்ட தகரக் குடிசைகள்தாம் என்பதால் வீட்டுக்குள்ளும் சேறு சேர்ந்து விடும்.

பணம் கொடுக்கத் தயார் என்றாலும் புனேவில் வேறெங்கும் திருநங் கைகளுக்கு வீடு கொடுக்க மாட்டார்கள்.

எனது நாணியாகிய சாரதாம்மாவுக்கும் அத்தகைய சில தகர வீடுகள் இருந்தன. நியாயமாக என்னை அங்கேதான் அவர் தங்க வைத்திருக்க வேண்டும். ஆனால், என் நினைத்தாரோ? ஓரளவு வசதி உள்ள சிட்டி போஸ்ட் குடியி ருப்புப் பகுதியிலேயே தங்க வைத்தார். அங்கே நானும் என் சகோதரிகளான சத்யா, செண்பகம் (இவள் நந்தினியம்மாவின் சேலா - மகள்) ஆகியோரும் இருந்தோம்.

★

முதல் முறையாக, கடை கேட்க சத்யா என்னை அழைத்துச் சென்ற இடம் ஸ்வார் கேட். சிட்டி போஸ்டிலிருந்து கொஞ்ச தூரம் சென்றால் மார்க்கெட் பகுதி ஒன்று வரும். அங்கிருந்து ஷேர் ஆட்டோ பிடித்தோம். ஆட்டோ சென்ற பாதை முழுவதும் நீள நீளமான கடை வீதிகள்.

‘இந்த பஜார்ல கட கேட்கக் கூடாது. புரிஞ்சிச்சா?’ என்றாள் சத்யா.

‘இந்த பஜார் மட்டுமில்ல. நம்ம தெருவ சுத்தியிருக்குற எந்த பஜாருலயும் கட கேட்கக் கூடாது. புரிஞ்சிச்சா?’

‘ஏன்க்கா?’

‘ஏன்னு கேட்காத. கேட்கக் கூடாதுன்னா, கூடாது அவ்வளவுதான்!’

சற்று அழுத்தமாகவே பேசினாள், சீனயிர்! சத்யா எப்போதும் அப்படித்தான். என்னைவிட வயதில் சில வருடங்களே மூத்தவள் என்றாலும், திருநங்கை களின் குழுமத்தில் பல காலமாக வாழ்ந்து வந்தாள். அதனாலேயே அவள்

பேச்சு, நடவடிக்கை எல்லாவற்றிலேயும் பெரிய மனுஷி தோரணை நிறைந்திருக்கும்.

ஆட்டோ, ஸ்வார் கேட் சிக்னல் முன்பாக நின்றது. சிக்னலிலேயே இறங்கிக் கொண்டோம். அகலமான இரு வழிச் சாலை அது. சிக்னலைக் கடந்ததும் நேராக ஒரு பாலம் தெரிந்தது. இடது புறம் ஒரு சாலையும், அதற்கு நேர் எதிராக ஒரு சாலையும், அச் சாலைக்கு இணையாக மற்றொரு சாலையுமாக ஐந்து சாலைகள் இணையும் சிக்னல் அது.

சத்யா மீட்டர் பார்த்து, காசு கொடுத்து விட்டு வந்தாள். சிக்னலைக் கடந்து சென்றதும் ஒரு சிறிய பேருந்து நிலையம் இருந்தது. எங்கும் கூட்டம். எல்லா இடங்களிலும் மக்கள். எனக்குப் புதிய இடம். ஆகையால், சுற்றிச் சுற்றி வேடிக்கை பார்த்தபடியே வந்தேன்.

'அட அங்கென்ன வேடிக்கை பாக்குற, வேகமாக நட' என்றாள் சத்யா. அவள் கோயமுத்தூர்க்காரி. அந்த பாஷை அற்புதமாகப் பேசுவாள். அதை வைத்தே வீட்டில் அவளைக் கலாட்டா செய்து விளையாடுவார்கள்.

ஓரிடத்தில் வத்திப் பெட்டிகளின் வரிசை போல சிறு சிறு கடைகள் அடுத்தடுத்து ஒட்டிக் கொண்டு நீண்டு வந்தன. செருப்புக் கடை, நாளிதழ், புத்தகக் கடை, டீக்கடை, சிறிய துணிக் கடைகள், போக்கிரி, பைகள், பெல்ட் தொங்க விடப்பட்ட கடைகள் என வகை வகையான கடைகள்.

ஒவ்வொரு பஜாரிலும் கடை கேட்பதற்கு முதல் கடையாக ஒரு கடையை சத்யா தேர்வு செய்திருந்தாள். அந்தக் கடைகளில் நிச்சயம் ஒரு ரூபாயாவது தருவார்கள். அதுவும் அந்தக் கடையில் எந்தப் பேரமும் செய்ய மாட்டாள். கடை கேட்கும் யாருமே அப்படித்தான், முதல் கடை பேணியாகவில்லை என்றால், அந்த நாள் வருமானம் தேறாது என்பது நம்பிக்கை. பேரம் பேசினால், ஒரு வேளை முதல் போணியிலே தகராறும் நடக்கலாம். அதனால் அந்த நாள் முழுதும் பிரச்னைக்குரியதாகி விடலாம் என்பது நம்பிக்கை. எத்தனையோ நம்பிக்கைகள். அவற்றுள் இவையும் சில.

முதல் கடையாக ஒன்றைத் தேர்ந்தெடுத்து, சத்யா அன்றைய வேலையைத் தொடங்கினாள். கையைத் தட்டி 'பையா தேனா...' என்று கேட்டாள். அவளைப் பார்த்துக் கொண்டே நான் நின்று கொண்டிருந்தேன். அவள் ஏதோ டொனேஷன் கேட்டு வந்தவள் போலவும் நான் அவளை மேற்பார் வையிடுவது போலவும்!

'அய்ய என்ன பாக்குற... போய் அடுத்த கடயில் கேளு' என்றாள் சட்டென்று.

எனக்குப் பகீர் என்றது. அடுத்த கடையில் நானா? திடீரென இது என்ன... ஏன் இப்படி என்று என்னவோ போலாகி விட்டது எனக்கு. எந்த முன் தகவலும் இல்லாமல் திடுதிப்பென்று என்னை அடுத்த கடையிலே போய் பிச்சையெடு என்கிறாள்.

சரி, எதிர்பார்த்ததுதான். தெரிந்ததுதான். செய்ய வேண்டியதும் கூட. ஆனாலும், கை நீட்ட நினைக்கிறேன், ஒத்துழைக்க மறுக்கிறது. கண்களில் அழுகை முட்டிக் கொண்டு வருகிறது. மாதக் கணக்கில் மறந்து போயிருந்த எம்.ஏ., மொழியியல் படிப்பு அப்போது ஞாபகம் வந்து தொலைக்கிறது. என்ன சொல்வது? தயங்கி நிற்கிறேன்.

'அய்ய.... இது என்னாம்மா இந்த கோத்தி... கட கேக்க சொன்னா பே...னு நிக்குது.... படிச்சவங்குறதெல்லாம் இங்க பாக்கக் கூடாது. கோத்திங்கள்ல படிச்சவங்க, படிக்காதவங்கள் எல்லாம் ஒண்ணுதான். டக்கு டக்குன்னு கேளு... நீ ஒரு கட கேட்டா நான் ஒரு கட கேட்கலாம், இரண்டு பேருக்கும் வசூல் ஆவணும்.'

ஆரம்பத்தில் அவளைப் போல டணார் டணார் என எனக்குக் கை தட்ட வராது. அது திருநங்கைகளுக்கென உள்ள சங்கேத அழைப்பினைப் போன்றது. நெரிசலான சாலையில் ஒரு திருநங்கை இன்னொரு திருநங்கையைப் பார்த்தால் பேரைச் சொல்லியோ, ஓடிச் சென்றோ கூப்பிட வேண்டியதில்லை. இப்படிக் கைகளால் எழுப்பும் டணார் ஒலி, எங்கிருந்தாலும் திருநங்கை களைத் திரும்ப வைக்கும். மேலும், சண்டை சச்சரவு என வரும் போதும், கைகளை 'டணார் டணார்' தட்டும் போதே ஓர் ஆன்ம பலம் வந்து சேரும்.

'அய்ய... உனக்குக் கையடிக்கத் தெரியாதா... என்ன கோத்தியோ போ...' சலித்துக் கொண்டாள் சத்யா. ஒவ்வொரு கடையாகத் தயங்கித் தயங்கி நின்று, கேட்டு வந்த நான் ஒரு முடிவோடு அவள் கேட்கும் முறை, பேசும் விதம் ஆகியவற்றை உள்வாங்கி, அவளைப் போலவே கடை கேட்க ஆரம்பித்தேன்.

கடை கேட்கத் தொடங்கிய சாலையில் முதலில் இடப் பக்கமாக ஆரம்பித்து வரிசையாகக் கேட்டு வந்தோம். இடையில் வரும் சாலைகள், வீதிகள் கடந்து கடை கேட்டோம். பின்னர் மதிய நேரத்துக்குப் பின் நாங்கள் வந்த பாதைக்கு எதிர்ப் பக்கம் உள்ள கடைகளாக ஏறி இறங்கினோம்.

ஒரு வழியாக அந்தச் சாலை முழுதும் கடை கேட்டு முடித்தோம்.

பொதுவாக மதிய உணவு என்று நாங்கள் போவதில்லை. ஆங்காங்கே சில டீக்கடைகளில் காசு வாங்குவதற்குப் பதில் டீ, வடா பாவ், பாவ் பாஜி என்று ஏதாவது சாப்பிட்டுக் கொள்வோம். அவள் சில பான் மசாலா கடைகளில் வெற்றிலை வாங்கிப் போட்டுக் கொள்வாள்.

சுத்யா அக்கா என்னைப் பல இடங்களுக்கு அழைத்துச் சென்று அனைத்துக் கடை வீதிகளையும் கடை கேட்பதற்காக ஒரு ரவுண்ட் அறிமுகப்படுத் தினாள்.

ஸ்வார் கேட்டைச் சுற்றி மட்டுமே நான்கு கடை வீதிகள் அங்கே இருந்தன. முதல் நாள் சென்ற வீதி ஒன்று. அதே சாலைக்கு இணையாக, பெட்ரோல் பங்க் ஒன்றினை ஒட்டியுள்ள மற்றொரு சாலை. இவ்விரு சாலைகளுக்கும் எதிரில் உள்ள சாலை, அதற்கு அருகில் உள்ள பாலத்தைக் கடந்தால் வரும் நேர்ச்சாலை.

போல்டிகிரி மார்க்கெட் என்னும் பெரிய காய்கறி மார்க்கெட் ஒன்று. நம் ஊர் உழவர் சந்தை மாதிரி இருக்கும். அதன் நுழைவாயில் முன்பாகவே பல தள்ளு வண்டி பழக் கடைகள் இருக்கும். அம்மார்க்கெட்டின் அமைப்பு பெரிய வட்ட வடிவில், வரிசையாகத தனித் தனிக் கட்டடங்களில் கடைகள் நிறைந்ததாக இருக்கும். அதன் முதல் தளத்தில் அலுவலகம் இருக்கும். ஒரு பெரிய வட்டத்துக்குள் சிறிய வட்டம். அதற்குள் இன்னொரு சிறிய வட்டம் என்ற அமைப்பில் முழுக்க முழுக்கக் கடைகள். அது போக ப்ளாட்பாரக் கடைகள்.

அங்கு மட்டுமே ஒரு நாள் கடை கேட்கலாம். காசு மட்டுமன்றி வெங்காயம், தக்காளி, காய்கறிகள் எனப் பலதும் கிடைக்கும். கடைக்கார்ரகளே கொடுப்பார்கள். நாமும் எடுத்து வரலாம். சமயத்தில் தெரிந்தே எடுக்கலாம். சமயத்தில் தெரியாமலும்.

ஒரு நாள் கடை கேட்டு முடிக்கும் போது ஒரு மூட்டை நிரம்பியிருக்கும். இதற்காகவே, தனி பையும் கொண்டு செல்வோம்.

கடை கேட்கும் போது அங்கங்கே நிற்கும் ஆட்டோவாலாக்களிடமும் கை தட்டுவோம். பெரும்பாலும் ஆட்டோவாலாக்கள் ஒரு ரூபாயாவது தருவார்கள்.

இது போக, ஸ்வார் கேட் பஸ் ஸ்டாண்டிலிருந்து, பஸ் பிடித்து சிவாப்பூர் செல்வோம். அது புனேவிலிருந்து ஒரு மணி நேரப் பயண தூரத்தில் உள்ள அழகிய மலை கிராமம். கிட்டத்தட்ட நம் ஏலகிரி, கொடைக்கானல், ஊட்டியைப் போன்றது. அதைவிட அழகானதும், இயற்கை வளம் நிறைந்த கிராமம். பகல் பொழுதிலேயே நடுங்கும் குளிரில் கடை கேட்போம். கிராமத்துக்கு முன்பான நெடுஞ்சாலையின் இரு புறம் பெரிய/சிறிய ஹோட்டல்களும், கடைகளும் இருக்கும். கிராமத்துக்குள் நல்ல பெரிய பஜாரும் இருந்தது. மற்ற கடை வீதிகளைப் போலன்றி, இங்கு கடைகள் அருகருகே இருக்காது. இடைவெளி விட்டு இருக்கும். கடையில்லாத இடங்களில் அழகிய விவசாய நிலங்கள். மோட்டாரில் பாயும் நீர். சாலையை ஒட்டி உயரமான மரங்கள், சுத்தமான அகன்ற வெட்டவெளி என மனத்துக்கு இதமான இடங்களாகும். மாதத்துக்கு ஒரு முறைதான் அங்கு செல்வோம். அப்பகுதியின் அழகிற்காகவே அந்த இடத்தில் கடை கேட்க எனக்கு மிகவும் பிடிக்கும்.

ஒவ்வொரு நாளும் கடை கேட்டு முடிக்க எப்படியும் மாலை ஐந்து அல்லது ஆறு மணி ஆகி விடும். சில்லரைகளை அவ்வப்போது மாற்றிக் கொள்வோம். ஒருவர் இரண்டு ரூபாய் தருகிறார் என்றால், அவரிடம் எட்டு ரூபாய் சில்லரையைத் தந்து பத்து ரூபாய் நோட்டாக மாற்றிக் கொள்வோம். அதையும் மீறி நிறைந்து விட்ட சில்லரைகளை லாட்டரிக் கடைகள், டீக்கடைகளில் மாற்றிக் கொள்வோம். அல்லது சிட்டி போஸ்ட்டுக்கு அருகில் உள்ள சந்தையில் சில்லரை மாற்றிக் கொள்ளவென்றே தனிக் கடை இருக்கும்.

நூறு ரூபாய்க்கு ஐந்து ரூபாய் கமிஷன். பெரும்பாலும் டீக்கடை மற்றும் லாட்டரிக் கடைகளில் எப்படியும் மாற்றி விடுவோம்.

இரண்டு மாதங்களில் நான் தனியாகவே கடை கேட்கப் போகுமளவு பழகி விட்டேன். அதற்குள் தினம் நான் கமிஷனாக எடுத்துக் கொள்ளும் 50 ரூபாயைச் சேர்த்துச் சேர்த்து தேவையான சுடிதார், புடைவை, வளையல், தோடு, பொட்டு என வாங்கிக் குவித்து விட்டேன். நிறைய நுட்பங்களையும் தெரிந்து கொண்டேன். எந்தக் கடையில் எத்தனை கிடைக்கும், எங்கு தொடங்கினால் நாள் முழுக்க நல்ல வருமானம் வரும், யார் கொடுக்க மாட்டார்கள், யார் சண்டைக்காரர்கள், எங்கு நைச்சியமாகப் பேச வேண்டும், எங்கு அதட்டிக் கேட்கலாம் என்று எல்லாமே அத்துப்படி ஆகி விட்டது. சந்தோஷமாகக் கடை கேட்கத் தொடங்கினேன்.

இடையில் ஒரு முறை சென்னைக்கு வந்து சென்றேன். பிரமாதமான காரணம் ஒன்றுமில்லை. சும்மாதான். சென்னையில் பிச்சை எடுக்க முடியாது என்று சொல்லித்தான் புனே சென்றேன் என்ற போதும் இம்முறை சென்னை வந்த போது டிரெயின் கேட்கலாம் என்று ஏனோ தோன்றியது. எதுவுமே பெரிய விஷயமில்லை. எதுவும் சிரமமானதும் இல்லை. எல்லாம் மனத்தின் தன்மையைப் பொறுத்தது. நான் என் அடையாளத்தை மறைக்க வேண்டி அவசியமில்லை என்றாகி விட்ட பிறகு எனக்கு எதுவும் சிரமமானதாகவோ, அவமானத்துக்குரியதாகவோ படவில்லை.

சென்னையில் செண்பகம், வசந்தி ஆயாவுடன் ட்ரெயின் கேட்கச் சென்றேன். செண்பகம் என்னிடம் மிகுந்த பாசத்துடன் பழகிய சகோதரி. சத்யாவை விடவும் இணக்கமாக இருந்தாள்.

பஜார் கேட்பதைவிட ட்ரெயின் கேட்பது சற்றுச் சிரமமானதாக இருந்தது. காலையில் ஆறரை மணிக்கெல்லாம் எழுந்து, குளித்து, தயாராகி விட வேண்டும். புனேயின் அதிகாலைக் குளிருக்கு ஏழு மணிக்குப் பச்சைத் தண்ணியில் குளிப்பது பெரும்பாடு.

அப்போது தண்ணீர் பிடித்து, பாத்திரம் கழுவும் வயதான, ஆனால், துடிப்பான பாட்டி ஒருத்தி வந்து விடுவாள். அவள சிவாஜி நகரிலிருந்து வருபவள் அந்தத் தள்ளாத வயதிலும் அதிகாலையில் எழுந்து சிவாஜி நகரிலிருந்து கிளம்பி தண்ணீர் பிடித்து, பாத்திரம் விளக்கி, அங்குள்ள மற்றவர்களுக்கு டீ, நாஸ்தா வாங்கித் தருவது என எல்லா வேலைகளையும் விரைவாகச் செய்து கொண்டிருப்பாள். அவள் குரலும், அவளது மராட்டி கலந்த ஹிந்தியும் கேட்கச் சுவையாக இருக்கும். அசப்பில் என சொந்த பாட்டியை நினைவூட்டுவாள்.

அப்பாவின் தாயான அவள், தனது தொண்ணூ று வயதிலும், சிரமம் பார்க்காமல் திரையரங்கு ஒன்றில் பணி புரிந்தாள். தனியாகச் சமைத்து, துவைத்த தன் எல்லாப் பணிகளையும் தானே பார்த்துக் கொண்டாள். எப்போதாவது நாங்கள் செய்யும் 'சிறந்த சமையலை'க் கொடுத்தனுப்பினால்

கூட மறுத்து விடுவாள். அது என்ன கொள்கையோ, உறுதியோ? தன் பிள்ளைகளின் முதல் ஆண் வாரிசாக என்னை உயிரைக் குடுத்து பாசம் காட்டியவள்.

இந்தக் கிழவியைப் பார்க்கும் போதெல்லாம் ஏனோ எனக்கு என் பாட்டியின் நினைவு உடனே வந்து விடும்.

ஏழு முப்பதுக்கெல்லாம் நான் தயாராகி, கீழே சென்று வசந்தி ஆயாவுக்குக் குரல் கொடுத்தால், அவள் வந்து விடுவாள். வசந்தி ஆயா ஐம்பது வயதிலும் ட்ரெயின் கேட்டவள். இளம் வயதில் அழகு ராணியாக வளைய வந்தவள். இப்போது வயதானதில், உடம்பு குச்சி போல நொடிந்து போய் இருந்தது. வருடக் கணக்கில் புனேவில் வசித்து வந்தாலும் இன்னும் ஹிந்தி பேசத் தெரியாதவள். இயல்பாகவே உளறுவதைப் போல் இருக்கும் அவள் பேச்சு. ஹிந்தியை அவள் குதறித் துப்பும் போது சிரிப்பாக இருக்கும்.

'அரி தேனா...', 'க்யா, தும் ஏ... வோ... போல்ஹ. ம்க்கும்...'

இது மட்டும்தான் அவள் பேசும் ஹிந்தி. மற்றபடி மதிழ், மலையாள, ஆந்திரா, மராட்டி யாராக இருந்தாலும் தமிழ்தான் பேசுவாள். எதிராளிக்குப் புரியுமா, புரியாதா என்பது பற்றியெல்லாம் கவலையே கிடையாது. எப்போதும் 'ம்... அய்ய... ஒரு பத்து ரூபா குடேன்டா...' என்பாள். அவளது முதிய தோற்றம் ஒரு ப்ளஸ் பாயிண்ட். வெகுளிப் பேச்சு முகத்தை வாரி நெட்டி முறித்து ஏதேதோ செய்து கையில் காசு வாங்கி விடுவாள்.

செண்பகத்துக்கும் ஹிந்தி தெரியாது. ஆனால், காசு வாங்கும் கலை அவளிடம் இருந்தது. 'யே... தேரே.. ஹாங்...' என்று மிரட்டும் தொனியில் அவள் கேட்கும் போது பத்திலே சிலர் கொடுத்து விடுவார்கள்.

எட்டு முதல் எட்டரைக்குள் வரும் கோயம்புத்தூர் லோக்மான்யா வண்டியில் லோனாவாலா வரை செல்வோம். அதைத் தொடர்ந்து வரும் ஹைதராபாத் வண்டியில் கண்டாலா வரை செல்வோம். அங்கிருந்து 12 மணி சுமாருக்கு வரும் மும்பை - புனே வண்டியில் திரும்பி விடுவோம். மீண்டும் 3.30க்கு வரும் பெங்களூர் - பம்பாய் வண்டியில் லோனாவாலா, அங்கிருந்து, ஆந்திரா செல்லும் வண்டியில் புனே வரை என ஒரு நாளுக்கு நான்கு வண்டிகள். ரயிலில் கிடைக்கும் சில்லரைகளை லோனாவாலா ஸ்டேஷன் டிக்கெட் கவுன்டரில் மாற்றிக் கொள்வோம்.

முதலில் எங்கள் ஏரியாவைச் சேர்ந்த கஸ்தூரியம்மா என்பவர் ஊருக்குச் சென்ற போது, அவருடன் துணைக்குப் போவது போலத் தான் நான் ட்ரெயின் கேட்கப் போனேன். அவர் ஊரிலிருந்து திரும்பிய உடன் தனியாக ஹைதராபாத் வண்டியில் கடை கேட்டு கர்ஜத் சென்று அங்கிருந்து சோலாப்பூர் வண்டியைப் பிடித்து, புனே வரை கடை கேட்டு, அங்கிருக்கும் சில லோக்கல் வண்டிகளிலும் கடை கேட்டேன். அதைத் தொடர்ந்து ப்ரியா, ப்ரதிக்ஷா போன்ற சக தோழிகளின் டோலில் (டோல் என்றால் குழு என்று சொல்லலாம்). இணைந்து கொண்டேன். காலையில் நான் வழக்கமாகப் போகும்

ரூட்டிலும் மாலையில் அவர்கள் கேட்கும் நாகர்கோயில் வண்டியிலும் சேர்ந்து கடை கேட்போம். இடைப்பட்ட மதிய வேளையில் ஸ்டேஷனில் நிற்கும் ஷட்டில் வண்டியையும் விட மாட்டோம்.

எங்கள் டோலில், ப்ரியா வயதிலும் அனுபவத்திலும் மூத்தவள். ஆனால், பெரியவள் என்ற பந்தா, இம்சை எதுவும் இன்றி இணைந்து சந்தோஷமாக ட்ரெயின் கேட்டு வந்தோம். ட்ரெயின் கேட்கும் எங்கள் மூவரிடமும் மற்றவர்களைப் போல சீரியஸ்னஸ் துளியும் இருக்காது. ரொம்ப ரொம்ப ஜாலியாக ஒருவரை ஒருவர் இடித்துக் கொண்டும், கிண்டல் அடித்துக் கொண்டும் வந்தோம். எனக்கு முனபாக, பல காலமாக ப்ரியாவும் பிரதிக்ஷாவும் அந்த வண்டியில் கடை கேட்பதால் பல ரோஜ்வாலாக்கள் (தினம் வருபவர்கள்) அவர்களுக்கு அறிமுகம்.

பரியாவின் இனிமையான குணத்தாலும் பழகும் விதத்தாலும் ரோஜ்வாலா மட்டுமன்றி, ஸ்டேஷன் புக்கிங் கவுண்டரில் உள்ள நபர்கள், ஸ்டேஷனில் வியாபாரம் செய்யும் வியாபாரிகள், ஸ்டேஷன் மாஸ்டர், ஆட்டோ ஸ்டாண் டில் உள்ள ஆட்டோவாலாக்கள் என அனைவரும் அவளுக்குச் சிநேகிதர் களாக இருந்தார்கள். அவள் மூலம் எங்களுக்கும் அவர்கள் நட்பானார்கள்.

பெரிய பிரச்னைகள் இல்லாமல் காலம் ஓடிக் கொண்டிருந்தது. சில மாதங்கள்தான். திடீரென்று ஒரு நாள் கடை கேட்கும் திருநங்கைகள் யாரும் சிட்டி போஸ்ட் கல்லியில் இருக்கக் கூடாதென அந்த இடத்தின் தலைவி சொல்லி விட்டாள். அந்தக் கல்லியில் திருநங்கைகள் மட்டும், பெண்களும் பாலியல் தொழிலாளிகளாக இருந்தனர். இடையிடையே ஒரு சில சம்சாரி குடும்பங்களும் அங்கே இருந்தன. பாலியல் தொழிலில் இருக்கும் திருநங் கைகள் அழகாகவும், பெண்மை மிகுந்த தோற்றத்துடனும் இருந்தால் மட்டுமே பாலியல் தொழில் செய்ய அனுமதிக்கப்படுவர். அதுவும் ஒரு வீட்டுக்கு இத்தனை என்ற கணக்கும் உண்டு.

அங்கு எல்லாமே அவள் வைத்ததுதான் சட்டம். எதிர்த்து யாரும் பேச முடியாது. கல்லியில் எங்கள் வீட்டுக்கு எதிரே இரண்டாவது வீடு அவளுடையது. மொத்தம் நான்கு மாடி அவளுக்குச் சொந்தம். எப்போதாவது வாசலில் அமர்ந்திருக்கும் அவளைப் பார்த்து விட்டால் மறக்காமல் பாதம் தொட்டு வணங்கித்தான் செல்ல வேண்டும்.

நாங்கள் வணங்காமல் இல்லை. ஆனாலும், மேற்கொண்டு அங்கே வாழ முடியாது என்று சொல்லி விட்டாள். இந்த இக்கட்டான நிலைமையிலும் நானி எனக்கு ஆதரவாக இரு காரியம் செய்தாள். மற்ற அனைவரையும் சிவாஜி நகருக்கு அனுப்பி விட்டு என்னை மட்டும் ப்ரியா மற்றும் பிரதிக்ஷாவுடன் சேர்ந்து தங்கிக் கொள்ள அனுமதித்தாள். ப்ரியாவும், பிரதிக்ஷாவும் எங்கள் வீட்டுக்கு அடுத்துள்ள வீட்டிலுள்ள ‘புனைக்கார பரிவாரை’ச் சேர்ந்தவர்கள். அதாவது நான் சாராத வேறொரு பரிவார். ஆனாலும் நானி அதற்கு அனுமதித்தாள்.

லோனாவாலா ஆட்டோ ஸ்டாண்டிலுள்ள ஒரு ஆட்டோ வாலாவின் வீட்டை வாடகைக்குப் பிடித்தார்கள். வழக்கமாக திருநங்கைகளுக்கு வீடு வாடகைக்குத் தராதவர்கள் வாழும் பகுதியில், எங்கள் மீதுள்ள நம்பிக்கையில் வாடகைக்கு வீடு தந்தார்கள்.

அட்வான்ஸ், பாத்திரம், பண்டம் எல்லாம் ப்ரியா மற்றும் பிரதிக்ஷாவின் சொந்தப் பணம். எனவே, நான் அதற்கு மாத வாடகையில் தனியாகக் கொஞ்சம் சேர்த்துத் தருவேன். வீடு லோனாவாலாவுக்குள் உள்ள கிராமம் அல்லாத நகரமும் அல்லாத ஒரு பகுதியில் இருந்தது. அங்கங்கே மலைகளும் சரிவுகளும் தென்படும் அந்த இடத்தில், ஒட்டினாற் போல் கட்டப்பட்ட ஓர் இரட்டை வீட்டின் ஒரு பகுதியில் நாங்கள் இருந்தோம். கூரையால் மூடப்பட்ட அழகான சிமெண்ட் வாசல். மூன்று பேர் புழங்கப் போதுமான அகலத்தில் ஹால். உள்ளே கிச்சன் என எளிமையான, அழகான வீடு. வீட்டு ஓனர் ஆட்டோ டிரைவர் என்பதால், காலையில் எங்களை ஆட்டோவிலேயே அழைத்துப் போய் ஸ்டேஷனில் விட்டு விடுவார்.

கொஞ்ச நாள்களில் எங்கள் வீட்டுக்கு டைட்டானிக் என்ற திருநங்கை ஒருத்தி வந்து எங்களோடு சேர்ந்து கொண்டாள். அவள் புதிதாக, ப்ரியாவின் நானி வீட்டுக்கு வந்தவள்.

டைட்டானிக் நன்றாகச் சமைப்பாள். ப்ரியாவுக்கும் சுமாராக சமையல் வரும். எனக்கும் பிரதிக்ஷாவுக்கும்தான் சுத்தம்.

தினசரி காலையில் எழுந்தவுடன் அடுத்த இரு வேளைகளுக்கும் சேர்த்து டைட்டானிக் சமைத்து விடுவாள். காலையில் சாப்பிட்டு விட்டு மதியத்துக்கு டிபன் கட்டி எடுத்துக் கொண்டு விடுவோம். அதற்கு முன்பெல்லாம் மதிய உணவு ஒரு பிரச்னைதான். கிடைக்கும் நேரத்திற்கேற்ப கண்டாலா ஸ்டேஷனிலோ, கர்ஜத், லோனாவாலா ஸ்டேஷனிலோ மிசல் பாவ் அல்லது ஆம்லெட் பாவ் உண்டோம். மிசல் பாவ் என்பது காரக் குழம்பு போன்ற கெட்டியான குழப்பில் சுண்டல், மிக்சர் கலந்து, பாவைத் தொட்டு சாப்பிடுவது. ஆரம்பத்தில் பிடிக்காத எனக்கு, பிறகு இந்த உணவு மிகவும் பிடித்துப் போனது. அதிலும் கண்டாலா ஸ்டேஷன் மிசல் பாவ் தனிச் சிறப்பானது.

லோனாவாலா வாசத்திற்கேற்ப நாங்கள் எங்கள் ட்ரெயின் தேர்வை மாற்றிக் கொண்டோம். டோலில் ஆளும் கூடி விட்டதால் கூடுதலாகக் கடை வேண்டியிருந்தது. மூன்றிலிருந்து நான்காக மாறிய எங்கள் டோலில் விளையாட்டும் மகிழ்ச்சியும் கூடிக் கொண்டே போனது. ரயில்வே ஊழியர்கள் பழக்கமாகி விட்டிருந்த படியால் அவர்களது உணவு அறையிலேயே எங்களுடைய டிபன் பாக்ஸ்களையும் வைத்து விடுவோம். எங்களுக்காக எங்கள் டப்பாக்களை அவர்கள் பத்திரமாகப் பார்த்துக் கொள்ளும் அளவுக்குச் சிநேகிதம்!

பொதுவாக டிபன் கட்டி எடுத்துக் கொண்டு கடை கேட்கப் போகிற திருநங்கைகள் எங்களைத் தவிர வேறு யாரும் இருக்க முடியாது. என்னவோ

ஆபீஸ் போகிற மாதிரி! ரயில்வே கேண்டீனில் வைத்து நிதானமாகச் சாப்பிட்டு, அவர்களுடன் அரட்டை அடித்து விட்டு, ரயில்வே ஊழியர்கள் போலவே, ரயிலில் ஏறிப் போவது மற்றவர்களுக்குச் சற்று வியப்புதான். எங்களுக்கு அப்படி அமைந்து விட்டது.

மதியச் சாப்பாட்டுக்குப் பின் நான்கு மணிக்குத்தான் அடுத்த வண்டி வரும். அதுவரை புக்கிங் கவுண்டருக்கு வெளியே இருக்கும் திண்ணையில் அமர்ந்து விளையாடுவோம். நிழலுக்குப் புங்கை மரம். நல்ல காற்று. இதமான சூழல் அது. அங்கே நாங்கள் நான்கு பேரும், அம்மா பெண்ணாக, மாமியார் மருமகளாக விளையாட்டாகச் சண்டை போட்டு, விளையாட்டாக ஒருவரை ஒருவர் துரத்தி, பள்ளிச் சிறுமிகள் போலக் கொட்டமடிப்போம்.

எல்லாச் சிறுமிகளைப் போலவும் எல்லா இல்லத்தரசிகளைப் போலவும் இருக்கத்தான் எங்களுக்கும் விருப்பம். இயற்கை இடைப்பட்டதொரு வாழ்க்கையை விதித்து விட்டது. அந்த துக்கம் இருக்கவே இருக்கிறது. அப்படிப்பட்ட விளையாட்டுகளில் கொஞ்சம் அதனைக் கரைத்துக் கொண்டால்தான் என்ன?

நாங்கள் அலுக்காமல் விளையாடுவோம். சில சமயம் ப்ரியா, தெலுங்கு, ஆங்கில டப்பிங் படங்களில் வருவது போலப் பேசிச் சிரிப்பூட்டுவாள்.

'யே அங்க பாருங்க! இப்ப ஏதோ நடக்கப் போவுது!' என்று கத்துவாள்.

'அட நம்ப ட்ரெயின் வருவது போல, இப்ப நாம ஓடணும்!' என்பாள். இதையெல்லாம் டப்பிங் படக் குரலில் அவள் சொல்லும் போது அச்சுப் பிசகாமல் அப்படியே இருக்கும்.

அப்புறம் பழைய தெலுங்குப் படங்களில் கதாநாயகிகள் ஆடும் நடனங்களை ஆடிக் காட்டுவாள். மாலைப் பொழுதுகளில் என்னுடைய டேப் ரெக்கார்டரை ஆன் செய்து விட்டு ஆடிப் பாடி மகிழ்ந்திருப்போம். ப்ரியாவும் நானும் க்ரூப் டான்சர்கள் ஆடுவதைப் போல வளைத்து வளைத்து ஆடிப் பார்ப்போம். நடு நடுவே கிண்டல், கேலிகள். தீராத சிரிப்பு, சந்தோஷம். பிரதிக்ஷாவுக்கு டான்ஸ் வராது. காலைச் சற்று வளைத்து தொடையில் இரண்டு கையாலும் அடித்து ஏதோ முயற்சி செய்வாள். செமத்தியாகக் கிண்டல் அடிப்போம்.

'அன்பு ரோமியா இங்கே ஒரு காவல் இல்லை.

... ...

... ...

காதலின் கல்விச் சாலையில்...' என்ற பாடலின் வரிகளை டைட்டானிக் உணர்ந்து ஆடுவாள். குண்டாக, கறுப்பாக, பார்க்கும் போதே சிரிப்பூட்டும் முகம் அவளுக்கு. இந்தப் பாடலுக்கு அவள் ஆடும் போது நாங்கள் மட்டுமல்ல. எங்கள் வீட்டுக்குப் பக்கத்தில் உள்ள சிறுமிகளும் கண்டு ரசித்துச் சிரிப்பார்கள்.

எப்போதாவது ஜீன்ஸ், டீ ஷர்ட் அணிவதுண்டு. பெரும்பாலும் புனே சென்று ஏதாவது மல்டி ஃப்ளக்ஸ் தியேட்டரில் படம் பார்க்கப் புறப்படும் போது, படம் பார்த்து விட்டு அங்கேயே உள்ள ஃபேன்ஸி ஸ்டால்களில் தோடு, வளையல் என விதவிதமாக வாங்கிக் குவிப்போம்.

லோனாவாலா நாள்கள் என்னால் மறக்க முடியாதவை. ப்ரியா, ப்ரதிக்ஷா, டைட்டானிக் ஆகியோருடன் சுற்றிய காலங்கள் சந்தோஷமானவை. இபபோதும் நான் அவர்களையெல்லாம் நினைத்து ஏங்குவதுண்டு. வாழ்க்கை எப்போதுமே நல்ல நட்புகளால்தான் அழகடைகின்றது.

10. சாட்லா

முதலில் ஒரு பத்துப் பதினைந்து தினங்கள் எனக்குப் பிச்சை எடுப்பதில் கொஞ்சம் பிரச்னைகள் இருந்தன. தயக்கம், வெட்கம், பயம், ஈகோவின் எதிர்ப்புணர்வு. படித்த படிப்பு, பெற்ற பாராட்டுகள் குறித்த ஞாபகங்கள். இன்னும் என்னென்னவோ. எல்லாமே என் வாழ்வில் எந்தக் கட்டத்திலும் எனக்கு உதவப் போவதில்லை என்றும் ஒரு பக்கம் தோன்றியபடி இருந்தது. ஆனாலும், கையேந்துவதை எதுவோ தடுத்துக் கொண்டே இருந்தது.

ஆனால், மிக விரைவில் நான் தெளிந்து விட்டேன். பிச்சை எடுப்பது குறித்த குற்ற உணர்வுகள் அனைத்தும் உதிர்ந்து விட்டன. சராசரி இந்தியத் திருநங்கைகள் அனைவரைப் போலவும் நானும் கை தட்டிக் காசு கேட்கத் தொடங்கி விட்டேன்.

நான் படித்திருக்கினே என்பது உண்மைதான். ஆனால், எந்த அரசு ஒரு திருநங்கைக்கு இங்கே வேலை தரக் காத்திருக்கிறது? அரசை விட்டு விடலாம். தனியார் நிறுவன்ங்கள்? திருநங்கைகள் மீது அனுதாபம் கொண்டவர்கள் இருக்கலாம். ஆதரவு தரக் கூடியவர்கள் எத்தனை பேர் இருப்பார்கள்?

சரி, சுய தொழில் செய்யலாம் என்றால் என்ன செய்வது? யார் உதவுவார்கள்? பணத்துக்கு என்ன செய்வேன்? திருநங்கைகளுக்கான சமூகப் பாதுகாப்பு என்பது துளியும் இல்லாத தேசம் இது. வாக்காளர் அடையாள அட்டை எங்களுக்குக் கிடையாது; ரேஷன் கார்ட் கிடையாது. எவ்வித அடிப்படை அங்கீகாரத்தையும் அரசாங்கமே தர மறுக்கிற சூழலில் வேறு யார் என்ன செய்து விடுவார்கள்?

புரட்சியெல்லாம் சிந்தனையளவில் சிறப்பாகவே இருக்கிறது. செயல் என்று வரும் போது உடனடித் தேவைகளுக்குப் பிச்சையெடுப்பது தவிர வேறு வழியில்லை என்பதை விழிப்புடன் புரிந்து கொண்ட பிறகு நான் ஒரு கணம் தயங்கவில்லை.

யோசித்துப் பார்த்தால் இதில் யாரை நான் குற்றம் சொல்ல முடியும்?

நான் எதிர்கொண்ட கேலி, கிண்டல்கள், நொறுங்கிப போன எதிர்பார்ப்புகள் எல்லாமே இந்தச் சமூகத்தில் நான் ஓர் உறுப்பினரல்ல என்பதையே திரும்பத் திரும்ப எனக்குச் சொல்லி வந்திருக்கின்றன. சகலருக்கும் கேலிப் பொருளாகி விட்டிருந்த எனக்கு ஒரு கட்டத்துக்கு மேல் இந்தச் சமூகமே கேலிப்

பொருளானதும் தவறாகத் தோன்றவில்லை. இது ஒரு பைத்தயிக்காரர்களின் உலகம் என்றே பல சமயம் நினைத்திருக்கிறேன். என் உடல், என் மனம், என் வலி, என் வேதனைகள், அவ்வளவுதான். அவ்வளவேதான்.

ஊழல், வன்முறை, நயவஞ்சகம், ஆபாசம், பேராசை, எல்லாம் இருந்தும் எதுவுமில்லாதது போலவும், பொற்கால வாழ்வு வாழ்வதாகவும் நம்பிக் கொண்டிருக்கும் உலகத்தில் பொது மக்கள் எண்ணிக் கொண்டிருக்கிறார்கள். ஆனால், இந்தப் பைத்தியக்கார உலகில் என் மீது மட்டும் எத்தனை கற்கள் எறியப்பட்டிருக்கின்றன! அந்தக் கல்லடிகள்தான் என் மனத்தை மரத்துப் போகச் செய்தன. ஒரு வகையில் இந்தச் சமூகத்தின் அங்கத்தினர்கள் ஒவ்வொருவரிடமும் அவர்கள் எனக்களித்த அடிகளுக்கு நஷ்ட ஈடு வசூல் செய்வது போல்தான் பிச்சைத் தொழிலை நான் கருதினேன்.

இந்த எண்ணம் தோன்றியதும் அவமான உணர்ச்சி முற்றிலுமாக என்னை விட்டுப் போய் விட்டது. சந்தோஷமாகவே கடை கேட்கத் தொடங்கினேன்.

ஆளுக்கேற்றாற்போல் 'பாய்சாப்... அங்கிள்... பேனு... (பெஹன்)' என்று உறவிட்டு அழைப்பேன். 'படா இன்சான், ஏக் தின் மே இத்னா கம்மாரே... இத்னா உடாரே. ஹிஸ்டேலுக்கு ஏக் தின் குஸி ஸே தேதோ... பாபா...' என்று கொஞ்சலாக, அன்பாக, ஆதரவு வேண்டும் தொனியில் உரிமையாகக் கேட்பேன்.

ஒரு ரூபாய், இரண்டு ரூபாய் தரும் பட்சத்தில், 'ஆஹாங்... குஸி ஸே.. ப்யார் ஸே... அப்னா பால் பச்சா, பரிவார் நாம் போல்கே தில் மன்ஸே தேதோ ஜீ...' என்று குடும்பத்தை, குடும்ப உறவினர்களை, தொழிலை, எல்லோரையும் ஆசீர்வதித்து அவர்கள் மறுக்க முடியாதபடி யாசித்து வந்தேன்.

சுருக்கமாகச் சொல்வதென்றால் யாசகத்தை ஒரு கலையாக்கிக் கொண்டிருந்தேன்.

ஆனால், அத்தனைக்கும் மசியாத கஞ்ச மகா பிரபுக்களும் உண்டு. ஒரு ரூபாய்க்கு மேல் தரவே முடியாது என்பார்களானால், 'ம்ஹூம்! இத்னா படா ஆசாமி கோ தேக்கோ... ஏக் ரூபே தேரே. பஹூத் கஞ்சூசை ஆப்... ஹாம். இமாந்தரிசே ஏக் தின் பூச்தா மேன். ஏக் தின் தேத்தோ க்யா கோத்தே ஆப்கோ?'

வெளியே சிரித்துப பேசி கடை கேட்டு வந்தாலும், உள்ளுக்குள் எப்போதும் ஒரு தகிப்பு இல்லாமல் இருக்காது. உருவமற்ற சமூகத்தின் மீதான கோபம் அது. கடை கேட்பது அத்தனை சுலபமான வேலை அல்ல. பஜார் கேட்கும் போது நாள் முழுதும் நடையாய் நடந்து, கடை கடையாக ஏறி இறங்க வேண்டும்.

நம்மைப் பார்த்ததும் எல்லோரும், 'வாம்மா ஸ்ரீதேவி' என்று வரவேற்க மாட்டார்கள். பெரிய கடைகளில் வாட்ச்மேன் உள்ளே கூட விட மாட்டான். அவர்களிடம் போராடித்தான் உள்ளே நுழைய வேண்டும். தொண்டை கிழிய

கத்திக் கத்தி கேட்க வேண்டும். கை வலிக்க தட்டித் தட்டி தொந்தரவு செய்ய வேண்டும். அப்போதுதான் கொடுத்தனுப்புவார்கள். அதுகூட இரக்கப் பட்டல்ல, தொந்தரவு தாங்காமல்.

ட்ரெயின் கேட்பதிலும் அதேதான். நாள் முழுக்க புனே - லோனாவாலா; லோனாவாலா - புனே மார்க்கத்தில் ஓடும் ரயிலில் நடந்து கொண்டே இருக்க வேண்டும். அடுத்த ட்ரெயின் வருவதற்கு சில்லரை மாற்ற, ப்ளாட்பாரம் மாற்றி ஓடிக் கொண்டும் இருக்க வேண்டும். என்னதான் மனம் மரத்துப் போனாலும் சில விஷக் கேள்விகளை எதிர்கொள்ள தனிப் பக்குவம் வேண்டும்.

ஒரு முறை ரயிலில் ஒரு தமிழ்ப் பெண், 'ஏன் உங்களுக்கெல்லாம் கை கால் இல்ல? இப்படிப் பிச்சை எடுத்துப் பிழைக்கறதுக்குத் தொங்கலாம்ல?' என்று கேட்டு விட்டாள்.

வந்ததே கோபம்! பொதுவாக நாங்கள் குழந்தை வைத்திருக்கும் பெண்கள் அல்லது கல்லூரி மாணவிகளைத் தவிர மற்ற பெண்களிடம் கடை கேட்பதில்லை. ஆணாதிக்கச் சமூகத்தில் ஆண்கள்தானே பிச்சையிடக் கூட தகுதியுடையவர்கள். எப்போதாவது குடும்பத்துடன் பயணம் செய்யும் சில பெண்கள் எங்கள் மீது பரிதாபப் பார்வை வீசுவார்கள். அவர்களிடம், எங்களுக்காக அவர்களுடைய கணவரிடம் 'ரெகமண்ட்' செய்யச் சொல்வ துண்டு. அது போக, கைக் குழந்தை வைத்திருக்கும் பெண்களிடம் மட்டும் தான் நாங்கள் யாசிப்போம். அவர்கள் தம் குழந்தைக்கு ஆசீர்வாதம் வேண்டி, உடனே கொடுத்து விடுவார்கள்.

அன்றுகூட அந்தக் குறிப்பிட்ட தமிழ்ப் பெண்ணிடம் நான் எதுவும் கேட்கவில்லை. அருகில் அமர்ந்த ஆணிடம்தான் கேட்டேன். அந்த ஆளும் எதுவும் தரவில்லை. சரி என்று அடுத்த சீட்டுக்கு நான் நகரத் தொடங்கிய போதுதான், அந்தப் பெண் அப்படி ஆரம்பித்தாள்.

'ஏன்? ஏன் என்னைச் சாவச் சொல்ற? வெக்கம் மானத்தை விட்டுட்டு கையேந்துறானே, ஒரு அஞ்சு ரூவா தந்தா குறைஞ்சிருவியா நீயி? அத்த வெச்சித்தான் கோட்டை கட்டிக் குடியேறப் போறியா? வியாக்கியானம் பேசுறியே பெரிசா... உன் வூட்டுக்காரரு கம்பெனிலதான் ஒரு வேலை போட்டுக் குடுக்க சொல்றது? அத செய்ய மாட்டிங்களே...'

அவளும் விடுகிற வழியாக இல்லை.

'ஏன் நான் ஏன் வாங்கித் தரணும்? எங்களுக்கு வேற வேலையில்ல?'

'அய்ய, வேலையிருந்தா பின்ன அதப் பாக்க வேண்டியது தானே? பிச்சை கேட்டு வந்தவகிட்ட எதுக்கு வாயாடுற? அஞ்சு பைசா குடுக்க வக்கில்ல. நீயெல்லாம் ஸ்லீப்பர் கோச்சுல வர...'

அன்பாகக் கடை கேட்கத் தெரிந்த எனக்குச் சமயத்தில் இப்படி வாயாடவும் வரும்! சந்தர்ப்பச் சூழ்நிலைகளைப் பொறுத்தது அது.

சில சமயங்களில் என்னதான் காட்டுக் கத்தாகக் கத்தி பிச்சை கேட்டாலும்கூட, தூங்குவது போலவோ, ஆழ்ந்து புத்தகம் வாசிப்பது போலவோ சிலர் பாவனை செய்வார்கள். சரியான பிரம்மஹத்தி என்று நினைத்தபடி நகர்ந்து போவேன். நான் நகர்ந்தபின் என்னையே பார்த்துக் கொண்டிருப்பார்கள். எரிச்சலாக வரும். சில சமயம் சகித்துக் கொண்டு போவேன். சில சமயம் முகத்தில் காறி உமிழ்வது போல் நாலு கேள்வி கேட்டு விட்டே நகர்வேன்.

புனே வாழ்க்கையில் எனக்குப் பல மறக்க முடியாத அடிகளும் அவமானங்களும் கிடைத்திருக்கின்றன. பெரும்பாலும் அவையெல்லாமே தமிழர்கள் மனமுவந்து அளித்தவைதான்.

ஒரு முறை ஒரு நாகர்கோயில் வண்டியில் கடை கேட்டுக் கொண்டிருந்தேன். அன்று வண்டியில் கூட்டம் அவ்வளவாக இல்லை.

முதல் கம்பார்ட்மெண்ட் முழுதும் நடந்தும் ஐந்து ரூபாய் கூடத் தேறவில்லை. சலிப்புடன் அடுத்த கம்பார்ட்மெண்டில் நுழைந்த போது, எதிர்பாராத அந்தப் பயங்கர அனுபவம் நேர்ந்தது.

நான்கு பேர் வரிசையாக ஓரிடத்தில் அமர்ந்திருந்தார்கள். அவர்களுள் மூன்று பேர் வாட்டசாட்டமாக, விறைப்பாக இருந்தார்கள். ஒருவன் மட்டும் கொஞ்சம் சாது போல் தெரிந்தான். பொதுவாக முரடாகத் தோற்றமளிக்கும் ஆள்களைத் தவிர்ப்பது என் வழக்கம். எனவே, அந்த மூவரைத் தவிர்த்து விட்டு, நான்காவதாக இருந்த அந்தச் சாது நபரிடம் போய்ப் பிச்சை கேட்டேன்.

தந்தார். இரண்டு ரூபாய். அவர் தமிழர்தான். எனவே, இயல்பாக ஓர் உரிமை எடுத்து, 'என்ன தமிழ்க்காரரே, ஒரு அஞ்சு ரூபா தரக் கூடாதா?' என்று கேட்டேன்.

நான் வாக்கியத்தை முடித்திருக்கவில்லை. சற்றும் எதிர்பாரா விதத்தில் பளாரென்று கன்னத்தில் ஓர் அறைவிழுந்தது. நிலை குலைந்து போனேன். நான் காசு கேட்டவனுக்கு எதிரில் அமர்ந்திருந்த எருமை மாடு அது.

'அவர்தான் ரெண்டு தரார்ல? அப்றம் என்ன அஞ்சு ரூபா?'

ஒரு கணம் பதறி விட்டாலும் உடனே நிதானத்துக்கு வந்து விட்டேன்.

'அடி செருப்பால, அதுக்கெதுக்குடா கை நீட்டுற நாயே... உன்னையா கேட்டேன்?'

'பசிசையெடுக்குற நாயி யாரவாடா போடாங்குறே....?'

அவ்வளவுதான். யார் எவர் என்றே தெரியவில்லை. சேர்ந்தாற்போல் அடித்து துவம்சம் செய்தார்கள். முட்டி மோதி அங்கிருந்து சற்றுத் தள்ளிச் சென்று விட்டேன்.

கை கால்கள் நடுங்கிக் கொண்டிருந்தன. ஏன்? யார் இவர்கள்? எதற்காக இத்தனை வன்மம்? சிறிது நேரத்துக்கு எதுவும் புரியாமல் நின்று

கொண்டிருந்தேன். கண்களில் நீர் முட்டிக் கொண்டு வந்தது. வாய் விட்டு அழ வேண்டும் போல் இருந்தது. கேவலம் இந்தக் காசுக்காகத் தானே இத்தனை அவமானங்கள்! கையில் இருந்த அந்தப் புதிய இரண்டு ரூபாய் நாணயம் மிகுந்த சுமையாகத் தெரிந்தது.

கையைப் பார்த்தேன். கதவு வழியே தூக்கி எறிந்து விடலாமா? அந்த எண்ணத்தை உடனே மாற்றிக் கொண்டேன். நேராக நடந்தேன். ஒரு முடிவோடு நடந்தேன். அவர்கள் அமர்ந்திருந்த இடத்துக்கே மீண்டும் சென்று நடுவே நின்று கொண்டேன். அந்த இரண்டு ரூபய் நாணயத்தைப் பல்லால் கடித்து தலையைச் சுற்றி, சாபத்தை முணுமுணுத்துக் கொண்டே அவர்கள் முன்னிலையில் கை போன போக்கில் தூக்கி எறிந்தேன்.

அவ்வாறு காசைச் சுற்றிப் போடுவது திருநங்கைகள் மத்தியிலுள்ள ஒரு நம்பிக்கை. காசைப் பல்லால் கடித்து, தலையைச் சுற்றிப் போட்டால் யாரைச் சபிக்கிறோமோ அவர்களுக்குப் பணக் கஷடம் வரும் என்கிற நம்பிக்கை. திருநங்கைகள் மத்தியில் இருக்கும் இந்த நம்பிக்கை பல பொது மக்களிடமும் உண்டு.

இப்போது நான் தப்பித்துப் போக முடியாதபடி நாலைந்து பேர் என்னைச் சுற்றி வளைத்துக் கொண்டனர். ஒருவன் என் கையைப் பிடித்து ஸ்லீப்பர் கோச்சல் அப்பர் பர்த்தில் ஏறுவதற்காக இருக்கும் ஏணி போன்ற கம்பிகளுக்கு இடையே நுழைத்து, திமிற முடியாதவாறு பிடித்துக் கொண்டான். இன்னொருவன் என் தலைமுடியைப் பிடித்து இழுத்தான். ஒருவன் பெல்ட்டைக் கழற்றி, அதன் பக்கிள் முகத்தில் படுமாறு அடித்தான். கண்ணுக்குக் கீழ் உள்ள கன்ன எலும்பில் காயமானது. ரத்தம் வந்தது.

சரியான வலி. ஆனாலும், நான் கதறவில்லை. மாறாக, 'சீ விடுங்கடா பொட்டப் பசங்களா? மலட்டு நாயிங்களா... ஏன்டா தனியா வந்திருக்க பொட்டைகிட்ட உங்க வீரத்த காட்டுறீங்க? உங்கள் மாதிரி சரிக்குச் சரி ஆம்பள கிட்ட காட்டுங்கடா உங்க வீரத்தை. இல்லன்னா என்னைய மாதிரி புடவ கட்டிக்கிட்டு வந்து காட்டுடா உன் வீரத்தை!'

வலியும் ஆத்திரம் சேர கத்திய காட்டுக் கத்தில் கம்பார்ட்மென்ட் முழுதும் அந்தப் பகுதியில் கூடி விட்டது. ஆனால், யாரும் அவர்களை விலக்கவோ, என்னைக் காப்பாற்றவோ முன்வரவில்லை. வேடிக்கை பார்ப்பதில் மிகவும் விருப்பம் உள்ளவர்களாக அவர்கள் இருந்தார்கள்.

அடித்துக் கொண்டே இருந்தார்கள். நானும் கத்திக் கொண்டே இருந்தேன். இடையில் பிம்பிரியில் சிக்னலுக்காக வண்டி நின்ற போது, 'வண்டியில் இருந்து தள்ளி விடுங்கடா' என்று வேறு எவனோ கத்தினான்.

ஒரு வழியாக அடுத்த ஸ்டேஷனில் வண்டி நின்று என்னை வெளியே தள்ளி விட்ட பின்பும், நான் திரும்பவும் ஏறி விடுவேனோ என்கிற அச்சத்தில் அடித்துத் துரத்தவே அப்போதும் முனைந்தார்கள்.

வண்டி புறப்பட்டதும் நான் ஓடிச் சென்று அடுத்துள்ள ஜெனரல் கம்பார்ட்மென்டில் ஏறிக் கொண்டேன். அவமானத்தாலும் ஆற்றாமையாலும் எனக்குத் தெரிந்த அனைத்துக் கெட்ட வார்த்தைகளாலும் அவர்களைத் திட்டி கொண்டே இருந்தேன்.

என் மூக்கிலிருந்து ரத்தம் ஒழுகிக் கொண்டிருந்தது. முகமெல்லாம் வீங்கி, உடலெங்கும் ஆங்காங்கே வலித்தது. எனக்கே நான் ஒரு பேய் போல் மனத்துக்குள் எரிந்தேன் - தோற்றத்தில்.

அந்தக் கம்பார்ட்மென்ட்டில் ஒரு மனுஷ ஜென்மம் இருந்தது. சுமார் ஐம்பது வயது மதிக்கத் தக்க பெண்மணி. 'பாவம் பிள்ளைய போட்டு இப்படி அடிச்சிருக்காங்களே!' என்று வருத்தப்பட்டார். 'மூக்குத் தொடச்சுக்கம்மா' என்று ஆறுதலாகச் சொன்னார். வலியும் அவமானமும் மிஞ்ச, நிர்க்கதியாய்ப் போன இந்த வாழ்க்கையின் கையறு நிலையை நினைத்துப் பரிதாபகரமாக அழுது கொண்டிருந்தேன்.

எல்லாவிதமான கஷ்டங்களையும் சகித்துக் கொண்டு விடலாம். எப்போ தாவது நாம் ஓர் அனாதை என்று தோன்றி விடுமானால் பெரிய பிரச்னை. சுய இரக்கம் ஒரு வலுவான விஷம். அது அப்படிப்பட்டதொரு தருணமாக எனக்கு அமைந்து விட்டது.

இதெல்லாம் இடையில் நான் தனியாகக் கடை கேட்கப் போன போது நடந்த சம்பவம். அதனால்தான் பாதுகாப்பாக இருக்கட்டுமே என்று ப்ரியா, ப்ரதிக்ஷா டோலில் இணைந்து கொண்டேன். மூன்று நான்கு பேராகக் கடை கேட்பதில் இது ஒரு வசதி. பாதுகாப்பு. இப்படி ஏதாவது சண்டை சச்சரவு வந்தால் ஒருவருக்கு ஒருவர் சப்போர்ட்டாக இருக்கும். கூட்டம் கொஞ்சம் பாயத் தயங்கும். தவிர, ப்ரியா பயங்கரமான கோபக்காரி. அவளது விளையாட்டுத் தனத்துக்குச் சமமாக அவளது கோபமும் இருக்கும்.

ஒரு முறை அவள் பம்பாயில் தனியாக பஜார் கேட்ட காலத்தில் ஒரு ஆள் அடிக்க வந்தான்.

'வாடா... நீயா, நானா பாத்துர்லாம்! வாடா!' எனக் கையில் கிடைத்த செங்கல்லோடு பத்ரகாளி போல நின்றாள்.

'உயிருக்குத் துணிஞ்சவடா நானு! வாடா...' சற்றும் எதிர்பாராமல் அவள் தலையில் அவளே நச்சென்று அடித்துக் கொண்டாள். ரத்தம் ஒழுகத் தொடங்கியது. அந்த ஆள் பயந்து ஓடியே போனான்.

ஆகவே, ஒரு 'டோலில்' இணைந்து செல்வதே சரி என்று முடிவு செய்தேன்.

ஒரு முறை ஒரு மிலிட்டரிக்காரன் ஒருவன், அவனுடைய வயதுப் பையன் ஒருவனுமாக இருவர் ரயிலில் வந்தார்கள். இருவருமே ஆஜானுபாகுவாகத் தோற்றமளித்தார்கள்.

அவர்களிடம் கடை கேட்காத போதே, 'யே... போப்போ!' என்று மிரட்டிக் கொண்டிருந்தார்.

‘அய்ய, தோப்பார்றா... ஆம்பள மெரட்டுறாரு... சீ வேலயப் பாரு...’ என்றாள் ப்ரியா.

‘யேய்... ஒரு நாளைக்கு ஆயிரம் ஆம்பள பொம்பளங்கள் இதே வண்டியில் பாக்குறம், சும்மா எங்ககிட்ட பிலிம் காட்டாத! உன்ட்ட யார்னா காசு கேட்டாங்களா... எங்கக்கிட்ட உன் வெட்டி பந்தாவக் காட்டாத!’ என்றேன் நான்.

ஆளும் மூஞ்சியும் பார்க்கவே சற்றுப் பயத்தைத் தந்தபடியால் மேற்கொண்டு வளர்க்காமல் நகர்ந்து போய் விட்டோம்.

‘பிச்சையெடுக்குற நாயிங்களுக்கு வாயப் பாரு!’ என்று அடிக்கக் கை நீட்டினான். எங்களை அனுப்பி முதலில் போக விட்டு, பின்னர் வந்த ப்ரியாவுக்கு விழுந்தது அவன் அடி.

அவ்வளவுதான்! வந்ததே கோபம்... நான், ப்ரியா, பிரதிக்ஷா மூன்று பேருமே துணிந்து நின்று அவன் முன் வந்து, ‘எப்பிடிடா நீ பொட்டய கை நீட்டுவ? வா, நீ என்னா மிலிட்டரிக்காரனா இருந்தா என்னடா... வாடா, புனா ஸ்டேஷனுக்கு. அங்க வக்கிறம்டா கொலு! அத்தன பொட்டைகளும் அங்க உனுக்குக் காத்துக்கிட்டிருப்பாங்க. இரு! உன்னிய புனா தாண்ட உடுறோமோ பாருங்கடா! ஏய், நானிக்குப் போன் போடுடி’ என்று ப்ரியா ஆவேசமாகக் கத்தினாள்.

நான் போனை எடுத்து நிகழ்ந்ததைச் சொல்ல உடனே எல்லோரையும் புனே ரயில்வே ஸ்டேஷனுக்கு வரச் சொல்லி ஆஃப் செய்து வைத்தேன். எல்லாம் சும்மாதான். அற்புதமான ஒரு நடிப்பு!

சிரித்துச் சிரித்து கடை கேட்டு வந்த எங்களிடம் அவர்கள் இதை எதிர்பார்க்கவில்லை. பயந்து போய் விட்டார்கள்.

அதற்குள், ‘ஏன் சார் அவங்கள்ட்ட போய் சண்ட போட்டு மரியாதைய கெடுத்துக்கறிங்க... அஞ்சோ பத்தோ குடுத்துட்டுப் போவீங்களா’ என்று சிலர் அறிவுரை சொல்ல வந்து விட்டார்கள்.

அவன் உண்மையிலேயே பயந்து விட்டான் என்பது தெரிந்ததும் நாங்கள் அடுத்த கம்பார்ட்மென்ட்டுக்குச் சென்று விட்டோம். பயந்தவன் பாதுகாப்பிற்காக போலீஸிடம் புகார் செய்வதற்கும் வாய்ப்புண்டு. அந்த அளவிற்கு மிரட்டி விட்டோம்.

வாய்! அது இருந்ததால் அன்று பிழைத்தோம். வண்டி ஸ்டேஷனை அடைவதற்கு முன் அவுட்டரில் நிற்கும் போதே இறங்கி தண்டவாளங் களுக்கு மத்தியில் ஸ்டேஷனின் பின் வழியாக யார் கண்ணிலும் படாமல் ஓட்டமும் நடையுமாக மறைந்து விட்டோம்.

அவமானங்களுக்கும் ஆபத்துகளுக்கும் எப்போதுமே குறைவிருந்ததில்லை. ஆனாலும், வெறி கொண்டவள் போலத் தான் பிச்சை எடுத்துக் கொண்டி

ருந்தேன். எனக்குப் பணம் வேண்டும். சாப்பாட்டுக்கு அல்ல. உயிர் வளர்க்க அல்ல. ஆடம்பரங்களுக்கு அல்ல. கொண்டாட்டங்களுக்கு அல்ல.

என் அடையாளத்தை மீட்க. எதனை விரும்பி, எதற்காக அத்தனைக் கஷ்டப்பட்டு புனே வந்திருந்தேனோ, அதனைப் பெற. என் நிர்வாணத் துக்காக.

நிர்வாணம் என்பது ஆபரேஷன். ஓர் ஆணாகப் பிறந்து தொலைத்து விட்ட பாரத்தை அறுத்து எறிவதற்கான ஆபரேஷன். பணம் சேர்ந்தால்தான் நான் அதற்குத் தயாராக வேண்டும். விரைவில் எனக்கு நிர்வாணம் ஆக வேண்டு மென்றால் விரைவில் பணம் சேர்த்தாக வேண்டும்.

அந்த ஆபரேஷனுக்குப் பிறகு நான் உயிர் பிழைத்திருப்பேனா என்றொரு கேள்வி கட்டாயம் இருந்தது. பாதிக்குப் பாதி வாய்ப்புகள் உண்டு என்று சொல்லக் கேள்வி. அது எனக்குப் பெரிதாக இல்லை. எப்படியும் இறக்கப் போகிற உடல். இறக்கும் போது என் ஆண் அடையாளங்களைத் தொலைத்து விட்டு இறக்கவே நான் விரும்பினேன்.

★

பால் மாற்றுச் சிகிச்சை அங்கீகரிக்கப்படும் வெளி நாடுகளில், ஒரு நபர் பால் மாற்று அறுவைச் சிகிச்சை மேற்கொள்ள வேண்டுமெனில் முதலில் அவர் பல்வேறு மருத்துவ, உளவியல், சூழலியல், RLT (Real Life Test) உடற்கூறு ஆய்வுகளுக்கு உட்படுத்தப்படுவார்.

இப்பரிசோதனைக் காலம் சுமார் ஆறு முதல் பதினெட்டு மாத காலம் ஆகும். பரிசோதனையின் அடிப்படையில், மன நல மருத்துவர் ஒருவரும் மகப் பேறு மருத்துவர் ஒருவரும் பரிந்துரை செய்ய அந்நபர் பால் மாற்று அறுவைச் (Sex Reassignment Surgery-SRS) சிகிச்சை மேற்கொள்ள அனுமதிக்கப்படுவார்.

அவ்வாறு அங்கீகரிக்கப்பட்டாலும், அதற்கான செலவு பெருந்தொகையாகும். சிகிச்சைக்குப் பிறகும் பூரண குணமடைய மூன்று மாதங்கள் வரை ஆகும். கற்பனைக்கு எட்டாத வலியையும் அதுவரை பொறுத்தே ஆக வேண்டும்.

SRS என்பது Facial Feminisation, Speech Theraphy, Breast Augumentation, Plastic Vigina என்பவற்றை உள்ளடக்கியது. இதனால், முகம் பொலிவுற, இனிய குரலுடைய சராசரிப் பெண்ணாக மாற முடியும். மட்டுமன்றி, சிகிச்சைக்குப் பின் அனைத்துக் கல்வி மற்ற இதர சான்றிதழ் களில் பெயரும், பாலினம் என்னும் இடத்தில் மாறிய பாலினம் என்றும் மாற்றித் தரப்படுகிறது. இதனால் அந்நபர் பழையபடி படிக்கவோ, பணி புரியவோ முடியும்.

ஆனால், இதெல்லாம் மேலை நாடுகளில் மட்டுமே. இந்தியாவில் நடைபெறுவது பால் மாற்று அறுவை சிகிச்சையே அல்ல. அதனை Casteration (பிறப்புறுபபு, லோக்கல் அனஸ்தீஷியா கொடுத்து பிறப் புறுப்பை மட்டும் நீக்குவார்கள்) என்று சொல்லுவார்கள்.

இதற்கு அரசு அனுமதி இங்கே கிடையாது. சட்டப்படி இத்தகைய அறுவை சிகிச்சைகள் இங்கே தவறு. தண்டனைக்குரிய குற்றம். இதனால் என்ன ஆகிறது என்றால் சட்ட விரோதமாக அறுவை சிகிச்சை செய்து உயிர் பிழைத்து எழுந்தாலும் கூட, அதற்குச் சமூக அங்கீகாரம் இல்லாது போகிறது. வேலை வாய்ப்புகள், கல்வி அனைத்தும் மறுக்கப்படுகிறது. வேறு வழியில் லாமல்தான் திருநங்கைகள் பிச்சை எடுக்கவும் பாலியல் தொழில் புரியவும் போகிறார்களே தவிர, இதற்கு வேறு காரணம் ஏதும் கிடையாது!

சட்ட விரோதமாகவாவது அப்படி ஒரு அறுவை சிகிச்சை ஏன் செய்து கொள்ள வேண்டும்? இது நல்ல கேள்வி. இதற்கான பதில், நாங்கள் எங்களை ஆணாக ஒரு போதும் உணர்வதில்லை என்பதுதான். ஆணுக்குரிய பிறப் புறுப்பு அடையாளம் துரதிருஷ்டவசமாக எங்களுக்கு அமைந்து விடு கின்றது. மனத்தளவில பெண்ணாகவே எங்களைக் கருதுகிறோம்.

நீங்கள் ஓர் ஆண். உங்களால் புடைவை கட்டிக் கொண்டு அலுவலகத்துக்குச் செல்ல முடியுமா? அல்லது நீங்கள் ஒரு பெண் என்றால் உங்களுக்குக் கனமாகக் கருகருவென்று மீசை முளைத்து, அப்படியே நீங்கள் வெளியே போக விரும்புவீர்களா? உங்கள் அடையாளம் அதுவல்ல என்றுதானே நினைப்பீர்கள்?

அதுதான் எங்கள் பிரச்னையும். நாங்கள் மனத்துக்குள் எங்களைப் பெண்ணா கவே உணர்வதால், ஆணின் அடையாளத்தைச் சுமையாகவே பார்க்கிறோம். அதனை நீக்கிவிடத் தவியாய்த் தவிக்கிறோம்.

ஆனால், துரதிருஷ்டவசமாக நம் தேசத்தில் நடைபெறும் இந்த அறுவை சிகிச்சைகள், மிகவும் ஆபத்தான சூழலிலேயே நடக்கின்றன. பால் மாற்று அறுவை சிகிச்சைக்காகச் செல்லும் ஒரு கோத்தியை எவ்வித மருத்துவப் பரிசோதனைகளுக்கும் இதற்கான டாக்டர்கள் உட்படுத்துவதில்லை. எந்தக் கேள்வியும் கிடையாது. ஆபரேஷன் சார்ஜ் என்னவென்று மட்டும் சொல்லப் படும். மூவாயிரம், நாலாயிரம், ஐயாயிரம். இடத்துக்கேற்ப மாறுபடும்.

எயிட்ஸ் நோயாளியா என்று மட்டும் ஒரு பரிசோதனை செய்து பார்ப்பார்கள். அதுகூட மருத்துவ நோக்கில் நிகழ்த்தப்படும் பரிசோதனை அல்ல. எயிட்ஸ் நோயாளி பால் மாற்று அறுவை சிகிச்சை செய்து கொள்ள விரும்பினால் அதற்குத் தனி ரேட். வழக்கமான ரேட்டை விடக் கொஞ்சம் கூடுதல் அவ்வளவுதான்.

சுகாதாரமற்ற மருத்துவமனை வளாகம். ஒரு படுக்கைக்கூட இருக்காது. வெறும் கட்டிலில் பேப்பர் விரித்துப் படுக்க வைப்பார்கள். ஆபரேஷன் செய்யும் டாக்டர் எதற்கும் உத்தரவாதம் தரமாட்டார். உயிர் உள்பட. உள்ளே போனதும் மயக்கத்துக்கு ஒரு ஊசி போடுவார்கள். அதுவும் முழு மயக்கத்துக்கல்ல. இடுப்புக்குக் கீழ்ப் பகுதி மட்டும் சற்று நேரம் மரத்துப் போகும் படியான மருந்து. பிறகு அதிக நேரம் எடுத்துக் கொள்ள மாட்டார்கள். நம் கண் எதிரே, நாம் பார்த்துக் கொண்டிருக்கும் போதே பிறப்புறுப்பை நீக்கி விடுவார்கள்.

அடுத்த சில நிமிடங்களில் தையல் போட்டு ஒப்புக்குப் பஞ்சால் கொஞ்சம் துடைத்து விட்டு வெளியே அனுப்பி விட்டு, 'நெக்ஸ்ட்?' என்று அழைத்து விடுவார்கள்.

பிறப்புறுப்பு நீக்கப்படும் போது, எவ்வாறு வலிக்கும் என்பதை ஒரு போதும் வெறும் சொற்களால் விவரிக்க முடியாது. அது வீண் முயற்சி. அதற்குப் பதில் இறந்து விடலாம் என்று அவசியம் தோன்றும். பலர் இறந்தும் இருக்கிறார் கள். அநேகமாகக் கசாப்புக் கடைகளில் செய்யப்படுகிற காரியத்துக்குப் பல விதங்களிலும் நெருக்கமான ஆபரேஷன் இது.

ஆபரேஷனுக்குப் பிறகு, சிறுநீர் வெளியேற ஒரு துளை மட்டும் இருக்கும். ரணம் ஆறும் வரை அதுவும் பிரச்னை. இடத்தை விட்டு அசைய முடியாது. காலை நகர்த்தக் கூட முடியாது. நாளெல்லாம், பொழுதெல்லாம் அம்மா, அம்மா என்று அலறிக் கொண்டும், புலம்பிக் கொண்டுமே கழிக்க வேண்டும்.

மூத்த திருநங்கைகள் பக்கத்தில் இருந்து ஆதரவாகப் பார்த்துக் கொள்வார்கள். ஆபரேஷன் முடிந்து அதிகபட்சம் மூன்று நாள்களுக்குள் வீட்டுக்கு அனுப்பி விடுவார்கள். அதன்பின் வீட்டில் வைத்துத்தான் பராமரிக்க வேண்டும். படுத்த படுக்கைதான். உயிர் போகும் வலிதான். என்ன செய்ய முடியும்?

எனக்கு நடந்த ஆபரேஷன் இன்னும் விசேஷமானது. ஆபரேஷனுக்கு முன்னால் எனக்குக் கொடுக்கப்பட்ட லோக்கல் அனெஸ்தீஷியா எனக்கு அவ்வளவாக வேலை செய்யவில்லை.

இரண்டாம் முறை ஊசி போட்ட போதும் வலியில் பாதியளவு தெரியவே செய்தது. அதற்கு மேலே அந்த மருந்துவமனையில் எதையும் எதிர்பார்க்கவும் முடியாது (அந்த மருத்துவமனையின் பெயர் என்னவென்றுகூட எனக்குத் தெரியாது! ஒரு பேர் கூடக் கண்ணல் படவில்லை).

எனக்கும் சத்யாவுக்கும் நாகராணிக்கும் ஒரே சமயத்தில் நிர்வாணம் நடந்தது என்று சொல்லியிருந்தேன் அல்லவா? இதுல சத்யா மட்டும் எப்படியோ வலியைப் பொறுத்துக் கொண்டு விட்டாள். இயல்பிலேயே நெஞ்சுரம் மிக்க வளான அவளுக்கு அது ஒரு பெரிய விஷயமாகப் படவில்லை போலிருக் கிறது. நான்தான் துடித்துப் போய் விட்டேன்.

ஆபரேஷன் முடிந்து அறைக்கு எடுத்து வந்து, அந்த வெறும் கட்டிலில் படுக்க வைத்து விட்டுப் போய் விட்டார்கள். நேரம் ஆக ஆக வலியின் வீரியம் எனக்கு முழுமையாகத் தெரியத் தொடங்கியது. ஒரு கட்டத்தில் தாங்கவே முடியாமல் போய் வீறிட்டு அலறத் தொடங்கி விட்டேன்.

அங்கிருந்த நர்ஸ் ஒருவரை அழைத்து, 'எனக்கு ஏதாவது ஊசி போடுங்கள். என்னால் முடியவில்லை' என்று கதறிக் கொண்டிருந்தேன். அவளோ தனக்கு டிப்ஸ் வேண்டி சுகந்தி ஆயாவிடம் பேரம் பேசிக் கொண்டிருந்தாள்.

என் கதறலும் வலியின் உச்ச கட்ட வேதனையும் கற்றில் கரைந்து அந்த மருத்துவமனை முழுதும் நிறைந்தது.

அந்த முதல் நாளைக் கடப்பதுதான் பெரிய பிரச்னையாக இருந்தது. மறுநாள் கொஞ்சம பரவாயில்லை போலிருந்தது. காலை லேசாக அசைக்க முடிந்தது. ஆனால், சத்யா இரண்டாம் நாளே எழுந்து மெல்ல மெல்ல நடக்கத் தொடங்கி விட்டாள். என்னால் மூன்றாம் நாள் வரை எழுந்திருக்க முடியவில்லை.

நான் எழும் வரைதான் அவர்கள் காத்திருந்தார்கள். உடனே டிஸ்சார்ஜ் செய்து 'கிளம்புங்கள்' என்று சொல்லி விட்டார்கள். ஒரு மருந்து மாத்திரை கிடையாது. பின் விளைவு, பக்க விளைவு ஏதாவது இருக்குமா? என்ன ட்ரீட்மெண்ட் எதுவம் தெரியாது. எது வந்தாலும் சமாளித்துக் கொள்ள வேண்டியதுதான்.

சுகந்தி ஆயா எங்களை மெல்ல ஆட்டோவில் ஏற்றி கடப்பா ரயில்வே ஸ்டேஷனுக்கு அழைத்துச் சென்றாள். ஸ்டேஷனில் நாங்கள் மூவரும் நடக்க முடியாமல் இரண்டு கால்களையும் அகல வைத்துக் கொண்டு சிரமப்பட்டு நடந்த காட்சியைக் கண்டு அத்தனை பேரும் நமுட்டுச் சிரிப்புச் சிரித்தார்கள். கஷ்டமாக இருந்தது. எத்தனை விதமான கஷ்டங்கள்! எல்லாமே விடுதலைக்காக என்று நினைத்துக் கொண்டேன்.

முன் பதிவு செய்யாமல், டிக்கெட் எடுத்துக் கொண்டு பொது கம்பார்ட் மென்ட்டில் ஏறி, உட்காரக் கூட இடமின்றி அவஸ்தைப்பட்டு ஒரு வழியாகச் சென்னை வந்து சேர்ந்தோம்.

வியாசர்பாடியில் இருந்த நீலாம்மாவின் வீட்டில் நாங்கள் தங்க வைக்கப் பட்டோம். நாற்பது நாள்கள் எங்களைப் பார்த்துக் கொள்ள வேண்டியது அவள் பொறுப்பு. அதற்காகப் பணம் கொடுத்திருந்தார்கள்.

நீலாம்மா நல்லவள்தான். ஆனால், சிடுமூஞ்சி. எதற்கும் எல்லாவற்றுக்கும் சிடுசிடுப்பது அவளது இயல்பு. ஆனால், சிடுசிடுத்தாலும் அந்த நிலையில் எங்களைப் பார்த்துக் கொள்ள அவள் தானே கிடைத்தாள்?

வேளைக்குச் சாப்பாடு, வலிக்கு ஒத்தடம், ஒத்தடம் என்றால் வேறு மாதிரி நினைத்து விட வேண்டாம். நிற்க வைத்து ஆபரேஷன் செய்த இடத்தில் வெந்நீரை வீசியடிப்பார்கள். இன்ஃபெக்ஷன் ஆகாமல் இருப்பதற்காக அந்தக் கை வைத்தியம். துடைத்து விட்டு துணி மாற்றி விட்டு இன்னும் என்னென்னவோ செய்து அந்த நாற்பது நாள்களையும் அவள் மூலமாகக் கடந்து தீர்த்தேன்.

வலியும் ஒருவாறு குறைந்த நின்று விட்டிருந்தது. காயம் ஆறத் தொடங்கி கணிசமான முன்னேற்றம் தெரிந்தது. அவ்வளவுதான். அவ்வளவேதான். எதற்காகப் பிறந்ததிலிருந்து தவியாய்த் தவித்துக் கொண்டிருந்தேனோ, அதனை அடைந்து விட்டேன். இனி நான் பெண், ஆண் இல்லை. இல்லவே இல்லை. இது போதும்.

நான் திருநங்கை ஆனதை எங்கள் சமூகத்துக்கு அறிவிக்கும் விதமாகவும் ஆபரேஷன் நல்லபடி முடிந்து நான் பிழைத்து எழுந்து விட்ட சந்தோஷத்தைக் கொண்டாடவுமாக ஒரு சடங்குக்கு ஏற்பாடு செய்தார்கள். அந்தச் சடங்குக்கு 'ஹல்தி மெஹந்தி' என்று பெயர்.

வியாசர்பாடியில் ஏதோ ஒரு திருமண மண்டபத்தில் அந்தச் சடங்கு நடைபெற்றது. சென்னையில் வசிக்கும் பல திருநங்கைகள் வந்திருந்தார்கள். ஒரு மாலை வேளையில் ஆரம்பித்து, நள்ளிரவு தாண்டி நடந்த சடங்கு அது.

முதலில் எனக்குப் பாவாடை மட்டும் அணிவித்து, குத்திட்டு உட்கார வைத்தார்கள். வரிசையாக ஒவ்வொரு திருநங்கைகளாக என் கரங்களில் மருதாணி இட்டார்கள். முகம், கை, கால் மஞ்சள் பூசினார்கள். நெற்றியில் அழகாக, பெரிதாகக் குங்குமப் பொட்டு வைத்தார்கள். இதனைச் செய்து விட்டு நாக்கில் சர்க்கரை போட்டார்கள். இறுதியாக திருஷ்டி கழிக்கும் தோரணையில் பத்து, இருபது, ஐம்பது ரூபாய் நோட்டுகளைச் சுற்றினார்கள்.

கூட இருந்த அத்தனை திருநங்கைச் சகோதரிகளும் சந்தோஷமாக ஆடிப் பாட ஆரம்பித்தார்கள். ஆட்டம் என்றபின் ரெக்கார்ட் டான்ஸ் இல்லாமலா? பாடல் ஒலிக்கத் தொடங்கியது. கொண்டாட்டம் அதன் உச்சத்துக்குச் சென்ற போது, எனக்குச் சுற்றிப் போடும் சடங்கு ஆரம்பமானது.

என்னை உட்கார வைத்து, திருஷ்டி கழிப்பது போல என்னைச் சுற்றிப் பணத்தைத் தூவுவார்கள். சில்லறைகளும் சிறு நோட்டுகளும் — ஒரு வகையில் அதனை எனக்குக் கிடைத்த 'மொய்ப் பணம்' என்றும் சொல்லலாம்.

அதன்பின் குளிக்க வேண்டும். மணி அப்போதே இரவு இரண்டைத் தொட்டிருந்தது. குளித்து முடித்ததும் பச்சைப் புடைவை, பச்சை ரவிக்கை, பச்சை வளையல்கள் என்று முழுதும் பச்சை வண்ணத்தில் என்னை அலங்கரித்தார்கள். கையில் ஒரு பால் குடம் கொடுக்கப்பட்டது. சடங்கின் இறுதிக் கட்டத்துக்குச் செல்லும் அறிவிப்பு அது.

அந்தக் குடத்துடன் என்னைக் கடற்கரைக்கு அழைத்துச் சென்றார்கள். குடத்தைக் கடல் நீரில் கவிழ்த்து விட்டு, கடலைப் பார்த்து நின்று என் புடைவையைத் தூக்கி சிகிச்சை முடிந்து குணமடைந்த பிறப்புறுப்பைக் காட்ட வேண்டும். என் நிர்வாணம் பூர்த்தியடையும் தருணம். இயற்கைக்கு நான் யார் என்று அறிவிக்கும் கணம்.

அதைச் செய்து முடித்தபின் ஒரு கருப்பு நாயின் எதிரே நின்று கொண்டு திரும்பவும் அதையே செய்ய வேண்டும். அதுவும் முடிந்தபின் பச்சை மரம் ஒன்றின் எதிரே நின்று அதே சடங்கும்.

'சாட்லா' என்று இதற்குப் பெயர். காலம் காலமாக திருநங்கைகளிடையே இருந்து வரும் ஒரு வழக்கம்.

நானும் சத்யாவும் வெற்றிகரமாக இந்தச் சடங்குகளை முடித்த பிறகு மீண்டும் புனேவுக்குப் புறப்பட ஆயத்தமானோம்.

இனி நான் திருநங்கை. முழுமையான திருநங்கை. என் அடையாளம் இதுதான். இவ்வளவுதான்.

11. விற்ற கதை

குப்பையும் நாற்றமும் தூசும் ஒட்டடையும் மிகுந்த பழைய வீடொன்றைக் கழுவி, சுண்ணாம்படித்து, பளிச்சென்று ஆக்கி விட்டது போல இருந்தது. என் உயிரை, என் பெண்மையை, என் கனவுகளைத் தாங்கும் என் உடலில், நீட்டல் விகாரங்கள் எதுவும் இனி இல்லை. நிர்வாணமும் நாற்பது நாள் சடங்கு சம்பிரதாயங்களும் முடிந்து நிம்மதியாகப் புறப்பட்டு புனே வந்து சேர்ந்த போது, இந்தச் சுதந்த்ர உணர்வுதான் எல்லாவற்றைக் காட்டிலும் எனக்குப் பிரதானமாக இருந்தது.

வந்த முதல் இரண்டு நாள்கள் கடை கேட்கவில்லை. நானியும் வற்புறுத் தவில்லை. வெறுமனே கதை பேசி பொழுது கழிந்தது. ஆனால், மனத்துக்குள் ஒரு வேட்கை தலை தூக்கியிருந்தது. திருச்சிக்குச் செல்ல வேண்டும். என் குடும்பத்தாரை ஒரு முறை பார்த்து விட்டு வர வேண்டும். ராதா, மஞ்சு, சித்தி, அப்பா, பிரபா எல்லோரையும்.

எப்போதும் உள்ள ஆவல்தான். இம்முறை சற்று அதிகமாகவே இருந்தது. பார்த்து வெகுநாள் ஆகி விட்டது என்பது ஒரு காரணம். சென்னை வரை சென்று நாற்பது நாள் இருந்து விட்டு நேரே புனேவுக்கு வந்து விட்டோமே என்கிற எண்ணம் ஒரு காரணம். தயங்கித் தயங்கி நானியிடம் அனுமதி கேட்டேன்.

'ஆயா... ஒரு நாலு நாள் எங்க அப்பா வீட்டுக்குப் போய்ட்டு வரட்டுமா?'

நானி திட்டுவாள், ஒரு பாட்டம் புலம்பித் தீர்ப்பாள், நிறைய அறிவுரைகள் சொல்லுவாள், மறைமுகமாகவும் நேரடியாகவும் குத்திக் காட்டுவாள் என்று என்னென்னவோ நினைத்திருந்தேன். எதையும் சமாளித்து விட்டு எப்படியாவது ஊருக்கு ஒரு முறை போய் வந்து விட வேண்டும் என்று உறுதியாக இருந்தேன்.

ஆனால், நான் சற்றும் எதிர்பாராத வகையில், 'போய்ட்டு வாயேன்? அதுல என்ன இருக்கு...?' என்று சர்வ சாதாரணமாகச் சொல்லி விட்டாள். நான் நம்ப முடியாமல் திகைத்து நின்றேன். ஏற்கெனவே, நிர்வாணம், ஓய்வு, சடங்கு, சம்பிரதாயம் என்று கிட்டத்தட்ட இரண்டு மாதங்களாக நான் கடை கேட்கவில்லை. என் செலவுகள், என்னைப் பராமரிப்பதில் ஆன செலவுகள் அனைத்தையும் அவர்களேதான் பார்த்துக் கொண்டிருக்கிறார்கள்.

நிர்வாணத்துக்கு முன் நான் கடை கேட்டு சேர்த்துக் கொடுத்த பணம் என் ஆபரேஷனுக்கே சரியாகப் போயிருக்கும். எப்படா இவ திரும்பி வருவா, கடை கேட்க ஆரம்பிப்பாள் என்றுதான் நியாயமாக அவள் எண்ணயிருக்க வேண்டும். ஆனாலும், பெருந்தன்மையுடன் நான் ஊர் செல்ல அனுமதித் தாள். அது மட்டுமல்ல. என் வழிச் செலவுக்கு என்றும் கொஞ்சம் பணம் கொடுத்தும் அனுப்பினாள்!

நானி கொடுத்த பணத்தில் ராதா, மஞ்சு, சித்தி மூன்று பேருக்கும் அவர்களின் ரசனைக்கேற்பப் புடைவையும், பிரபாவுக்கு அப்போதைய லேட்டஸ்ட் மாடலில் சுடிதார் ஒன்றும், அப்பாவுக்கு ஒரு சென்ட் பாட்டிலும் வாங்கிச் சென்றேன்.

திருச்சி சென்று இறங்கி, அவர்கள் சற்றும் எதிர்பாரா விதத்தில் ராதா வீட்டுக் கதவைத் தட்டினேன். வீதியில் எனக்குத் தெரிந்த சிலர் என்னை ரகசியமாகப் பார்த்துக் கொண்டே ஏதும் பேசாமால் போனார்கள். என் தோற்றமும் உடையும் அவர்களது ரகசியப் படபடப்புக்குக் காரணமாயிருக்கலாம். நான் கண்டு கொள்ளவில்லை.

அக்காவைப் பார்த்ததும எனக்கு அழுகை வந்தது. என் கோலத்தை அவள் ஒருவாறு ஏற்றுக் கொண்டு விட்டதை என்னால் உணர முடிந்தது. ஆனாலும், ஆற்றாமை இல்லாமல் இல்லை. அவள் அப்பாவுக்குத் தகவல் சொல்லி, என்னை பார்க்க அப்பா, சித்தி, பிரபா அனைவரும் உய்யக்கொண்டான் திருமலையிலிருந்து வந்தார்கள். மஞ்சு, மாமா, அவர்கள் பிள்ளைகள், பாலாஜி, பாப்பாத்தி எல்லோரும் வந்திருந்தார்கள். ராதா பிள்ளைகளுக்கும், மஞ்சு பிள்ளைகளுக்கும் என்னை அடையாளம் தெரியவில்லை.

அவர்கள் அனைவருக்கும் ஒரு சந்தேகம் இருந்திருக்க வேண்டும். இனி வாழ்நாளில் நான கண்ணில படவே மாட்டேனோ என்கிற சந்தேகம். அப்படித்தான் தீர்மானித்திருந்தார்கள். என்னதான் என் எதிர்காலம் சிறப்பாக இருக்கும் என்று நான் நம்பிக்கை சொல்லி விட்டுப் போயிருந்தாலும் திருநங்கையாக வாழ்வை நகர்த்துவதில் உள்ள கஷ்ட நஷ்டங்கள் அவர் களுக்கும் தெரியாமல் இருந்திருக்காது. ஆகவே, வெட்கத்தாலேனும் நான் திரும்ப வர மாட்டேன் என்று நினைத்திருந்தார்கள். மாறாக, நீண்ட நாள் கழித்து நான் எதிரில் நின்ற போது உணர்ச்சிக்கு ஆட்பட்டு பேச்சற்றுப் போனார்கள்.

குறிப்பாக மஞ்சு. என்னைப் பார்த்ததும் அவளுக்குப் பேச்சே வரவில்லை. பார்த்துக் கொண்டே இருந்தாள். எத்தனை நேரம் அப்படி இருந்திருப்பாளோ? அப்பாவைப் பற்றிச் சொல்லவே வேண்டாம். ராதாவும் சித்தியும் மட்டும்தான் கொஞ்சம் இயல்பாகப் பேசினார்கள். நான் புனேவில் இருந்த சமயம் தொலைபேசியில் ஒரு சில சமயம் அவர்களுடன் பேசியிருந்தேன். அதனால் என்னை எதிர்கொள்வதில் அவர்களுக்குப் பெரிய தயக்கம் இருக்கவில்லை. சரி, இது இப்படித்தான் என்கிற பக்குவத்துக்கு வந்து விட்டிருந்தார்கள்.

'பேசாம இங்கேயே இருந்துக்கடா, நாங்க பாத்துக்கறோம்டா' என்று அவர்கள் மூன்று பேரும் திரும்பத் திரும்பச் சொன்னார்கள். அப்பாதான் எதுவும் சொல்லாமலே அதே முறைப்போடும், விறைப்போடும் இருந்தார். ஆனால், திரும்ப வந்திருக்கும் என்னை, தன் வாரிசைக் கண்ட மகிழ்ச்சி எல்லாவற்றிகும் மத்தியில் அவர் முகத்தில் தனியாகத் தெரிந்தது.

இரண்டு நாள்தான். வீட்டுக்குள்ளேயே சுற்றிச் சுற்றி வந்தேன், பேசிப் பொழுதைக் கழித்தேன். சாப்பிட்டுத் தூங்கினேன். புறப்படலாம் என்று தோன்றியதும் புறப்பட்டு விட்டேன். ராதா யாரிடமோ கடன் பட்டு எனக்கு 3,500 ரூபாய் கொடுத்தாள். 'ஒரு மொபைல் வாங்கிக்கோடா' என்று சொன்னாள். விருப்பமே இல்லாமல் வாங்கிக் கொண்டு கிளம்பினேன்.

★

நான் திருச்சியிலிருந்து புனேவுக்கு வந்த கொஞ்ச நாளிலேயே ப்ரியா ஒரு மாதம் அவளது சொந்த ஊரான சென்னைக்குப் போய் விட்டாள். வருடத்திற்கொரு முறை அவள் வீட்டுக்குச் சென்று விடுவாள். திருநங்கை ஆனாலும், ஏற்றுக் கொண்டு விட்ட வீடு. அவளுக்கு அப்பா இல்லை; அம்மாவும் திருமணமான ஓர் அக்காவும் ஓர் அண்ணனும் இருந்தனர். வருடம் ஒரு முறை பார்த்து விட்டுப் போக வரும் ப்ரியாவை அவர்கள் அன்பாகக் கவனிப்பார்கள். அவளும் மாதா மாதம் வீட்டுக்குப் பணம் அனுப்பிக் கொண்டிருந்தாள்.

ப்ரியா இல்லாததால் எங்கள் டோலில் ஒரு கை குறைந்தது. நானும் பிரதிக்ஷாவும் மட்டும் கடை கேட்டுக் கொண்டிருந்தோம். எங்கள் தோழி டைட்டானிகும் நிர்வாணத்துக்குச் சென்று விட்டாள். எனவே, இருவர் மட்டுமே கடை கேட்டுப் போனோம்.

எனக்கு முன்பைப் போல் கடை கேட்பதில் அப்போது அவ்வளவாக ஆர்வம் இல்லாதிருந்தது குறைந்து விட்டது என்று சொல்ல வேண்டும். நிர்வாணத்தை முன்னிட்டு வெறி கொண்டவள் போல் கடை கேட்டுக் கொண்டிருந்தேன், முன்பெல்லாம். இப்போது அந்த வெறி இல்லை. எதற்காக அத்தனை அவஸ்தைப் பட்டேனோ, அதனை அடைந்து விட்ட திருப்தி உடலெல்லாம், மனமெல்லாம் நிரம்பியிருந்தது. இனி என்ன? என் விருப்பம் போல், என் ஆசைக்கேற்ப வாழ வேண்டும் என்கிற எண்ணம் மட்டுமே மேலோங்கியிருந்தது.

விளைவாக என் வருமானம் குறையத் தொடங்கியது.

'என்னம்மா புதுப் பொண்ணு, நிர்வாணம் ஆனதும் பாப்பாக்குக் கட கேட்க முடியலையா....?' கேள்வி கேட்க ஆரம்பித்தாள் நானி.

'ஏண்டி இந்த வயசுலேயே நாலு காசு சேத்தாத்தானடி என் வயசுல நீயும் நல்லா இருக்க முடியும்? சொல்லு? ஊரா உறவா, பொட்ட ஜெம்மங்களுக்கு யார் இருக்கா? வயசு இருக்கும் போதே புத்திசாலியா இருந்து சேர்ந்து

வச்சாத்தானடி பின்னால மதிப்பா மரியாதையா இருக்க முடியும்? வீட்டுக்கும் நாலு காசு கொடுக்க முடியும். நீ தலைகீழா நின்னாலும் நமக்கு யாரும் வேலை தரப் போறதில்ல... இனி படிச்ச படிப்பு ஒன்னுத்துக்கும் ஆகாது. புத்தியா இருந்து பொழச்சிக்க...' என்றாள்.

அவள் சொல்வதில் ஒன்றும் தவறு கிடையாது. குடும்ப ஆதரவும், சமூகக் கரிசனையும், சட்ட அங்கீகாரமுமற்ற நாட்டில் என்ன தான் வேலை செய்ய முடியும் திருநங்கைகளால்? வயதான காலத்தில் மட்டுமல்ல, திடீரென உடம்புக்கு ஏதேனும் வந்தாலே கூட பணம் மட்டும்தானே பாதுகாப்பு?

பணத்துக்கு மட்டுமே மரியாதை என்றான உலகத்தில் வெட்கம் மானம் பார்க்காமல் கூடிய வரையில் முடிந்ததைச் சேர்த்து வைத்தால் மட்டுமே வாழ்வது சாத்தியம். இளமையில் நன்றாகச் சம்பாதித்தாலும் அந்தக் கவனம் இல்லாமல் சேர்த்து வைக்காததால்தானே இன்று வரை தள்ளாத வயதிலும் வசந்தி ஆயா ரயிலில் கடை கேட்டுக் கொண்டிருக்கிறாள்?

ஒரு முறை எங்கள் வீட்டுக்கு எதிர் வீட்டில் இருக்கும் நான்கு திருநங்கைகள், சூரத்துக்குச் சென்று வந்ததை நானும் பிரதிக்ஷவும் கேள்விப்பட்டோம். அவர்களும் எங்களைப் போல ட்ரெயினில் கடை கேட்பவர்கள்தான். ஆனால், புனேவைக் காட்டிலும் சூரத்தில் அவ்வளவாகத் திருநங்கைகள் இல்லாததால், அங்கே ரயிலில் நிறைய வருமானம் வருவதாகச் சொன்னார்கள்.

ஸ்டேஷனில் சில்லறை மாற்றிக் கொண்டிருக்கும் போதும், வசந்தி ஆயா மெல்ல இந்தத் தகவல்களைச் சொல்லிக் கொண்டிருந்தாள்.

'ஏய், நாமளும் போலாமா..?' என்று நான் பிரதிக்ஷாவிடம் கேட்டேன். புது ஊர், புது கலாசாரம், கொஞ்சம் மாறுதலான இடமாகவும் இருக்கும். அதனால் கேட்டேன்.

'நல்ல ஐடியாதான். ஆயா நீயும் வரியா? நாம மூணு பேரும் போகலாம்?'

மூன்று பேருமாக சூரத் சென்றோம். எந்த ஊர், என்ன வழி என்று தெரியாமலே ஏதேதோ ட்ரெயின்களில் ஸ்லீப்பர் கோச் முழுவதும் கடை கேட்டபடி சூரத் வரை சென்றோம். இரவில், தண்டவாளங்களுக்கு அப்பால் உள்ள படிகளின் மேல் வரிசையாக பேப்பரை விரித்துப் படுத்துக் கொண்டோம். சூரத்தின் இரவுக் குளிர் புனே குளிரைக் காட்டிலும் கொடூரமாக இருந்தது. நாங்கள் படுத்திருந்த வரிசை முழுவதும் விதவிதமான பிச்சைக்காரர்கள் படுத்திருந்தார்கள்.

ஒரு வயதான கிழவன் நாங்கள் படுத்திருந்த இடத்துக்கு வந்து ஹிந்தி போலவே இருந்த, ஆனால், புரியாத மொழியில் திட்டிக் கொண்டிருந்தான். அது அவனது வழக்கமான இடம் என்பது மட்டும் புரிந்தது. வேறு இடத்தில் படுக்கவும் தயக்கமாக இருந்தது. அப்போதோ இரவு பத்து மணி. எட்டு மணி வரை கடை கேட்டு ட்ரெயின் ட்ரெயினாக அலைந்த களைப்பு.

ஒருவாறு சமாளித்து மூன்று நாள்களை சூரத்தில் கழித்தோம். ஆனால், கேள்விப்பட்ட மாதிரி அப்படியொன்றும் சொல்லிக் கொள்ளும்படியான பெரிய வருமானம் வாய்க்கவில்லை. போரடித்தது. ஒரு வாரம் இருக்கலாம் என்று நினைத்து வந்தவர்கள் மூன்று நாளில் புறப்பட்டு விட்டோம்.

வரும் வழியில்தான் அந்த யோசனை உதித்தது. 'சூரத்தில் துணி மெட்டீரியலெல்லாம் ரொம்ப விலை குறைவாம்டி. இங்க இருந்து தான் பெரிய பெரிய கடைக்கெல்லாம் துணி வாங்கிட்டு போவாங்க. ஏன் தமிழ்க் காரங்ககூட இங்க வந்து வாங்கிட்டுப் போய் ஊர் நாட்ல விக்கிறங்க' என்றாள் பிரதிக்ஷா.

கேட்டுக் கொண்டிருந்தேன். கொஞ்சம் இடைவெளி விட்டு, அவளே, 'பேசாம நாமளேகூட ஒரு நாலு புடைவை வாங்கிட்டுப் போய நம்ம ஏரியாவுல விக்கலாம்' என்றாள திடீரென்று.

எனக்கு அந்த யோசைன மிகவும் பிடித்திருந்தது. புடைவை விற்கிற யோசனை. சட்டென்று நமக்கென்று ஓர் அந்தஸ்தை நாமே உருவாக்கிக் கொண்டு விட்டது போல இருந்தது. கடை கேட்கும் ரயிலிலேயே புடைவை விற்று வியாபாரம் செய்தால் என்ன? ஒரே பரவசமாகப் போய் விட்டது. செய்யலாம் என்று நினைக்கும் போதே செய்து சாதித்து முடித்து விட்ட திருப்தி உண்டானது.

சந்தோஷமாக அந்த எண்ணத்தைச் சுமந்தபடி பேசிக் கொண்டே புனே திரும்பினோம்.

ஆனால், தொடர்ந்து அது குறித்துப் பலருடன் விவாதித்ததில், துணிமணி மூட்டைகளைச் சுமந்து கொண்டு ரயில் ரயிலாக ஏறி இறங்குவது மிகவும் சிரமம் என்று தோன்றியது. தவிரவும், முதல் போடுவது சிரமம். ஒரு பேச்சுக்கு நாலு புடைவை என்று சொன்னாலும் வெறும் நான்கு புடைவைகளைக் கொண்டு ஒரு வியாபாரம் தொடங்க முடியாது. என்ன செய்யலாம் என்று யோசித்தோம்.

கடை கேட்பதைக் காட்டிலும் அதே ரயில்களில் ஏதாவது வியாபாரம் செய்யலாம் என்கிற யோசனைதான் எங்களுக்கு முக்கியமாக இருந்தது. தீவிர மாக யோசித்து, எளிமையாகச் சில பொருள்களை ஏன் விற்கக் கூடாது என்று முடிவு செய்தோம்.

எனக்கு அன்பு என்று ஒரு நண்பர் இருந்தார். அவர் மும்பை - சோலாப்பூர் தடத்தில் செல்லும் கர்ஜத் வண்டில் கேண்டீன் மேனேஜராகப் பணியாற்றிக் கொண்டிருந்தவர். திருமணமானவர். பழகுவதற்கு இனியவர். நான் ரயிலில் பதமாக, பக்குவமாகக் கடை கேட்கும் விதம் கண்டு என்னிடம் மெல்லப் பேச்சுக் கொடுக்க ஆரம்பித்தார். பிறகு என் படிப்பு விவரங்கள் தெரிந்ததும் மரியாதையுடன் நடந்து கொள்ளத் தொடங்கினார். விரைவில் நல்ல நண்பராகவும் ஆனார்.

அவர் பல சமயம் என்னிடம், 'நீ ஏன் பிச்சை எடுக்கற? டீ, பிஸ்கட்னு ஏதாச்சும் விக்கலாம்ல? நான் வேணா ஏற்பாடு பண்றேன்' என்று சொல்லியிருந்ததும் நினைவுக்கு வந்தது. பல முதல் வகுப்புப் பயணிகளிடம் என்னை அறிமுகப்படுத்தி, 'எம்.ஏ. படிச்சிருக்கா சார். இப்படி பிச்சை எடுக்கறா பாருங்க!' என்று மாய்ந்து மாய்ந்து போவார். அப்படி அவர் அறிமுகப்படுத்தியதன் காரணம், யாராவது மனமிரங்கி எனக்கு ஒரு வேலை கொடுக்க மாட்டார்களா என்பதுதான்!

முடிவு செய்து விட்டேன். பிரதிக்ஷாவும் ஒரு தீர்மானத்துடன் தான் இருந்தாள். இருவருமாய் தயங்கித் தயங்கி நானியிடம் போய் நின்றோம். அனுமதி கேட்டாக வேண்டுமே.

நானிக்கு என் மேல் நல்ல அபிப்ராயம் உண்டு. சத்யாவிலிருந்து செண்பகம் வரை எல்லோரும் பல சந்தர்ப்பங்களில் அவளிடம் அடி வாங்கியதுண்டு. என்னை என் நானி கடிந்து கூடப் பேசியதில்லை. அதற்கேற்ப என் செயல்கள் நாசூக்காக இருக்கும். புகையிலை, பாக்கு, வெற்றிலை என்று எனக்கு எந்தக் கெட்டப் பழக்கம் கிடையாது. நான் உண்டு, என் வேலை உண்டு என்று இருப்பேன். நானியே பல சமயம் அது பற்றி வியந்து பேசியதுண்டு. 'அடியே பேசாம மேல படிக்கிறன்னா சொல்லுபடி... இங்கனயே ஏதாவது காலேஜில் படிக்க வைக்கிறேன்' என்றும் கேட்டிருக்கிறாள்.

அதற்கே சம்மதிக்காமல் பேசாதிருந்தவள், திடீரென்று வியாபாரம் செய்யப் போகிறேன் என்றதும் அவளுக்கு ஆச்சர்யமாகப் போய் விட்டது. காலம் காலமாகத் திருநங்கை என்றால் பிச்சைதான் என்றிருக்கும் வழக்கத்தை முதல் முதலாக ஒருத்தி மாற்றிக் காட்டுகிறேன் என்கிறாளே என்கிற வியப்பு. மறுப்பேதும் சொல்லவில்லை. கொஞ்சம் போல் எச்சரிக்கை செய்து, 'நல்லா இருந்தா சரிதான்' என்று அனுப்பி விட்டாள்.

சந்தோஷமாகக் கிளம்பினோம். பிரதிக்ஷாவுக்கு ஒரு நண்பர் இருந்தார். அவர் பெயர் குமார். எனக்கும் அவருடன் நல்ல அறிமுகம் உண்டு. தனது பத்து வயதில் வீட்டை விட்டு ஓடி வந்து, மும்பையில் படாத பாடு பட்டு, பார்க்காத வேலை பல செய்து, பதினாறு வயதில் திருமணமும் முடித்து, இரண்டு குழந்தைகளுடன் வாழ்ந்து கொண்டிருந்த 27 வயது இளைஞன். வாழ்க்கையில் பல அனுபவங்களைக் கடந்து வந்தவர்.

ட்ரெயினில் மொபைல் கவர், லேஸ், கீ-செயின் போன்ற பொருட்களை வியாபாரம் செய்து வருகிறவர். நாங்கள் ரயிலில் வியாபாரம் செய்ய விரும்பியதைக் கேட்டதும், எங்கள் ஆர்வத்தை மதித்து ஊக்குவித்தவர். 'மால்' முழுதும் மொத்தமாக எங்கே வாங்க வேண்டும், எந்த சீசனுக்கு என்ன மால் வாங்க வேண்டும், எப்படிக் கூவி விற்க வேண்டும் என்று வியாபார நுணுக்கங்கள் பலவற்றை எங்களுக்கு அவர் சொல்லிக் கொடுத்தார். எந்தச் சரக்கு, எந்தக் கடையில் மலிவாகக் கிடைக்கும் மலிவும் தரமும் ஒருங்கே சேர வேண்டுமென்றால் அதற்கு எங்கே போக வேண்டும் என்றெல்லாமும் கற்றுத் தந்தார். இரண்டு நாள்கள் அவர்

வேலைக்குப் போகாமல் எங்களுடன் அலைந்தார். எங்கள் வியாபாரத்துக்கான பொருள்களைப் பார்த்துப் பார்த்து வாங்கிக் கொடுத்தார்.

'கண்டிபபா இந்த வியாபாரத்தின் மூலம் எங்கள் வாழ்க்கைத் தரமே மாறி விடும்' என்று மிகுந்த நம்பிக்கை அளித்து முதல் நாள் நாங்கள் தொழில் தொடங்க வாழ்த்தி அனுப்பினார்.

எப்படிப்பட்ட அனுபவம் அது! மனம் கொள்ளாத மகிழ்ச்சியும் கனவுகளும் எதிர்பார்ப்புகளுமாக நாங்கள் ரயிலில் எங்கள் விற்பனையைத் தொடங்கினோம்.

'பை சாப்... மொபைல் லேஸ்... மொபைல் கவர்... வீடியோ கேம்ஸ் சாயியே, அச்சீ நயா மால்... சாயியே' நான் கூவிக் கொண்டிருந்தேன்.

'கீ செயின். நயா மாடல் ஹே... போத் கம் ரேட் மே... ஃபர்ஸ்ட் கிளாஸ் குவாலிட்டிக்கா' பிரதிக்ஷா ஒரு பக்கம் விற்றுக் கொண்டிருந்தாள்.

நேரம் கடந்து கொண்டிருக்கிறது. இதோ விற்று விடும், இன்னும் அரை மணியில் சரக்கு தீர்ந்து விடும். பிற்பகலுக்குள் முடிந்து விடும் என்று எதிர்பார்த்தபடி கம்பார்ட்மென்ட் கம்பார்ட்மென்டாகக் கூவிக் கொண்டே போனோம். கால்கள் வலிக்கத் தொடங்கியிருந்தன. தொண்டை வறண்டு விட்டிருந்தது.

வியாபாரம் அத்தனை சுலபமாக இல்லை. பொதுவாக ரயில்களில் எதையாவது வாங்கும் வழக்கம் கொண்டவர்கள்கூட எங்களிடம் ஏனோ முகம் கொடுக்க மறுத்தார்கள். கை தட்டிப் பிச்சை எடுத்த போது கூடக் காசு தர முன் வந்தவர்கள், வியாபாரம் என்று வந்த போது, வேறு பக்கம் திருப்பிக் கொண்டார். ஒரு நாளைக்கு ஒரு முறையாவது 'உழைச்சு திங்க வேண்டியது தானே... போங்க போங்க' என்று விரட்டிய மகராசன் யாரும் அந்த ரயில்களில் ஏனோ வரவில்லை.

நாளெல்லாம் தொண்டை கிழியக் கத்தி விட்டு ரயிலில் இருந்து இறங்கிய போது, நாங்கள் மிகவும் சோர்வுடன் இருந்தோம். எங்கள் முதல் முயற்சி அத்தனை மகத்தான தோல்வியடையும் என நாங்கள் கனவிலும் நினைக்கவில்லை.

'விடுடி நமக்கு விக்கத் தெரியலை. இப்பத்தான் ஆரம்பிச்சிருக்கோம். போகப் போக மாறி விடும்' என்று அவளுக்கு ஆறுதல் சொல்லும் தோரணையில் எனக்கு நானே ஆறுதலளித்துக் கொண்டேன். அவளோ பதில் பேசக் கூடிய மன நிலையிலேயே இல்லை.

குமார்கூட இதை எதிர்பார்க்கவில்லை. ஒருவாறு சமாதானம் சொல்லி, மறுநாள் அவரே எங்களுடன் வந்தார். எங்களை முன்னால் போக விட்டு, பின்னால் வந்தபடி எங்கள் வியாபாரத்தைக் கவனித்தார். சரியாகத்தான் செய்து கொண்டிருந்தோம். ஆனாலும் ஏன் வியாபாரம் நடக்கவில்லை?

சொல்லப் போனால் ரயிலில் ஏற்கெனவே வியாபாரம் செய்து பிழைத்து வந்த பல பேர் எங்களைத் தொழில் போட்டியாகப் பார்த்திருக்க வேண்டும். அவர்களே சந்தோஷமாக வாழ்த்துச் சொல்லி எங்களை ஊக்கு வித்துக் கொண்டிருந்தார்கள். ஆனால், தினசரி பார்க்கும் முகங்களில் ஒன்றுகூட எங்கள் முயற்சிக்கு வாழ்த்துச் சொல்லும் வகையில் இரண்டு ரூபாய் பொருளைக் கூட வாங்க முன்வரவில்லை. இதில் ஆச்சரியம் என்ன வென்றால் பிச்சை எடுத்த போது ஒன்றும் சொல்லாமல் அனுமதித்த டி.டி.ஆர்.கள், நாங்கள் கீசெயின் விற்கத் தொடங்கிய போது ஏனோ சண்டைக்கு வந்தார்கள்; புரியவில்லை.

மறுநாளும் வியாபாரம் நடக்காததில் நாங்கள் மிகவும் துவண்டு போயிருந் தோம். சிவாஜி ஸ்டேஷனில் பேச்சு மூச்சில்லாமல் அமர்ந்திருந்தோம். குமார் வந்தார். இரு நாள் தோல்விக்கு மனம் துவள வேண்டாம் என்று எடுத்துச் சொல்லி எங்களைத் தேற்றினார். முதலீடு குறித்த கவலை எங்களுக்கு இருக்கும் என்று ஊகித்தவராக, எங்களிடம் இருந்த அனைத் துப் பொருள்களையும் உரிய விலை கொடுத்து அவரே வாங்கிக் கொண் டார். லோக்கல் காடியில் பத்து ரூபாய் டார்ச் லைட் வியாபாரம் செய்ய ஆலோசனை வழங்கினார். தமிழர்கள் அதிகம் வரும் நாகர்கோயில், கோயம்புத்தூர் வண்டிகளைவிட, லோக்கல் எலெக்ட்ரிக் டரெயினில் டார்ச் லைட்டும், கீ செயினும் கொஞ்சம் வியாபாரமானது.

ஸ்லீப்பர் கோச் போலன்றி, நிமிடத்தில் வரும் ஸ்டேஷனுக்கேற்ப இன்னும் அவசரமாக வியாபாரம் செய்து, அவசர அவசரமாகக் கூட்டத் துக்கு மத்தியில் கம்பார்ட்மென்ட் ஏற சிரமமாக இருந்தது. இதில், பீக் அவர் கூட்டத்தில் ஒன்றுமே செய்ய முடியாது. கொஞ்சம் பொறுத் திருந்துதான் வியாபாரம் பார்க்க வேண்டும். சரியென்று அதற்கும் தயாரா னோம். சோறு தண்ணி இல்லாமல் ரயிலில் பொருள்களை விற்றுக் கொண்டிருந்தோம். ஆனாலும் எங்கள் முயற்சிக்கு சொல்லிக் கொள்ளும் விதத்தில் ஒரு பலனும் ஏற்படவில்லை. திருநங்கைகளிடம் வியாபாரம் செய்தால் என்ன? ஐந்து ரூபாய், பத்து ரூபாய் பொருள்களை எல்லோரும் தான் வாங்குகிறார்கள். பொருள் முக்கியமா? விற்போர் முக்கியமா? இது என்ன மனோபாவம் என்று எனக்குப் புரியவே இல்லை.

சிறிய வியாபாரமாகத் தொடங்கி, கொஞ்சம் பணம் சேர்த்து விரைவில் சொந்தமாக ஒரு கடை வைத்து விடலாம் என்கிற அளவுக்கு நாங்கள் திட்டமிட்டிருந்தோம். அதனை ஒரு கனவாக எப்போதும் விரித்து பரப்பி அதிலேயே சிறகடித்துப் பறப்பது எனக்கு மிகவும் பிடித்தமான காரியம். ஆனால், என் முயற்சிக்குக் கிடைக்க பலன் எனக்குப் பேரிடியாக இருந்தது. நான் என் நானியிடமும் பிரதிக்ஷா அவளுடைய நானியிடமும் செமத்தியாக வாங்கிக் கட்டிக் கொண்டோம்.

பிரதிக்ஷாவுக்கு வருத்தம் இருந்தது என்றாலும் என் அளவுக்கு இல்லை. அவள் எதற்கும் துணிந்தவள். பிச்சை எடுக்கக் கூடாது என்கிற நினைப்

பெல்லாம் அறவே கிடையாது. பிச்சையைவிட ஒரு படி கௌவரமாக ஒரு தொழில் செய்ய வாய்ப்பு என்னும் போது சந்தோஷமாகச் சம்மதித்தது போலவே, அது இல்லை; மறுபடியும் பிச்சைதான் என்ற போதும் அதே மன நிலையுடன் அவளால் ஏற்றுக் கொள்ள முடிந்தது.

கண்டிப்பாகப் பிச்சை கூடாது; கௌவரமானதொரு வாழ்க்கையை நாம் வாழ வேண்டும் என்கிற வெறி கொண்டிருந்த எனக்குத்தான் அதனை ஏற்க முடிய வில்லை. ஆனால், வேறு வழி?

ஒரு நல்ல நாளில் மீண்டும் பழையபடி பிச்சையெடுக்க ஆரம்பித்தோம்.

இதனைப் பார்த்த அதுவரை பேசியே இராத ரோஜ்வாலாக்கள் கூட ஏன் மீண்டும் பிச்சையெடுக்கிறீர்கள், புது வேலை என்னவாயிற்று என்று கேட்டுக் கொண்டே இருந்தார்கள். அவர்களுக்கெல்லாம் எடுத்துச் சொல்லி அவர்கள் பரிதாபப்பட்டதுதான் மிச்சம்.

மனத்துக்குள் மிகவும் துவண்டு போயிருந்தேன். களிப்போடும் ஆனந்தத்தோடும் வாழ்ந்து வந்த எனக்கு இப்போது எல்லாமே தலைகீழாகி இருந்தது. சில சம்பவங்களும் ஆழமான காயத்தை ஏற்படுத்தியிருந்தன.

ஒருமுறை ஹைதராபாத் வண்டி ஒன்றில் வழக்கம் போல பிச்சையெடுத்துக் கொண்டு வந்த நான் திடுக்கிட்டுப் போனேன். எனக்கு அறிமுகமான, சிறந்த நாடகக் கலைஞர்களுள் ஒருவரான ராமானுஜம் என்னும் மேதை அந்தக் கம்பார்ட்மென்ட்டில் அமர்ந்திருந்தார்.

அவரை எனக்கு மிகவும் நன்றாகவே தெரியும். சிலமுறை அவர் வீட்டுக்குக் கூடச் சென்றுள்ளேன். தமிழ்ப் பல்கலையில் நாடகத் துறை என்ற ஒன்று உருவாகக் காரணகர்த்தாவாக இருந்தவர். பேராசிரியர் மு. ராவுக்கு அவர்தாம் ஆதர்சம். வாழ்நாள் முழுவதையும் நாடகத் துறைக்காகவே அர்ப்பணித்தவர்.

அப்பேர்ப்பட்டவர் பயணம் செய்து கொண்டிருந்த பெட்டியில் அவர் முன் பிச்சைக்காரியாக நான்!

ஒருகணம் எனக்கு உலகமே இருண்டு விட்டது போலிருந்தது. அவர் அமர்ந்திருந்த இடத்துக்கு எதிரே கையேந்திய கோலத்தில் நான். மலத்தை மிதித்தது போல் உணர்ந்தேன். ஒரு கணம் கூடத் தாமதிக்கவில்லை. சடாரென்று பாய்ந்து அவர் கண்ணிலிருந்து மறைந்து விட்டேன். எத்தனை நாராசமாகி விட்டது என் வாழ்க்கை!

அன்று முழுதும் நான் பிச்சை எடுக்கவில்லை. மாலையில் 'ஒத்திகை' விஜிக்கும், முருகபூபதிக்கும் போன் செய்து நடந்ததைச் சொல்லி அழுதேன். மனம் விட்டுக் கதறி அழுதேன்.

'அண்ணா... பேசாம எனக்கு அங்க ஏதாவது வேல பாருங்கண்ணா... வந்துடறேண்ணா. எனக்கு இங்க இருக்க முடியலண்ணா... ப்ளீஸ் ஏதாவது ஒரு வேல.. முயற்சி பண்ணுங்கண்ணா.'

முயற்சி எடுப்பதாகச் சொன்னார் முருகபூபதி. கொஞ்சம் ஆறுதலாக இருந்தது. ஆனால், நிம்மதியாக இல்லை. ஒரு விஷயம் எனக்குப் பிடித்து விட்டால் அதற்காக எந்த கஷ்டப்பட்டாவது அதை நிறைவேற்றி விட நினைப்பேன். அதுவே எனக்குப் பிடிக்காத விஷயமாக இருந்தால் கோடி கொட்டிக் கொடுத்தாலும் அதைச் செய்ய மாட்டேன். என் இயல்பு அது. அப்படித்தான் இதுநாள் வரை இருந்து வந்திருக்கிறேன். பிச்சையைக்கூட விரும்பித்தான் செய்தேன். இனி அது வேண்டாம் என்று தோன்றிய கணத்திலேயே விட்டு விடவும் முடிவு செய்தேன்.

வேலைக்குப் போவதென்று முடிவு செய்ததும் எனக்குக் கடை கேட்பதில் ஆர்வமற்றுப் போனது. ஏனோதானோவென்று கேட்டேன். வருமானம் சுத்தம். பிரதிக்ஷாவுக்கு என் நிலைமை புரிந்தது. என் கஷ்டம் தீர எப்படியாவது ஒரு வேலை கிடைத்து விடாதா என்றுதான் அவரும் விரும்பினாள். முருகபூபதி உதவுவதாகச் சொல்லியிருந்ததுதான் என் ஒரே நம்பிக்கை. எப்படியும் புனேவிலிருந்து புறப்பட்டு விடுவது என்று முடிவு செய்து விட்டேன்.

ஆனால், நாள்கள் சென்றன. மாதம் ஆனது. நம்பிக்கையும் குறைந்து கொண்டே வந்தது. வாரம் ஒரு முறை முருகபூபதியிடமும், 'ஒத்திகை' விஜியிடமும் கேட்டுக் கொண்டே இருந்தேன்.

'யம்மா முத நீ இங்க வா... அப்பறம் வேல தேடலாம்' என்றார்கள். அவர்கள் 'அங்கயே இருந்துட்டு வேல கேட்டா எப்படி பாக்குறது?' என்று ஒரு முறை விஜி சொன்னான். அதுவும் சரி எனப் பட்டது. போய்ப் பார்ப்போம். வேலை கிடைத்தால் சந்தோஷம். கிடைக்காவிட்டால்? இன்னொரு முயற்சி! வேறென்ன செய்ய முடியும். இறுதியில் இருக்கவே இருக்கிறது! புனேவும் நானியும் கடை கேட்டலும்.

ஆனால், 'வேலை தேடிப் போகிறேனே, திரும்ப வர மாட்டேன்' என்று நானியிடம் எப்படிச் சொல்வது? நிச்சயம் நானி இதற்கு ஒப்புக் கொள்ள மாட்டாள். லோனாவாலாவிலிருந்து சொல்லாமல் கொள்ளாமல் ஓடி விடலாம். ஆனால், அப்படி நான் தப்பித்துச் சென்றால், பிரதிக்ஷாவுக்குத்தான் பிரச்னை. அவள் தான் பதில் சொல்ல வேண்டும். உயிர்த் தோழிக்கு அப்படி ஒரு கஷ்டம் கொடுக்கவும் மனம் வரவில்லை.

ஊருக்குப் போவதென்றால் என் துணிமணி, பெட்டி படுக்கைகளை முதலில் எடுக்க வேண்டும். நானிக்குத் தெரியாமல் அது சாத்தியமில்லை. தெரிந்து, விரும்பி அவள் அனுப்பி வைப்பாளா? தெரியவில்லை. குழப்பமாக இருந்தது. எப்படியும் கிளம்பித்தான் ஆக வேண்டும் என்று முடிவு செய்து விட்டேன். ஆனால், யாருக்கும் எந்தப் பிரச்னையும் இல்லாதிருக்க வேண்டும்.

யோசித்தேன்.

12. மீண்டும் ஒரு போராட்டம்

சரியான மழைக் காலம். லோனாவாலாவில் மட்டுமல்ல. நான் புனேவை விட்டுப் புறப்படலாம் என்று நினைத்த போது, மகாராஷ்டிரா முழுவதிலுமே நல்ல மழை பிடித்திருந்தது. நிற்காமல் பேய் மழை அடித்து ஊற்றிக் கொண்டிருந்தது. தண்டவாளங்களில் தண்ணீர் நிறைந்து பல சமயம் வண்டிகள் தாமதமாயின; ரத்து செய்யப்பட்டன. பொதுவாகப் போக்கு வரத்தே சீர்குலைந்து போயிருந்தது. எப்போதும் இருட்டு. எப்போதும் மழை. ஈரம், குளிர். மக்கள் அனைவரும் தத்தம் கூடுகளுக்குள்ளேயே பெரும்பாலும் ஒடுங்கிக் கிடந்தனர். பள்ளி, கல்லூரிகள், அலுவலகங்களில் அவ்வப்போது விடுமுறை விட்டுக் கொண்டிருந்தார்கள். கடை கேட்பது அப்போது பெரிய பிரச்னையாக இருந்தது. யாரிடம் கேட்பது, கொட்டும் மழையில்?

இதையே ஒரு காரணமாகச் சொல்லி லோனாவாலாவில் இருந்து முதலில் கிளம்பிவிட முடிவு செய்தேன். இதனால் பிரதிக்ஷாவுக்கும் எந்தப் பாதிப்பும் வராது. தொழில் நிமித்தம் நான் இடம் மாற விரும்புவது போல நானியிடம் சொல்லி விடுவது. பிறகு அடுத்த கட்ட நடவடிக்கையை யோசித்துக் கொள்ளலாம்.

'ஆயா, நான் வைதவாடிக்குப் போயிடுறேனே?' என்று ஆரம்பித்தேன்.

'ஏன் ட்ரெயின் கேக்கலயா...?' என் திட்டம் தெரியாமல் அப்பாவியாகக் கேட்டாள் நானி.

'நல்ல ஆயா. மழைக் காலம் கடை வெளங்க மாட்டேங்குது. பேசாம கொஞ்ச நாள் அங்க இருந்து கட கேட்டுட்டு, மழை சீசன் முடிஞ்சி திரும்பிட்ரெயின்ல கட கேக்கறேன்' என்றேன்.

சம்மதித்தாள். லோனாவாலாவிலிருந்து துணிமணிகளை எடுத்துக் கொண்டு வரும் போது அங்கேயே டிக்கெட் ரிசர்வ் செய்து கொண்டேன்.

சிட்டி போஸ்ட், சிவாஜி நகரில் இருந்தது போல் எங்கள் நானிக்கு வைதவாடியிலும் இரண்டு வீடுகள் இருந்தன. வைதவாடி, சம்சாரிகள் மட்டுமே வாழும் பகுதி. சிறிய எளிமையான, ஆனால், வசதியான வீடுகள் ஏற்கெனவே பரிமளா அம்மாவின் சேலா, மலர் என்பவள் அங்கே இருந்தாள்.

நான் அங்கு போக விரும்பிய நேரத்தில் அவள் ஊருக்குச் சென்றது எனக்கு மிகவும் வசதியாக அமைந்தது.

ஆனால், முற்றிலும் வசதி என்று சொல்லி விடுவதற்கில்லை. நானி என்னை வைதவாடிக்குத் தனியே அனுப்பவில்லை. சிவாஜி நகரிலிருந்து சித்ரா அம்மாவின் சேலாவான சுப்புவையும், அவளுக்கு சேலானாவை ஷீபாவை யும் என்னுடன் தங்கச் சொல்லி உடன் அனுப்பினாள். மலர் வரும் வரை அந்த வீட்டுக்கு நான் பொறுப்பு. என் பொறுப்பில் எனக்குத் தங்கை முறை வரும் சப்பு மற்றும் அவள் சேலாவும் எனது பாந்தி சேலாவுமான ஷீபாவும் இருப்பார்கள்.

சுப்பு எனக்குப் பின் சில மாதங்கள் கழித்து எங்கள் வீட்டுக்கு சித்ரா அம்மா வின் சேலாவாக வந்து சேர்ந்தவள். நல்ல கறுப்பு நிறம். அவள் கண்களில் எப்போதும் குறும்பு ஒட்டிக் கொண்டிருக்கும். வந்த புதிதில் அவளுக்கு முடி வளர்ந்திருக்கவில்லை. எனவே, தலையில் பெரிய கர்ச்சிப் ஒன்றைக் கட்டிக் கொண்டு, பார்ப்பதற்குச் சற்று வித்தியாசமாகத் தெரிவாள். சற்று வாய்த் துடுக்கு உள்ளவள் என்றாலும் என்னிடம் இனிமையாகப் பழகினாள்.

அவர்கள் இருவருடன் நான் வைதவாடி வந்து சேர்ந்தேன். மனத்தில் வேறு சிந்தனையே கிடையாது. ஊருக்குப் போய்விட வேண்டும். ஏதாவது வேலையில் சேர்ந்து சம்பாதிக்க வேண்டும். சுதந்தரமாக என் வாழ்க்கையை நானே அமைத்துக் கொள்ள வேண்டும். இனி பிச்சை கூடாது. பிச்சை எடுத்தா லாவது பெண்ணாக வேண்டும் என்று தவித்தது ஒரு காலம். இப்போது பிச்சை எடுக்காத திருநங்கையாக, கௌரவமாக ஓர் உத்தியோகம் தேடிக் கொள்வது மட்டுமே நோக்கம்.

ஆனால், ஊருக்குத் தப்பிச் செல்வதென்றால் செலவுக்குக் கொஞ்சம் பணம் வேண்டுமே. அதற்கு மட்டும் பிச்சை எடுப்பது என்று முடிவு செய்து என் சகோதரிகளுடன் இணைந்து ஒரு பத்து நாள் நானும் கடை கேட்டேன்.

மழை மிகவும் சூடு பிடித்திருந்த நேரம். லோனாவாலாவை அடுத்த மலைப் பகுதிகளான கண்டாலா, கர்ஜத், மும்பை வழி செல்லும் மலைப் பகுதிகளில் எல்லாம் வெள்ளம் வர ஆரம்பித்தது.

ராதாகூட எனக்குப் போன் செய்து, நான் நன்றாக இருப்பதைக் கேட்டு உறுதி செய்தபின்தான் சமாதானம் ஆனாள். அவளது நிம்மதியை அதிகரிக்கும் விதத்தில் நான் என் திட்டத்தை அவளிடம் சொன்னேன். விரைவில் நான் திருச்சி வந்து விடுவேன்.

ஆனால், சரியாக நான் ஊருக்குப் புறப்படவிருந்த தேதிக்கு மூன்று நாள் முன்னதாக, இந்தியாவையே குலுக்கிப் போட்ட அந்தப் பயங்கர சம்பவம் பம்பாயில் நந்தது. ஜுலை 2005, உலுக்கியெடுக்கும் வெள்ள அபாயம். கரை உடைத்த வெள்ளம். ஏகப்பட்ட உயிர்ச் சேதம். பொருட் சேதங்கள். தேசமே அதிர்ந்து நின்ற சம்பவத்தைச் சற்றுத் தொலைவில் நின்று நான் சாட்சி போல் பார்த்துக் கொண்டிருந்தேன்.

எதிர்பாராத அந்த இயற்கைச் சீரழிவால் போக்குவரத்து முற்றிலும் ஸ்தம்பித்துப் போனது. ரயில்கள் எதுவும் ஓடவில்லை. வரிசையாக நான் கைந்து தினங்களுக்கு புனேவில் ரயிலே கிடையாது. வேறு வழி இல்லாமல் நிலைமை சற்றுச் சீரானதும் புக்கிங் கவுண்ட்டருக்குச் சென்று வேறு நாளுக்கு நான் டிக்கெட் ரிசர்வ் செய்து கொண்டேன்.

பத்துப் பதினைந்து நாள் கடை கேட்டதில் ஓரளவு தொகை கையில் இருந்தது. ஊர் போய்ச் சேர அந்தப் பணம் போதும். கிளம்புவதற்கு முதல் நாளே ஓர் ஆட்டோவாலாவிடம் சொல்லி வைத்திருந்தேன். சரியாகப் பன்னிரண்டு மணிக்கு வந்து விடு. பகலில் அல்ல. இரவு பன்னிரண்டு மணி.

இரவு நேர ட்ரெயினில் செல்வது கொஞ்சம் பாதுகாப்பானது. நானிருந்த வீட்டுக்கு அருகில் உள்ளவர்கள் நான் மூட்டை முடிச்சுகளுடன் புறப்படு வதைப் பார்த்து நானிக்குப் போன் அடித்துச் சொல்லி விட்டால்? அக்கம் பக்கத்துக்காரர்களை விடுங்கள். என்னுடனேயே தங்கியிருந்த சுப்புவுக்கும் ஷீபாவுக்கும் தெரியாமல் நான் சென்றாக வேண்டும். என்னைவிட அவர்கள் சிறியவர்கள் என்பதால் நான் காணாமல் போவதால் அவர்களுக்குப் பிரச்னை ஏதும் வராது. எப்படி ஆனாலும் பகலில் புறப்படுவது நல்லதல்ல என்று முடிவு செய்திருந்தேன். அதன்படியே நள்ளிரவு தாண்டி வரும் ரயிலுக்கு டிக்கெட் எடுத்திருந்தேன்.

அன்று இரவு சகோதரிகளுடன் படுத்துக் கொண்டாலும் தூங்கி விடாமல் விழிப்புடன் விழித்துக் கொண்டேதான் இருந்தேன். பன்னிரண்டு மணிக்கு ஆட்டோ வந்தது. தயாராக வைத்திருந்த என் உடைமைகளைச் சத்த மில்லாமல் எடுத்துக் கொண்டு என் சகோதரிகளிடம் மானசீகமாக விடை பெற்றேன். மெல்ல வெளியேறி, கதவைச் சாத்தினேன். ஆட்டோவில் ஏறி உட்கார்ந்து கொண்டேன்.

யாரும் பார்த்து விடக் கூடாதே என்று திக் திக்கென்று அடித்துக் கொண்டது. படபடப்புடனேயே புனே ஸ்டேஷனை அடைந்தேன். மணி பார்த்தால் 12.30. ஒரு மணிக்கு வர வேண்டிய ரயில் அது. சற்று நேரத்தில், சற்று நேரத்தில் என்று சொல்லியே இழுத்துக் கொண்டிருந்தார்கள். ஒவ்வொரு விநாடியும் எனக்குப் பதற்றம் அதிகரித்தபடியே இருந்தது. யாராது விழித்துக் கொண்டு எழுந்து என்னைத் தேடத் தொடங்கி விட்டால்? கலவரமடைந்து, உடனே நானிக்குப் போன் செய்து விட்டால்?

திருநங்கைகளில் ஒருத்தியைக் காணவில்லை என்றால் சற்றும் யோசிக்காமல் நேரே முதலில் ரயில்வே ஸ்டேஷனுக்குத்தான் ஆள் வரும். மாட்டிக் கொண்டால் விசாரணை என்கிற பெயரில் வறுத்தெடுத்து விடுவார்கள். அத்தனை காலம் அன்பால் நம்மை அரவணைத்தவர்கள் அவர்கள். சொல்லாமல் கொள்ளாமல் விட்டுப் போவது கண்டிப்பாகக் கோபம் வரும். அதன்பின் பாதுகாப்புக் கெடுபிடிகள் அதிகரிக்கும். எல்லா விதங்களிலும் பிரச்னை. எல்லோருக்கும் பிரச்னை. அதனை என் நல்வாழ்வுக்கான

பயணமாக எடுத்துக் கொள்ளாமல், தங்களுக்குச் செய்த நம்பிக்கை துரோக மாக நானி நினைத்து விட்டால் தீர்ந்தது.

நேரம் ஆக ஆக என் பயம் அதிகரித்தபடியே இருந்தது. இந்த ரயில் வந்து தொலைத்தால்தான் என்ன? எனக்கு மிகவும் பழக்கமான புனே ஸ்டேஷன் தான். தினசரி ரயில் ராணியாக நான் வலம் வந்த இடம்தான். ஆனாலும், இன்றைக்கு ஒரு குற்றவாளி போல் பதுங்கிப் பதுங்கி காத்திருந்தேன்.

இந்தப் பயங்களுக்கு மத்தியில் வேறொரு பயமும் இருந்தது. தனியாக நின்ற என்னிடம் யாராவது வேறு ஏதாவது அசம்பாவிதம் நிகழ்ந்து விடும்படி நடந்து கொண்டு விடுவார்களோ என்கிற பயம். தொடக்கத்திலிருந்தே திருநங்கைகளின் இன்னொரு தொழிலான பாலியல் தொழிலில் எக்காரணம் கொண்டும் இறங்குவதில்லை என்பதில் நான் உறுதியாக இருந்து வந்திருக்கிறேன். பெண்ணாவது என்பதுதான் என் விருப்பமே தவிர, விதிக்கப்படும் அவலங்கள் அனைத்துக்கும் உடன்படுவதல்ல. என் சுயத்தை எக்காரணம் கொண்டும் நான் இழந்து விடக் கூடாது என்பதில் எப்போதும் விழிப்புடன் கவனமாக இருந்து வந்திருக்கிறேன். என் பிச்சைக் காலங்களுக்குக் கூட ஒரு சரியான காரணம் என்னிடம் இருந்தது. என் நோக்கம் நிறைவேறியவுடன் திரும்பவும் வேலை தேடித்தான் நான் புனேவை விட்டுப் புறப்பட்டேனே தவிர, வேறு காரணம் ஏதுமில்லை.

ஒரு வழியாக அதிகாலை நான்கு மணிக்கு அந்த ரயில் வந்து சேர்ந்தது. பாய்ந்து ஏறி என் இருக்கையில் படுத்து, தலை முதல் கால் வரை போர்த்துக் கொண்டேன். சில நிமிடங்கள் அங்கு நின்ற ரயில், புறப்பட்ட பிறகுதான் எனக்கு மூச்சே வந்தது. நல்ல வேளையாக அது மும்பையில் இருந்து கோயமுத்தூர் போகிற ரயில் சென்னை வண்டியில் நான் புக் செய்திருந்தால் கண்டிப்பாக சென்னை சென்ட்ரலில் என்னை வரவேற்க முன்னதாக ஆள்களை ஏற்பாடு செய்திருப்பார்கள்!

நாளெல்லாம் ரயிலில் என்னென்வோ யோசனைகள். எதிர்காலம் குறித்த கவலை கலந்த கனவுகள். மறுநாள் ரோடு ஸ்டேஷன் வந்ததும் சட்டென்று இறங்கி விட்டேன்.

தமிழ்நாட்டுக்கு வந்து விட்டேனே தவிர என்ன செய்வது, எங்கே போவது என்பதில் அத்தனை தெளிவு இல்லை. வீட்டுக்குப் போகலாம். இங்கேயேதான் இருக்கப் போகிறேன் என்றால் சந்தோஷப்படுவார்கள் என்பது உண்மையே. ஆனால், இந்தக் கோலத்தில்தான் இருப்பேன் என்றால் ஏற்றுக் கொள்ள மாட்டார்கள். ஆண் உடைக்கு மாற, அப்புறம் என்ன வேண்டுமானாலும் செய்து கொள் என்றுதான் சொல்வார்கள். என்னால் கண்டிப்பாக முடியாத காரியம் அல்லவா?

யோசித்துப் பார்த்தால் என் பிரச்னைகள் எல்லாவற்றுக்கும் நானேதான் காரணமாக இருந்து வந்திருக்கிறேன். நானே விரும்பித் தேடிக் கொண்டவை

தான எல்லாம். இன்னொருத்தரைக் குறை சொல்ல முடியாது. ஆனால், என் தேவைகள், என் இருப்பு, என் வாழ்க்கை அடுத்தவர்களுக்குப் பிரச்னை தரக் கூடியவையாக அமைவதற்கு நானா காரணம்? புனே எனக்குப் பிடித்திருந்தது. முக்கியமாக அங்கு எனக்குக் கிடைத்த சுதந்தரம். ஒரு பெண்ணாக சுதந்தரமாக வளைய வர முடிந்ததில் இருந்த ஆனந்தம். ஆனால், அங்கு நான் பிச்சை எடுக்கவோ, விபசாரம் செய்யவோ மட்டும்தான் முடியும். இரண்டுமே எனக்குப் பிடிக்காத போதுதான் புனேவை விட்டு வெளியேற முடிவு செய்தேன்.

தமிழ்நாட்டில் ஒரு வேலைக்கு முயற்சி செய்யலாம். நண்பர்கள் நம்பிக்கை அளித்திருக்கிறார்கள். வேலை கிடைக்கலாம். கிடைக்கத் தாமதமாகலாம். கிடைக்காமலும் போகலாம். ஆனால், என் முடிவு, எடுக்கப்பட்டதுதான். இனி பிச்சை கிடையாது. என்ன பிரச்னை என்றால் என் இருப்புக்கு ஒரு வழி கிடைக்கும் வரை சோற்றுக்கு யாரையாவது நம்பித்தான் ஆக வேண்டும். அப்படிச் சோற்றுக்கு அண்டி இருக்கும் போது, தன்மானத்துக்கு இழுக்கு வராதிருக்க வேண்டும். இதுதான் அசல் பிரச்னை. பார்க்கலாம் என்று நினைத்துக் கொண்டு, எதிர் ப்ளாட்ஃபாரத்தில் புறப்படத் தயாராக இருந்த கரூர் வண்டி ஒன்றில் ஏறி உட்கார்ந்து கொண்டேன். இரவு 8.30 வாக்கில் கரூர் ஸ்டேஷன் வந்தது. மனம் பறக்கத் தொட்ங்கி விட்டது. இங்குதானே மஞ்சு இருக்கிறாள்?

பல வருடங்கள் ஆகி விட்டன, கரூர் வந்து. தண்டவாளத்திலேயே ட்ரெயின் வந்த தடத்தில் நடந்தால் ஒரு செக் போஸ்ட். அங்கிருந்து கொஞ்ச தூரம் போனால், வரும் பேருந்துத் தடம் எல்லாமே மஞ்சு வீட்டுக்குப் போகும் வழியில்தான் செல்லும். போகலாமா? ஒரு முறை மஞ்சுவைப் பார்த்து விட்டு வரலாமா?

போகலாம்தான். ஆனால், இந்தக் கோலத்திலா! ஜீன்ஸ் டாப்ஸ் அணிந்து கையில் பெரிய லக்கேஜோடு தனியாக நிற்கும் என்னை மொத்த ப்ளாட் பாரமும் வேடிக்கை பார்த்துக் கொண்டிருந்தது.

மஞ்சு இருக்கும் இடமோ, கிராமம். அங்கே சுற்றியுள்ள அண்டை அயலார்கள், மஞ்சுவின் மாமா, அத்தை, கொழுந்தன் இவர்களெல்லாம் என்ன நினைப்பார்கள்? அவர்களிடம் என்ன பேசுவது? என்னை வைத்து, மஞ்சுவை அவர்கள் எப்படியெல்லாம் கிண்டல் செய்யக் கூடும். அநாவசியமாக என் சகோதரிக்கு நான் ஒரு கஷ்டத்தைக் கொடுத்து விடக் கூடாது என்று புத்தி எச்சரித்தது.

அப்படியே அந்த யோசனையை உதறி விட்டுத் திருச்சி போய்விட முடிவு செய்தேன். அங்கும் கண்டிப்பாக அப்பா வீட்டுக்குப் போக முடியாது. ராதா வீடுதான் ஒரே புகலிடம். கல்லூரி நாள்களில் எப்போதெல்லாம் நான் வீடு திரும்பத் தாமதமாகிறதோ, அப்போதெல்லாம் அவள் வீட்டில்தான் ஒதுங்கு வேன். இரவு எந்நேரமானாலும் என்னை அனுமதிப்பாள். 'பதினெட்டாம் போர்' நாடகத்தில் நான் நடித்துக் கொண்டிருந்த காலத்தில் பல சமயம் அது

போல் நள்ளிரவு தாண்டி அவள் வீட்டுக்குச் சென்று இருக்கிறேன். ஒரு முறை கூட அவள் முகம் சுளித்ததில்லை.

எனவே, உறுதியாக முடிவு செய்து திருச்சியை அடைந்ததும் நேரே ராதா வீட்டுக்கே போனேன்.

'என்னடா மூட்டை முடிச்சோட வந்துட்ட?' என்று சந்தோஷமாக வரவேற்றாள்.

'இங்க பாரு, முதல்ல என்னை வாடா போடான்னு கூப்புடுறத நிறுத்து. எத்தன வாட்டி சொல்லியிருக்கேன்? என் பேரு வித்யா.'

சிரித்தாள். உள்ளே அழைத்துச் சென்றாள்.

'இனிமே இங்க தான் இருக்கப் போறேன். என் ஃப்ரெண்டுங்க சில பேர்ட்ட சொல்லியிருக்கேன். கொஞ்ச நாள்ள எப்பிடியும் வேலை கிடைச்சுடும். அதுக்கேத்த மாதிரி பாத்துக்கிறேன். அதுவரைக்கும் இங்க இருந்துக்கிறேன்' என்று சொன்னேன். அவள் மறுப்பேதும் சொல்லவில்லை.

முதல் காரியமாக நான் ஊர் வந்து சேர்ந்த விவரத்தை முருகபூபதிக்கும் செல்வத்துக்கும் போன் செய்து தெரிவித்தேன். அவர்களும் வேலை தேடும் முயற்சியில் தீவிரமாகவே இருந்தார்கள்.

இடையில் ஒருமுறை தஞ்சாவூருக்குச் சென்று வர நினைத்தேன். ஆனால், தெரிந்தவர்கள் பார்வையில் பட பயம். எனவே, கூட்டமில்லாத பத்து மணி ட்ரெயினில் ஏறிக் கிளம்பினேன். பழைய நினைவுகளை அசை போட்ட படியே வண்டித் தடம், பாலம், பேருந்து எனப் பல்கலைக் கழகத்தை அடைந்தேன். யுனிவர்சிட்டி ஸ்டாப்பிலிருந்து இறங்கி நேர் வழியில் செல்லாமல், மரங்கள் அடர்ந்து வனம் போல் இருக்கும் பகுதிகள் வழியாக நாடகத்துறையை அடைந்தேன்.

பேராசிரியர் மு. ராமசாமி முன்பு முதல் முறை ஒரு பெண்ணாக நின்றேன். அவருக்குப் பெரிதாக அதிர்ச்சியில்லை. ஆனால், கவலை மட்டும் கண்ணில் தெரிந்து.

'ம்... வந்துடாப்பலயா?' என்று வரவேற்றார். 'எப்படி இருக்கீங்க?'

'நல்லா இருக்கேன் சார்.'

'அட்லீஸ்ட் பிஹெச்டி முடிச்சுட்டாவது போயிருக்கலாம்ல?'

'ஏன் சார் இப்ப பண்ண முடியாதா?'

'பண்றிங்களா... சொல்லுங்க. இப்ப இருக்குற துணை வேந்தர் நல்ல ஆள்தான். கொஞ்சம் பேச ஏற்பாடு பண்ணி, சேர்த்துக்க முயற்சி செய்யலாம். என்ன சொல்றீங்க?'

அதானே ஏன் மீண்டும் முனைவர் பட்டத்துக்குப் படிக்கக் கூடாது? சபலம். ஆனால், எப்படி?

படிக்க வைக்க வேண்டுமானால் இவர் உதவுவார். குறைந்தது நான்கு வருடம். அதுவரை நான் என்ன செய்வது? எங்கே தங்குவது? இதற்கு மேலும் போய் அப்பாவிடம் பிஹெச்டி படிக்கிறேன்; செலவு செய் என்று சொல்ல முடியாது. கேட்டால், செய்யக் கூடியவர்தான். கடன் பட்டாவது படிக்க வைப்பார். ஆனால், 'நீ பேண்ட் சர்ட் போட்டுப் படிக்கறதானா சொல்லு. செய்யறேன்' என்பார்.

ம்ஹூம்... அது மட்டும் ஒருக்காலும் நடக்காது. நான்கு வருடம் படிப்பு, பணம், தங்குமிடம், செலவு, போக்குரவத்து எதுவும் முடியாது.

'யோசிக்கிறேன் சார்... அது வரைக்கும் நீங்கூட எனக்குத் தங்க பாதுகாப்பான இடம், வேலை எதும் கிடைக்குமான்னு முயற்சி பண்ணுங்க சார்' என்று கேட்டுக் கொண்டு புறப்பட்டேன். ஒரு நான்கு நாள் திசனரி இப்படி தஞ்சைக்கு வந்து போய்க் கொண்டிருந்தேன். இடையில் 'ஒத்திகை' விஜியின் வீட்டுக்கும் ஒரு முறை சென்று வந்தேன்.

நான் ஊருக்கு வந்திருந்த விஷயம் என்னுடன் படித்த நண்பர்கள் அனைவருக்கும் தெரிந்து விட்டிருந்து. பல்கலைக் கழக வளாகத்திலேயே மொழிப் புலம் கடந்து, தேர்வெழுதும் அரங்கத்தின் வாசலில் நாங்கள் அனைவரும் சந்தித்துப் பேசிக் கொண்டிருந்தோம்.

எனக்கு மிகவும் மகிழ்ச்சியாக இருந்தது. நண்பர்கள் அனைவரும் என்னுடன் பேசும் போது, மிகுந்த ஜாக்கிரதையாக இருந்தார்கள். என்னைத் துளியும் புண்படுத்தும் விதத்தில் பேசி விடக் கூடாது என்கிற ஜாக்கிரதை உணர்வு அது. நான் பயந்தபடி தர்மசங்கடமான கேள்விகள் எதையும் அவர்கள் கேட்கவில்லை. எப்போதும் போல் சாதாரணமாகவ பேசிப் பழகினார்கள்.

'அடுத்து என்ன பண்ணப் போறீங்க?' என்று எல்லோரும் கேட்டதற்கு, 'பிஹெச்டி பண்ணலாம்னு இருக்கேன்' என்பதையே பதிலாகச் சொல்லிக் கொண்டிருந்தேன். அத்தனை பேரும் மனமார வாழ்த்தினார்கள்.

நான் சற்றும் எதிர்பார்க்கவில்லை. என் வகுப்புத் தோழிகளான ராமலட்சுமியும் சுபஸ்ரீயும் என்னை மிகவும் இயல்பாக வாடி, போடி என்று அழைத்து உரையாடத் தொடங்கி விட்டார்கள்.

'ஏய், இந்த ஜீன்ஸ் உனக்கு நல்லா இருக்கு வித்யா.'

'இங்க பாரு சின்னதா ஒரு பொட்டு வச்சுக்க...'

'முகத்துக்கு நல்லா மஞ்ச போட்டுத் தேயி...' என்னென்னவோ அறிவுரைகள். என் தொலைபேசி எண்ணைக் குறித்துக் கொண்டார்கள். அன்று முழுவதும் மிகவும் மகிழ்ச்சியாக இருந்தேன்.

நேருவை நேரில் சென்று பார்த்து விட்டு வந்தேன். பெருங் குழப்பத்தில் இருப்பதைச் சொன்னேன். அவரிடம் வேலைக்கோ அல்லது என் படிப் புக்கோ எங்காவது ஸ்பான்சர் கிடைக்குமா என்று விசாரிக்கச் சொல்லி வைத்தேன்.

‘பதினெட்டாம் போர்’ நாடகத்தின் இயக்குநர் முத்துவேல் அழகனையும் சென்று சந்தித்தேன். அவரது பழைய சிறு லெண்டிங் லைப்ரரி இப்போது அதி நவீனமாகி விட்டிருந்தது. உலகம் ரொம்பத்தான் வேகமாக முன்னேறு கிறது என்று நினைத்துக் கொண்டேன். ஆனால், அவரால்தான் என் முடிவை ஏற்றுக் கொள்ளவே முடியவில்லை.

‘என்ன கஷ்டம்னாலும் எங்கிட்ட சொல்லியிருக்கலாம். நான் வேற ஏதாவது உதவியிருப்பேன். அட்லீஸ்ட் ஆபரேஷனாவது செய்யாமலிருக்கலாமே. எனக்கு அந்த வலி வேதனையெல்லாம் தெரியும் சரவணன்’ என்றார்.

சில முறை கூவாகம் சென்று அங்குள்ள திருநங்கைகளுடன் உரையாடியவர் அவர். திருநங்கைகள் குறித்த சில விஷயம் அறிந்தவராக இருந்தார். என்னை வித்யாவாக மட்டும் ஏற்றுக் கொள்ளப் பக்குவமின்றித் தவித்தார்.

‘என்ன உன் அப்பா மாதிரி நெனச்சிக்கே... எந்த உதவியா இருந்தாலும் என்கிட்ட கேளு...’ என்ற போது, ‘முடிஞ்சா எனக்கொரு வேலை மட்டும் பாருங்க சார்’ என்று மட்டும் சொல்லி விடை பெற்றேன்.

★

நேரு, மு. ராமசாமி, முருகபூபதி, செல்வம், ‘ஒத்திகை’ விஜி என்று என்னைப் புரிந்து கொள்ளக் கூடிய அல்லது என் நலனில் அக்கறை கொண்ட நலம் விரும்பிகள் அத்தனை பேரும் எனக்காக முயற்சி செய்து கொண்டிருந்தார்கள். பலனின்றி காலம் கழிந்து கொண்டிருந்தது.

ஒரு நாள் எனக்கு லேசாக வயிறு வலித்தது. சாதாரண வலிதானே என்று பொறுத்துக் கொண்டேன். இரவு பத்து மணிக்கெல்லாம் வாந்தி வர ஆரம் பித்து விட்டது. நேரம் ஆக ஆக, வலி அதிரித்துக் கொண்டே இருந்தது. பொறுக்க முடியாத வலியில் அலற ஆரம்பித்து விட்டேன்.

பிறகு மாமா என்னை தன் டிவிஎஸ் வண்டியில் ஜங்ஷனிலிருந்த நேர் கோட்டில் கன்டோன்மென்ட் செல்லும் வழியில் உள்ள ஒரு இருபத்தி நான்கு மணி நேர மருத்துவமனைக்கு அழைத்துச் சென்றார். அந்த இரவில் பெர்முடாசும் குர்தாவும் அணிந்து, தோடு, மூக்குத்தியோடு நின்ற என்னை விநோதமாகத்தான் பார்த்தார்கள். முதலில் சாதாரணமாகப் பரிசோதித்து விட்டு மாத்திரை கொடுத்தார்கள்.

வீட்டுக்குச் சென்று விட்டோம். மருந்தும் சாப்பிட்டேன். வலி குறைந்த பாடில்லை. சற்றைக்கெல்லாம் மாத்திரையும் வாந்தியாக வெளிவந்து விட்டது. திரும்பவும் மாமா என்னை அழைத்துக் கொண்டு போனார். பெரிய டாக்டர் இல்லை என்று சொல்லி, முதலில் குளுக்கோஸ் ஏற்றி முதல் மாடியில் ஒரு பெட்டில் படுக்க வைத்து விட்டுச் சென்று விட்டார்கள்.

அங்கே எனக்கடுத்த படுக்கையில் எனது வயதொத்த இளைஞன் ஒருவன் படுத்திருந்தான். வயிற்றில் கத்தியைக் குத்தினாற் போல் விநோதமாக

நீண்டிருந்தது. எனக்கோ வலி சற்றும் குறைந்த பாடில்லை. வயிற்றின் உள்ளே யாரோ கையை விட்டுப் பிசைந்து கொண்டிருப்பதைப் போலவே இருந்தது. இரவு முழுதும் வலி மட்டும்தான். உறக்கமே இல்லை. விடிந்தும் விடியா மலும் ராதா வந்து சேர்ந்தாள். காபி, டிபன் கொடுத்தாள். அதுவும் வாந்தியாக வந்து விட்டது. வலி மட்டும் இன்னும் குறைவதாக இல்லை.

கீழே அழைத்து வந்தார்கள். அது குழந்தைகளுக்கான அறை போல் இருந்தது. சுற்றலும் சில குழந்தைகள் அடி பட்டுப் படுத்திருந்தார்கள். யாரையும் கவனிக்கும் நிலையில் நான் இல்லை வலி பெருகிக் கொண்டே சென்றது. முதலில் குல்வால் வளர்ச்சியாக இருக்குமோ என்று சந்தேகப்பட்டார்கள். மாடியில் என் அருகே படுத்திருந்த பையனுக்கும் அதுதான் பிரச்னை என்று தெரிந்தது. லேசர் ஆபரேஷன் வலியே இல்லாதது என்றார்கள். என்னால் அதை நம்ப முடியவில்லை.

ஸ்கேன் எடுத்துப் பார்த்ததில் குடல்வால் வளர்ச்சி இருப்பது உறுதியானது. உடனே ஆபரேஷன் தேவை என்றும் சொன்னார்கள். அங்கு செய்வதென்றால் ரூ. 15,000 ஆகும். தவிர மாத்திரை, மருந்துகள், இதர செலவுகள். நினைக்கவே பயமாக இருந்தது. அவ்வளவு தொகைக்கு அப்பா எங்கே போவார்? வாங்கிய கடனுக்கே வட்டி கட்ட முடியாமல் தவிப்பர். அரசு மருத்துவமனைக்குச் செல்ல நினைத்தார்கள்.

பிறகு அவர்களே எண்ணத்தை மாற்றிக் கொண்டார்கள். அரசாங்க மருத்து வமனைகளின் அவல நிலை குறித்த அச்சம் காரணம். வசதியற்ற, சுகாதார மற்ற முறையில் எனக்கு ஆபரேஷன் செய்ய என் குடும்பத்தார் விரும்ப வில்லை.

ஆபரேஷன் என்றதுமே எனக்கு சர்வ நாடியும் ஒடுங்கி விட்டது. ஒரு முறை பட்ட அனுபவம் போதாதா? ஐயோ... அந்த வலி, அந்த வேதனை! இன்னும் ஓர் ஆபரேஷன் சாத்தியமே இல்லை என்று நினைத்தேன்.

ஆனால், வேறு வழியில்லை என்று சொல்லி விட்டார்கள். உடனடியாக யூரின் டெஸ்ட், ப்ளட் டெஸ்ட், ஜான்டிஸ் வந்ததா, சுகர் இருந்ததா, இது இருந்ததா, அது இருந்ததா என்று ஆயிரத்தெட்டு கேள்விகள், ஃபார்மாலிட்டிகள். அவற்றோடு இன்னொரு கேள்வியும் கேட்கப்பட்டது.

'உங்களுக்கு ஏற்கெனவே ஏதாவது ஆபரேஷன் நடந்திருக்கா?'

'ஆமா, நான் ஆணிலிருந்து பெண்ணாக மாறும் ஆபரேஷன் செய்திருக்கேன்...' என்று சொன்னேன். கேள்வி கேட்டுக் கொண்டிருந்த நர்ஸ் அதிர்ந்து விட்டாள். பிறகு முழுமையாக அனைத்தையும் அவருக்கு விளக்கினேன். அதனால் எந்தப் பிரச்னையும் வந்துவிடக் கூடாதே.

ஆபரேஷன் தியேட்டருக்குச் சென்ற போது, காதில், மூக்கில் இருப்பதைக் கழற்றச் சொன்னார்கள்.

'முடியாது. தோடு வேணா கழட்டுறேன். மூக்குத்திய கழட்ட மாட்டேன்' என்று சொல்லி விட்டேன். திருநங்கைகளில் அப்படித்தான். எக்காரணம் கொண்டும் ஒரு திருநங்கை மூக்குத்தியைக் கழட்ட மாட்டாள். காது குத்திக் கொள்வதைப் போல அல்ல மூக்குத்தி. யார் வேண்டுமானாலும் காது குத்திக் கொள்ளலாம். ஆனால், மூக்கும் குத்தி, அதில் ஒரு நகை அணியும் போதுதான் எல்லாவற்றையும் விட்டு, துணிந்து பெண்ணாக விரும்புகிறாள் என்று பொருள். அதனால்தான், வீட்டில் அவ்வளவு கேட்டுக் கொண்ட போதும் உடையைக் கூடத் தாற்காலிகமாக மாற்றிக் கொள்ளச் சம்மதித்த நான் மூக்குத் தியை மட்டும் கழற்றவில்லை. டாக்டர்கூட என் உறுதியைக் கண்டு, விட்டு விட்டார்.

அப்பப்பா... ஒரு ஆபரேஷனுக்குப் போவதற்கு முன் எத்தனை டெஸ்ட்கள், எத்தனை கேள்விகள், எத்தனை ஃபார்மாலிட்டிகள். இது எதுவுமே செய்யாமல் அரை மணி நேரத்தில் எனக்கு நடந்த ஆபரேஷனை நினைத்துப் பார்த்தேன். எப்படி அந்தக் கண்டத்தைக் கடந்தேன்!

எனக்கு ஆபரேஷன் நடந்த அறை மிகவும் விசாலமானதாக ஓர் ஆய்வறையைப் போல் இருந்தது. பெரிய, உயரமான கட்டில், படுக்கை. பஞ்சுப் பொதியில் படுத்திருந்தது போலிருந்தது அப்படி ஒரு படுக்கையில் என வாழ்நாளில் அதற்கு முன் நான் படுத்ததில்லை. இவர்களும் முதுகில் ஒரு ஊசியைப் போட்டார்கள். சுற்றிலும் இருளும், பல குழப்பமான வண்ணங்களும் என்னைச் சுற்றி நிறைந்தாற் போல் இருந்தது. லிஃப்ட் திடீரென அறுந்து விழுவதைப் போல் வேகமாக நான் எங்கோ விழுந்து கொண்டிருந்தேன். நினைவு தவறி விட்டது.

நினைவு திரும்பிய போது, யாரோ வயிற்றுள் கத்தியால் குத்துவது போல் வலி. முனகினேன் என்று நினைக்கிறேன். கண்ணைத் திறக்க முடியவில்லை. யார் யாரோ என்னைச் சுற்றி நின்று கொண்டிருந்தார்கள். யாரென்று தெரிய வில்லை. கனவுகளின் மத்தியில் அமர்ந்திருப்பது போல் இருந்தது. முற்றி லும் கண்ணைத் திறக்க முடிந்த போது வலியில் உயிரே போய் விடும் போலி ருந்தது.

ஆபரேஷன் நல்லபடியாக முடிந்து விட்டதாகச் சொன்னார்கள். அப்பாடா என்றிருந்தது. ஆனால், வலி எப்போது தீரும்? வலி வலி வலி. எங்கும் எப்போதும் எதிலும் வலி. ஏதாவது செய்து இந்த வலியைப் போக்குங்கள் என் கதறினேன்.

'இதுக்கே இப்படிங்கிறேயே, அந்த ஆபரேஷன் எப்பிடிடா பண்ணிக்கிட்ட?' என்று கேட்டாள் ராதா.

வலியை மீறி எரிச்சல் வந்தது. 'என்னை வாடா போடான்னு கூப்டாதன்னு எத்தன வாட்டி சொல்லியிருக்கேன்?' என்று முறைத்தேன்.

நேரு மருத்துவமனைக்கு வரவில்லை. அவர் மனைவி சத்யா வந்து ஒரு முறை பார்த்துச் சென்றார். பக்கத்து வீட்டு செல்வி, நாராயணன், பெரியப்பா,

சித்தப்பா குடும்பம் எனப் பலரும் பல சந்தர்ப்பங்களில் வந்து பார்த்து விட்டுச் சென்றார்கள். இனிமே புத்தியா இருந்துக்க என்ற ரீதியில் அறிவுரைகள். தொடர்ந்து நான்கு நாள்கள் வலியில் அவதிப்பட்டேன். பிறகு சரியாகி விட்டது.

அதற்குள் என் கேஸ் அந்த மருத்துவமனை முழுதும் பிரபலமாகி விட்டிருந்தது. அங்கிருந்த இளவயது நர்ஸ்கள் எனக்கு நல்ல தோழிகளாகி விட்டார்கள்.

நான் இருந்த அறையில் நான்கு படுக்கைகள் உண்டு. ஆனால், அப்போது நான் ஒருத்திதான் அங்கு இருந்தேன். ஷிஃப்ட் மாறி வரும் நர்ஸ்கள் அந்த அறையில்தான் பெரும்பாலும் இருப்பார்கள். ஏதாவது பேசிக் கொண்டிருப்போம். மொபைலில் நண்பர்களுக்கு எஸ்.எம்.எஸ். வழியே ஜோக்குகள் அனுப்புவது, பெறுவது, அதைப் பகிர்ந்து கொள்வது என்று பொழுது போயிற்று.

ஒரு வாரத்தில் தையல் பிரித்து விட்டார்கள். மூன்று நாளுக்கொரு தரம் வந்து போகச் சொல்லி டிஸ்சார்ஜ் செய்தார்கள். என் குடும்பத்தார் டாக்டரிடம் கேட்டுக் கொண்டிருப்பார்கள் போலிருக்கிறது. கிளம்பும் போது வீட்டில் ஒரு 'பையனாக'வே நடந்து கொள்ளும்படி அபத்தமாக எனக்கு அவர் அறிவுரை வழங்கினார். பொறுத்துக் கொண்டேன்.

இத்தனைக்கும் இடையில் ஒரு நல்ல காரியம் அங்கு நடந்தது. எனது டிஸ்சார்ஜ் ஷீட்டில், 'male to female operation done in pune' என்று குறித்திருந்தார்கள். முறையின்றி ஆபரேஷன் செய்து அதற்கு எந்தச் சான்றும் இல்லாமல் இருந்த எனக்கு இது வரப் பிரசாதம்.

மீண்டும் ராதா வீடு, மனம் முழுக்கக் குற்ற உணர்வு. இத்தனை கஷ்டப்பட்டு கடன் வாங்கிப் படிக்க வைத்தவர்களுக்காக என்ன செய்துள்ளேன் என்கிற கேள்வி. இதில் இப்போது உடம்புக்கும் வந்து அதிலும் கடன். என்னால் என் குடும்பத்துக்குக் கஷ்டம் தான் மிச்சம். அதுவும் பெற்றவர்கள் வீட்டில் இல்லாமல் ராதா வீட்டில் வேறு இருக்கிறேன். என்னை வைத்து சோறு போடுவதில் மாமா கணக்கும் பார்க்க மாட்டார். ஆனால், அவரது எதிர்பார்ப்பின்படியா நான் இருக்கிறேன்? வீட்டில் குர்தா பாவாடை, தோடு, மூக்குத்தி என எதிலும் மாற்றமில்லை. என் இஷ்டப்படிதான் இருந்தேன்.

ஓரளவு என் உடம்பும் தேறி விட்டது. பகலில் பெண்ணுடை அணிந்து தஞ்சாவூர் சென்று விடுவேன். இரவில் குர்தா போட்டுக் கொண்டு, முடங்கிக் கிடந்தேன். புழுவைப் போன்ற வாழ்க்கைதான். ஓர் ஓரமாக ஒதுங்கியே கிடந்தேன். உறக்கம் கிடையாது. பைத்தியம் பிடிக்காத குறையாகத் துடித்துக் கொண்டிருந்தேன். எனக்கொரு காலம் எப்போது வரும்?

என் வேஷத்தில் மிகவும் எரிச்சலுற்று இருந்த என் மாமா ஒரு நாள் பொறுக்க மாட்டாமல் கேட்டார்: 'ஏண்டா உன் வீட்டுக்கு மட்டும் தோடு, மூக்குத்தி

கழட்டிட்டு, பேண்ட் சட்டை போட்டுக்கிட்டுப் போக மாட்ட... ஆனா, இங்க மட்டும் உன் இஷ்டத்துக்கு இருக்க. நாங்களும் மனுசங்க இல்ல? எங்கள் சுத்தியும் மனுஷங்க இல்ல? எங்களுக்கும் எவ்வளவு கேள்வி... எவ்வளவு அவமானம்! அந்த மூக்குத்திய கழட்டுனான் என்னடா...?'

'சும்மா இருங்க. எவன் கேக்கறது... எவனா கேட்டா அவன நான் பாத்துக் குறேன்...' என்று அக்கா பதிலளித்தாள்.

திருச்சி வந்த ஒரு மாதத்தில் ஒரு முன்னேற்றமும் இல்லை. வந்ததன் நோக்கமும் நிறைவேறவில்லை. இதற்கு மேலும் யாருக்கும் பாரமாக இருக்க வேண்டாம். மீண்டும் புனே சென்று விடலாம் என்று யோசித்துக் கொண்டி ருந்த நேரத்தில் மாமா வெளிப்படையாகச் சொல்லி விட்டார்.

அவர் மீதும் தவறில்லை. என்னால் அவர்களுக்கு எந்த லாபமும் இல்லை. மாறாக தினசரி அவமானத்தைத் தான் தேடிக் கொடுத்துக் கொண்டிருந்தேன். யார் பொறுத்துக் கொள்வார்கள்? நானே முடிவெடுத்திருந்தேன்.

அன்று பிரச்னை சற்றுப் பெரிதான போது, 'சரி மாமா. நான் இப்பவே கிளம்பிடுறேன்' என்று சொன்னேன். மணி அப்போது இரவு 11.

சொல்லி வைத்த மாதிரி ஒரு தொலைபேசி அழைப்பு வந்தது. எதிர்முனையில் முருகபூபதி.

'வாழ்த்துகள்... நான் இப்ப மதுரையில் இருக்கேன். இங்க மதுரையில் ஒருத்தரு உனக்கு பிஹெச்டிக்கு ஸ்பான்சர் பண்றேன்னு சொல்லியிருக்காரு... இப்பத்தான் பேசிட்டு உடனே அடிச்சேன்....'

'அண்ணா எனக்கு வேலை வேணாம்... நான் இப்ப புனேக்கு திரும்பப் போறேன். இங்க நிலமையே வேற. இப்ப என்னால தெளிவாச் சொல்ல முடியாது....'

'யேயச் யேய்... அப்படியெல்லாம் பண்ணாத! எதுவா இருந்தாலும் காலைல வரைக்கும் பொறுத்துக்கோ. இல்ல நேரா நீ மதுரைக்கு வா. பேசிக்கலாம்... வேற எந்த முடிவும் எடுக்காத...' அவர் பதறினார்.

'எனக்கு படிப்பெல்லாம் வேணாம்... வேலை கிடைக்குமான்னு சொல்லுங்க... வரேன்....'

'நீ காலைல வரைக்கும் பொறுத்துக்க. மதுரைக்குக் கிளம்பி வா... பாத்துக்கலாம்....'

தொலைபேசி அழைப்புக்கு நான் அளித்துக் கொண்டிருந்த பதிலில் ராதாவுக்குக் கொஞ்சம் ஆறுதல்; எனக்கும்தான்.

யாரையும் பார்க்காமல் பொதுவாக, 'நான் நாளைக்குப் போறேன்... யாருக்கும் இனிமே பாரமா இருக்க மாட்டேன்' என்று அறிவித்தேன்.

மாமா மிகவும் நொந்து விட்டார்.

'டேய், நீ நல்லா இருக்கணும்னுதான்டா சொல்றோம். ஏன்டா புரிஞ்சிக்க மாட்டேங்கிற... இதுக்கும் மேலே இப்படி புடவ கட்டி நிக்கிற உன்ன மாதிரி ஆளுங்களுக்கு எப்பிடிடா... யார்ரா வேல தருவாங்க...?'

மாமா என்னென்னவோ சொல்லிப் புலம்பிக் கொண்டிருந்தார். என் மனத்துக்குள் ஓர் உறுதி படர்ந்து கொண்டிருந்தது.

'கெடைக்கும்....'

வேலை... எனக்கொரு வேலை. எப்படியாவது வாங்கிக் காட்டுவேன். எனக்காகக் கவலைப்படும் குடும்பம். தங்களால் ஆன முயற்சி எடுத்து வரும் நண்பர்கள். இதற்காகவாவது வேலை கிடைத்தே ஆக வேண்டும். கிடைத்தே தீரும்.

நம்பிக்கையுடன் தான் அன்றிரவை கழித்தேன்; உறக்கத்துடன் அல்ல.

13. எனக்கொரு வேலை

திட்டமிட்டபடி மறுநாள் காலை அக்கா வீட்டிலிருந்து புறப்பட்டு விட்டேன். மதுரை பஸ்ஸில் ஏறும் வரை விவரிக்க முடியாத கதம்ப உணர்வுகளில் சிக்கி என் புத்தி சதிராடிக் கொண்டிருந்தது. என் நிலைமைக்கு நியாயமாக நான் உலகம் முழுவதையும் குற்றம் சாட்ட வேண்டும். அல்லது என்னை மட்டும். இரண்டிலும் எனக்குப் பிரச்னை இருந்தபடியால், நடந்ததை, நடப்பதைப் பொருட்படுத்தாமல், நடக்க வேண்டியதை மட்டும் கவனிக்கலாம் என்று நினைத்துக் கெணடேன்.

மூன்றரை மணி நேரப் பயணத்துக்குப் பிறகு மதுரை மாட்டுத் தாவணி பேருந்து நிலையம் வந்து இறங்கினேன். முருகபூபதிக்குப் போன் செய்து நான் வந்து விட்ட விவரத்தைத் தெரிவித்தபோது, அவர் என்னைப் பெரியார் பேருந்து நிலையத்துக்கு வரச் சொன்னார். நான் அங்கு போய்ச் சேர்ந்த போது என்னை வரவேற்க அங்கே கோபி வந்திருந்ததைக் கண்டேன்.

பார்த்ததுமே சந்தோஷமாகி விட்டது எனக்கு. கோபி எனக்கு நன்கு அறிமுகமான இன்னொரு நாடகக் கலைஞர். நாடகமே வாழ்க்கையாகக் கொண்டவர். நான் முதுகலை மொழியியல் படித்துக் கொண்டிருந்த காலத்தில், பாண்டிச்சேரி பல்கலைக் கழக நாடகத் துறையில் அவர் முதுகலை படித்துக் கொண்டிருந்தார். முருகபூபதியுடன் பல நாடகங்களில் பணிபுரிந்து கொண்டிருந்தார். தனியாகவும் சில நல்ல நாடகங்களை இயக்கியவர். நவீன தமிழ் நாடகக் கலையை அடுத்த கட்டத்துக்கு எடுத்துச் செல்லக் கூடியவர் என்று எதிர்பார்க்கப்பட்டவர். என் நெருங்கிய நண்பர்.

கோபியுடன் கண்ணன் என்னும் இன்னொரு நண்பரும் வந்திருந்தார். மதுரைக்காரர். தமிழில் முதுகலைப் படிப்பு முடித்தவர். இவரும் முருகபூபதியின் நாடகக் குழுவின் மூலமே எனக்கு அறிமுகம். இருவரும் என்னை முருகபூபதி தங்கியிருந்த அறைக்கு அழைத்துச் சென்றார்கள். சுமக்க முடியாத என் லக்கேஜை சுமந்து வந்தார்.

பெரியார் பேருந்து நிலையத்தைச் சுற்றியிருந்த பல கடை வீதிகளுக்கு மத்தியில் உள்ளடங்கியிருந்த ஒரு ஹோட்டல் அது. மிகச் சாதார இடம். பூபதி

தங்கியிருந்த அறை மிகவும் சிறியது. ஒரே ஒரு அறை. ஒரு ஒழுங்கும் கிடையாது. அந்தச் சிறு அறையில் முருகபூபதியுடன் ஏழெட்டு பேர் இருந்தார்கள். அனைவருமே நாடக நண்பர்கள். ஆச்சரியம், அங்கே முருகபூபதியின் அண்ணனும் தமிழ் எழுத்தாளருமான கோணங்கியும் இருந்தார்.

கோணங்கி அண்ணனும் பூபதியும் என்ன வெகு நாள்களுக்குப் பிறகு அப்போதுதான் பார்க்கிறார்கள். இருவர் முகத்திலும் வியப்பு கலந்த மிகழ்ச்சி. சரவணனாகப் பார்த்தவனை ஓர் இடைவெளிக்குப் பிறகு வித்யாவாக, பெண் உடையில் பார்க்கிற வியப்பு அது. ஆனால், அந்தச் சகோதரர்களை, அவர்களது பக்குவத்தைப் புரிந்து கொள்ளும் இயல்பை வேறு யாருடனும் ஒப்பிடவே முடியாது. கண்ணோடு கண் பார்க்கும் போதே உள்ளுக்குள் உறைந்துள்ள வலிகளை உள்வாங்கிக் கொள்ளும் மாயாவிகள் அவர்கள். என்னைப் பார்த்ததும், ஆதுரமாக அணைத்துக் கொண்டார்கள்.

'நீ கலைஞன், நீ தேவதை, எங்க எல்லாருக்கும் நீதான் எனர்ஜியா இருக்கணும்...' என்று சொன்னார் முருகபூபதி.

புனேவிலிருந்து புறப்பட்டு திருச்சி வந்து எத்தனை நாள்களாகி விட்டன. மனப் புழுக்கத்துடனும் வேதனை, அவமானங்களுடனும் பல்லைக் கடித்துக் கொண்டு வீட்டில் ஒடுங்கியிருந்ததை நினைத்துப் பார்த்தேன். நண்பர்களின் தூய்மையான அன்பையும் அரவணைப்பையும் அதனுடன் ஒப்பிட்ட போது என் கண் மதகுகள் திறந்து கொண்டன.

என் நாடக நண்பர்களுள் யார் ஒருவரும் ஆபத்தானவர்கள் அல்லர். அன்பைத் தவிர வேறெதுவும் அறியாதவர்கள். பெரிய வசதி யாருக்கும் கிடையாது. ஆனால், பொருளாதார நிலைமை அவர்களுடைய மகிழ்ச்சிக்கு ஒரு போதும் தடையாக இருக்காது. எங்கு போவதென்றாலும் கூட்டமாகவே போவார்கள். கிடைத்த இடத்தில் இறங்கி, அகப்பட்டதைச் சாப்பிட்டு, இருப்பின் மீது பெரிய விமரிசனங்கள் இல்லாமல் சந்தோஷமாகவே எப்போதும் வாழ்பவர்கள்.

ஆனால், எல்லோரும ஆண்கள். நான் ஒருத்திதான் அந்த அறையில் பெண்ணாக இருந்தேன். ஆனாலும் அன்று மதியம் வரை அவர்களுடன் தங்கி, பேசி, பொழுது போக்கிய போது பெண்ணாகிய எனக்கு, பல ஆண் களின் மத்தியில் தனியாக இருக்கிறேன் என்கிற அசௌகர்யமே இல்லை. இரவு எங்கே தங்க வேண்டியிருக்கும் என்கிற கேள்வி மட்டும் எனக்கு இருந்தது. நண்பர்களும் அதற்காக முயற்சி செய்து கொண்டிருந்தார்கள்.

நண்பர் கண்ணன் அதற்கும் ஒரு தீர்வு சொன்னார்.

'அண்ணா அவங்களுக்குப் பிரச்னை இல்லன்னா எங்க வீட்டுல வேணா தங்கட்டுமே...' என்றர். அப்போது அரவது அம்மா, தம்பி, தங்கை

எல்லோருமே சென்னையில் இருந்தார்கள். அவரது தந்தையும் அவரும் மட்டுமே மதுரையில் இருந்தார்கள்.

'இல்ண்ணா, எனக்கு எந்தப் பிரச்னையும் இல்லை; நான் கண்ணன் வீட்டுலயே தங்கிக்கிறேன்' என்று சொன்னேன்.

ஆட்டோ பிடித்து அவருடன் அவரது வீட்டுக்குச் சென்றேன். மதுரையின் கார்ப்பரேஷன் பகுதி முடியும் இடத்தில் இருந்தது தபால் தந்தி நகர். கிராமமாகவும் இல்லாமல், நகரமாகவும் இல்லாமல் இருந்த இடம். ஆனால், அமைதியான பகுதி. என்னுடன் நண்பர்கள் கோபியும் மலைச் சாமியும் வந்திருந்தார்கள். அன்றிரவு நிம்மதியாகத் தூங்கினேன்.

மறுநாள் என்னை அவர்கள் ராஜன் சாரிடம் அழைத்துச் சென்று அறிமுகப்படுத்தினார்கள். எனக்கு முன்பே தெரிந்தவர்தான். நான் பிஹெச்டி படிப்பதற்கு ஸ்பான்சர் செய்ய முன்வந்தவர் அவர்தான். பேராசிரியர் மு. ராவின் நாடகக் குழுவில் தயாரிப்பு மேற்பார்வையாளராக இருந்தவர். தூர்தர்ஷனில் பணியாற்றிக் கொண்டிருந்தார்.

என்னைப் பார்த்ததும், 'பிஹெச்டி பண்றிங்களா? நான் ஸ்பான்சர் பண்றேன்' என்று திரும்பவும் கேட்டார்.

'வேண்டாம் சார். எனக்கு இப்ப வேண்டியது ஒரு வேலை. உங்களால எனக்கு ஒரு வேலை வாங்கித் தர முடியுமானா அதுதான் சார் ரொம்பப் பெரிய உதவியா இருக்கும்' என்று சொல்லி, என் நிலைமையை விளக்கினேன்.

மதுரையில் அப்போது ஒரு நாடக விழா நடந்து கொண்டிருந்தது. ராஜா முத்தையா மன்றத்தில் தினசரி ஒன்றிரண்டு நாடகங்கள் அரங்கேறிக் கொண்டி ருந்தன.

அன்று மாலை நான் நண்பர்களுடன் அங்கு ஒரு காஷ்மீரி நாடகத்தைப் பார்க்கச் சென்றேன். மிகவும் அற்புதமான நாடகம் அது. இசையும் நடனம் கலந்த நாடகம் உடலை ரப்பர் போல வளைத்து நெளித்து அவர்கள் காட்டிய நடன அசைவுகள் பிரமிப்பாக இருந்தன. ரசித்துப் பார்த்தேன்.

நாடகம் முடிந்தபின் கொஞ்ச நேரம் அங்கேயே பேசிக் கொண்டு இருந்தோம். பிறகு போகிற வழியில் இரவு உணவு பார்சல் வாங்கிக் கொண்டு கண்ணன் வீட்டுக்கே சென்றோம். முருகபூபதி, கோபி, மலைச்சாமி ஆகியோரும் எங்களுடன் வந்தார்கள். அனைவரும் அன்றைய இரவு அங்கேயே தங்கி விட்டார்கள்.

எனக்கு ஒரு வேலை, எனக்கொரு தங்குமிடம், இதுதான் நண்பர்கள் மனத்தை, பேச்சை ஆக்கிரமித்திருந்த விஷயம். எப்படியும் விரைவில் அதற்கு ஏற்பாடு செய்துவிட முடியும் என்று எனக்கு நம்பிக்கை சொன்னார்கள்.

கண்ணன் தன் அறையை எனக்குக் கொடுத்து விட்டு, நண்பர்களுடன் ஹாலில் படுத்துக் கொண்டார். எனக்குத்தான் உறக்கம் வரவில்லை. இது என்ன வாழ்க்கை என்று புரியவேயில்லை. எல்லாமே நிச்சயமற்றதாக இருந்தது. வேலை கிடைக்கலாம், கிடைக்காமல் போகலாம். தங்க ஓரிடம் கிடைக்க லாம். அதுவும் கிடைக்காமல் போகலாம். ஊர் உறவுகள், சொந்தங்கள் அனைவரும் இருந்தாலும் இல்லாதது போலவே சமயத்தில் தோன்றுகிறது. இப்போதைக்கு நண்பர்கள் உதவுகிறார்கள். ஆனால், எத்தனை நாள் என் நண்பர்களுக்கு நான் சுமையாக இருக்க முடியும்?

எல்லாமே குழப்பமாக இருந்தது. எல்லாமே அச்சமூட்டுபவையாக இருந்தன. அன்றைய இரவை உறங்காமலேயே கழித்து விட்டு எழுந்து அடுத்த தினத்தை எதிர்கொள்ளத் தயாரானேன்.

நான் அறைக் கதவைத் திறந்து கொண்டு வெளியே வந்தபோது, கண்ணன் வீடு வாசல் பெருக்க, தன் அன்றாடப் பணிகள் அனைத்தையும் முடித்து விட்டு எனக்காகக் காத்திருந்தார். இரவெல்லாம் உறங்காமல் அதிகாலை கொஞ்சம் உறங்கி விட்டேன் போலிருக்கிறது. எழத் தாமதமாகி விட்டது.

சாப்பிட்டு விட்டு பிற்பகல் வரை பல்வேறு விஷயங்கள் பற்றப் பேசிக் கொண்டிருந்தோம். இடையிடையே என் புனே அனுபவங்கள், அங்குள்ள என் தோழிகள், திருநங்கைகளின் வாழ்க்கை முறை, அவர்களுடைய கலாசாரம், சங்கேதங்கள் என்று பல விஷயங்களைப் பகிர்ந்து கொண்டேன். மாலை ஆனால், மீண்டும் நாடக விழா. முடித்து விட்டுத் திரும்பவும் கண்ணன் வீடு. இப்படியே சில தினங்கள் கழிந்தன.

பத்து நாள்கள் நடந்த நாடகத் திருவிழா முடிந்தவுடன் முருகபூபதி அவரது சொந்த ஊரான திருநெல்வேலிக்குச் சென்று விட்டார். கோபி பாண்டிச்சேரி. இப்படி ஒவ்வொருவராக விடைபெற்ற பிறகு நானும் கண்ணனும் மட்டுமே எஞ்சியிருந்தோம். மலைச்சாமி மதுரையிலேயே சில நண்பர்களுடன் அறையெடுத்துத் தங்கி சட்டம் பயின்று வந்தவர் என்கிறபடியால் பகல் பொழுதுகளில் பேச்சுத் துணைக்கு அவர் வருவார். வாழ்க்கை அதன் போக்கில் என்னை எங்கே அழைத்துச் செல்கிறது என்கிற குழப்பம் மட்டும் அவ்வப்போது வந்து போகும். நண்பர்களின் அன்பைக் கொண்டு அதனை வென்று வந்தேன்.

இடையில் இரண்டு முறை ராதா போன் செய்து நான் என்ன செய்கிறேன் என்று விசாரித்தாள்.

'ஒண்ணும் கவலைப்படாத அக்கா. இப்போ ஒரு நண்பர் வீட்டுல தங்கி யிருக்கேன். சீக்கிரம் வேலை கிடைச்சிரும். கிடைச்சதும் உனக்குச் சொல்றேன்' என்று அவளுக்கு நம்பிக்கை சொன்னேன்.

நம்பிக்கையெல்லாம் மற்றவர்களுக்குத்தான். எனக்கு நானே என்ன சொல்லிக் கொள்வதென்றுதான் தெரியவில்லை. நாடகத்தில் எதிர்பாராத திருப்பக் காட்சி போல திடீரென்று ஒரு நாள் கண்ணனின் அம்மாவும் சகோதர, சகோதரிகளும் மதுரை வந்து சேர்ந்தார்கள். அதற்கு மேல் நான் அவர் வீட்டில் தங்கியிருப்பதென்பது முடியாத காரியம். திகைத்துப் போனேன். அடுத்தது என்னவென்று புரியாத சூழல்.

கண்ணன் உடனே முருகபூபதிக்குப் போன் செய்து விஷயத்தை விளக்க அவர் நெல்லையிலிருந்து கிளம்பி மதுரை வந்து சேர்ந்தார். ஒரு தாற்காலிக ஏற்பாடாக ஒரு நாள் ஹோட்டல் அறை ஒன்றில் என்னைத் தங்க வைத்தார். எனக்கு மிகவும் சங்கடமாக இருந்தது. காற்றடிக்கும் திசையெங்கும் பறந்து கொண்டிருக்கும் காகிதக் குப்பை போல் ஏன் இந்த வாழ்க்கை இப்படி அலைக்கழிக்கிறது?

ஒரு பக்கம் எனக்கு நம்பிக்கை சொல்லிய வண்ணம் முருகபூபதி தனக்குத் தெரிந்த தொண்டு நிறுவ நண்பர்களைத் தொடர்பு கொண்டு என் விஷயமாகப் பல்வேறு முயற்சிகளை மேற்கொண்டார்.

அவர்களில் முக்கியமானவர் மதன். சிறந்த குறும்பட இயக்குநர். ‘மறு பக்கம்’ என்னும் திரை இயக்கம் நடத்தி வருபவர். தலித்களின் வாழ்க்கைச் சிக்கல் களை மையமாக வைத்துச் சில ஆவணப் படங்கள் எடுத்தவர். அவரிடம் முருகபூபதி என் விஷயமாகப் பேசிய போது, பெங்களூரில் இயங்கும் திருநங்கைகளுக்கான தொண்டு நிறுவனம் ஒன்றுடன் தனக்குத் தொடர்பு உண்டு என்றும், அங்கே எனக்கு ஒரு வேலைக்காக முயற்சி செய்தாகவும் சொன்னார்.

நான் உடனடியாக மறுத்து விட்டேன். வெளிப்படையாகச் சொல்வ தென்றால், திருநங்கைகளுக்காக என்று இயங்கும் எந்த ஒரு தொண்டு நிறுவனத்தின் மீதும் எனக்கு நம்பிக்கையோ, நல்லபிப்பிராயமோ கிடையாது. இதற்கு ஒரு முக்கியமான காரணம் உண்டு.

திருநங்கைகளுக்காக இயங்கும் ஓர் அமைப்பின் அடிப்படை நோக்கம் என்னவாக இருக்க வேண்டும்? சமுதாயத்தின் அனைத்துத் தரப்பினராலும் ஒதுக்கப்படும் ஓரினத்தை முன்னேற்றி, சீர்திருத்தி, ஒழுங்காக, கௌரவமாக ஒரு வாழ்க்கை வாழ்வதற்கு ஏதாவது செய்வதுதானே? பொருளாதார ரீதியில் அவர்கள் விடுதலை அடைவதற்கு ஏதாவது வழியுண்டா என்று ஆராய்வதும் அரசு, தனியார் துறைகளின் உதவிகளைப் போராடிப் பெற்று திருநங்கைகளின் வாழ்வாதாரப் பிரச்னைகளைத் தீர்ப்பதற்கு முயற்சி செய்வதல்லவா முக்கியம்?

அதை விடுத்து, வெறும் எயிட்ஸ் விழிப்புணர்வுப் பிரசாரம் செய்வது மட்டுமே நோக்கமாக இந்தத் தொண்டு நிறுவனங்கள் இயங்குவதன்

இன்னொரு அர்த்தம், திருநங்கைகள் தொடர்ந்து பாலியல் தொழிலிலேயே இருந்து தீர்க்கட்டும் என்பதுதானே?

எனக்குத் தெரிந்து இந்தியாவில் இயங்கும் எந்த ஒரு தொண்டு நிறுவனமும் திருநங்கைகள் பிச்சை எடுப்பதிலிருந்தோ, பாலியல் தொழில் புரிவதில் இருந்தோ மீள்வதற்கு எந்த ஒரு நடவடிக்கையையும் இதுவரை எடுத்த தில்லை. 'நீ பாலியல் தொழிலே செய்; ஆனால், பாதுகாப்பாகச் செய்' என்கிற போதனை ஒருவர் வாழ்வில் என்ன மறுமலர்ச்சியை உண்டாக்கும் என்று நினைக்கிறீர்கள்? வெறும் அபத்தம்.

நான் திருநங்கைகளுடன் தொண்டு நிறுவனத்துக்குப் போவதைக் கண்டிப்பாக மறுத்து விட்டேன். தயவு செய்து அம்முயற்சி வேண்டாம் என்றும் நண்பரிடம் கேட்டுக் கொண்டேன்.

எனவே, அமுதன் என்னை மதுரையில் இருந்த 'மக்கள் கண்காணிப்பகம்' (Peoples Watch) என்னும் இன்னொரு தொண்டு நிறுவனத்துக்கு அழைத்துச் சென்றார். இது ஒரு மனித உரிமை அமைப்பு. அங்கிருந்த பெண் அதிகாரி ஒருவரிடம் என் பிரச்னைகளை முழுமையாக விளக்கி, எனக்கொரு வேலை கேட்டார் அமுதன்.

சொல்லி வைத்த மாதிரி அவரும் தனக்குத் தெரிந்த திருநங்கைகளுக்கான தொண்டு நிறுவனம் ஒன்றில் எனக்கு சிபாரிசு செய்வதாகச் சொன்னார்.

'இல்ல மேடம்... எனக்கு NGO செக்டார் இல்லாம, வேற எங்கயாவது வேலை கிடைக்க உதவுங்களேன். வேலை உடனடியா கிடைக்கலைன்னாலும் நான் தங்குறதுக்கு ஒரு இடம் கிடைச்சாக் கூட இப்ப போதும்' என்று தயங்கியபடி கேட்டேன்.

'வேலை கிடைக்காட்டியும் தங்குறதுக்கு கொஞ்சம் உதவி செய்யிங் களேன்....'

அவர் சிறிது நேரம் யோசித்தார். இறுதியில், 'சரி. நான் ஒரு அட்ரஸ் தரேன். இந்த மாதிரி யாருமில்லாத அபலைப் பெண்களுக்காக அவங்க ஒரு இல்லம் நடத்திக்கிட்டிருக்காங்க. அவங்களப் போயிப் பாருங்க. ஆண்டாள் அனுப்பினேன்னு என் பேரைச் சொல்லுங்க. கண்டிப்பா உதவுவாங்கன்னு நினைக்கறேன்..'

★

எனக்குத் தங்குவதற்கு ஓர் இடம் கிடைத்து விட்ட மகிழ்ச்சியில் அன்றே முருகபூபதி ஊருக்குப் புறப்படுவதாகச் சொன்னார். அவருக்கும் ஆயிரம் வேலைகள். எனக்காக எத்தனை நாள் சும்மா ஊர் சுற்ற முடியும்?

அவரை மாட்டுத் தாவணி பேருந்து நிலையத்தில் வழியனுப்பி விட்டு, நான் தங்கியிருந்த ஹோட்டல் அறைக்குச் சென்றேன். என்னுடன் மலைச்சாமி

மட்டும் வந்தார். கண்ணனின் குடும்பத்தார் ஊரிலிருந்து திரும்பி விட்டிருந் தபடியால் அவரால் என்னுடன் வர இயலவில்லை.

அறைக்குச் சென்று என் துணிமணிகளை எடுத்துக் கொண்டு ரூமை வெக்கேட் செய்து புறப்பட்டோம். மலைச்சாமிதான் என் லக்கேஜ்களைச் சுமந்து வந்தார்.

நாளெல்லாம் அலைந்து அந்தத் தொண்டு நிறுவனப் பெண்மணி அளித்திருந்த முகவரியைத் தேடினோம். அவர் குறிப்பிட்ட வீதி, சந்து எல்லாம் இருந்தது. ஆனால், அப்படி ஒரு இல்லம் அங்கே இருப்பதற்கான அறிகுறி மட்டும் காணோம்! அக்கம் பக்கத்தில் விசாரித்தபோது, ‘இல்லமா? அப்படி எதுவும் இங்க இல்லீங்களே?’ என்றுதான் சொன்னார்கள்.

பதறிப் போனேன். இருந்த அறையையும் காலி செய்தாகி விட்டது. இனி எங்கே போவது?

அங்கிருந்தபடியே அந்தத் தொண்டு நிறுவனப் பெண்மணி ஆண்டாளுக்குப் போன் செய்து விவரம் சொனனேன்.

‘அடடே... தெரியலியேம்மா... அவங்கள ரொம்ப வருஷம் முன்ன பாத்தது. இப்ப அட்ரஸ் மாத்திட்டாங்களோ என்னமோ? பாத்துக்கங்க. எதுக்கும் கவலைப்படாதீங்க’ என்று சொல்லி விட்டு போனை வைத்து விட்டார்.

அதிர்ந்து போய் அப்படியே நின்று விட்டேன். ஓர் அனாதை இல்லத்தில் தங்கிப் பொழுதைக் கழிப்பது என் நோக்கமலல். என்றுமே அப்படி ஒரு நோக்கம் எனக்கு இருந்ததில்லை. நான் உழைக்க வேண்டும், சம்பாதிக்க வேண்டும், என் சொந்தக் காலில் நிற்க வேண்டும். வழியில்லாத ஒரு சமூகத்தில் எனக்கான பாதையை நானே உற்பத்தி செய்து கொள்ள வேண்டும். அதற்காக எத்தனை கஷ்டப்படவும் நான் தயார்.

ஒரு தாற்காலிக ஏற்பாடாகத்தான் அந்த அனாதை இல்ல யோசனைக்குச் சம்மதித்திருந்தேன். எத்தனை உயரம் போக விரும்பினாலும் காலை ஊன்றிக் கொண்டு தானே உயரங்களுக்கு முயற்சி செய்ய முடியும்? நடுத் தெருவுக்குப் பதில் ஓரிடம், ஒதுங்க ஒரு கூரை என்றுதான் அதனை எண்ணியிருந்தேன். இப்போது அதற்கும் வழியில்லை என்றான போது உண்மையிலேயே எனக்கு என்ன செய்வதென்று புரியவில்லை.

நண்பர் மலைச்சாமி எனக்கு மேல் இடிந்து போயிருந்தார். அவர் செய்யக் கூடியதும் ஒன்றுமில்லை. இருவரும் ஒருவரை ஒருவர் பரிதாபமாகப் பார்த்துக் கொண்டு நின்ற வேளையில் என் மொபைல் போன் அழைத்தது. எதிர்முனையில் அமுதன்.

முருகபூபதி ஊருக்குச் செல்லுமுன் அமுதனிடம் என்னை ஒப்படைக்கும் தோரணையில் சில வார்த்தைகள் சொல்லியிருந்தார். ‘உங்கள நம்பித்தான் வித்யாவை விட்டுட்டுப் போறேன். மதுரைல எந்தப் பிரச்னையும் இல்லாம அவ செட்டில் ஆக நீங்கதான் ஏற்பாட செய்யணும்.’

இது சம்பிரதாயத்துக்குச் சொல்லப்பட்ட வார்த்தையல்ல என்பது எனக்குத் தெரியும். உண்மையிலேயே முருகபூபதி என் மீது அத்தனை அக்கறை கொண்டிருந்தார். ஆனால், எத்தனை முயற்சி செய்தும் விதி விடுவேனா என்று துரத்தியடிக்கும் போது யார் என்ன செய்து விட முடியும்?

போன் அடித்ததும் அதெல்லாம் நினைவுக்கு வர, எடுத்து 'ஹலோ' என்றேன்.

'வித்யா, இப்ப எங்க இருக்கீங்க...?'

'எங்க இருக்கேன்னு தெரியலையே... இருங்க, மலைச்சாமிட்ட குடுக்கறேன்', 'அமுதன் பேசுறார்..' என்று நீட்டினேன். அழுது விடுவேன் போலிருந்தது.

மலைச்சாமி அமுதனிடம் பேசி முடித்தார். பிறகு, 'வா போகலாம்'' என்று சொன்னார்.

'எங்க...?'

'உன் பிரச்னைக்கெல்லாம் ஒரு முடிவு வந்திருச்சு. கடைசி முயற்சி....'

சொல்லிக் கொண்டே வந்தார். கோரிப் பாளையம் வந்து, அங்கிருந்து பஸ் ஏறினோம்.

அவரை ஆன்ட்டி என்றுதான் எல்லோரும் அழைத்தார்கள். எனக்கென்னவோ தேவதை என்றே அழைக்கத் தோன்றுகிறது எப்போதும்.

மலைச்சாமியுடன் நான் அவரது இல்லத்துக்குச் சென்ற போது, அருமையான சமையலுடன் எங்கள் வருகையை எதிர்பார்த்துக் காத்திருந்தார். என் கஷ்டங்கள் அனைத்தும் துடைத்தெறிந்து அந்த நெருக்கடி காலத்தில் ஒரு கடவுள் போல என்னைக் காத்து ஆதரித்த அவர் விஜயா ஆன்ட்டி. நாற்பத்தைந்து வயதுதான் அவருக்கு. என் குடும்பத்தாராலும் நண்பர்களாலும் முடியாத காரியத்தை மிக அநாயாசமாக அவர் செய்தார். இளம் பெண் போல சுறுசுறுப்பு. எப்போதும் புன்னகை. எதையும் எல்லாவற்றையும் எளிதாக எடுத்துக் கொள்ளும் அபாரமான குணம்.

நான் யார் அவருக்கு? சொந்த பந்தம் கிடையாது. ரத்த உறவு கிடையாது. முன்பின் அறிமுகமானவளா என்றால் அதுவும் கிடையாது. ஆனாலும் என்னை ஒரு மகளாக ஏற்று வாழ்வளிக்க அவர் முன்வந்தார். என் நண்பர்கள் என்னைப் பற்றி எடுத்துச் சொல்லி உதவக் கேட்ட போது எவ்விதத் தயக்கம் இலாலமல் வரச் சொல்லுங்கள் என்று சொல்லி அனுப்பியிருந்தார்.

முதலில் எனக்கு மட்டும்தான் அவர் அன்பான ஆன்ட்டியோ என்று நினைத்தேன். அவரோடு இருக்கத் தொடங்கிய சில நாளிலேயே புரிந்து விட்டது. அந்த கிருஷ்ணாபுரம் காலனி குழந்தைகள் அத்தனை பேருக்குமே அவர் ஆன்ட்டிதான். அதே அன்பான ஆன்ட்டி.

நான் யார், என் பின்னணி என்ன, எப்படிப்பட்டவள், ஏன் இப்படி இருக்க இடமின்றி அலைகிறேன் என்று எந்த ஒரு கேள்வியும் அவர் கேட்கவில்லை.

அமுதனுக்கும் முருகபூபதிக்கும் என் வேறு சில நண்பர்களுக்கும அவர் ஏற்கெனவே அறிமுகமானவராக இருந்தார். ஆன்ட்டியின் தம்பி ஒருவர் அமெரிக்காவில் இருக்கிறார். சிறந்த ஓவயிரான அவருக்கு மதுரையில் உள்ள மற்ற இலக்கிய ஆர்வலர்கள் அனைவரும் நண்பர்கள். அது மட்டும்தான்.

நான் தங்குவதற்கு ஓரிடம் வேண்டும் என்று அவர்கள் ஆன்ட்டியிடம் கேட்டுக் கொண்ட போது, சற்றும் தயங்காலம், 'நம்ம வீட்டுலயே இருந்துக்கட்டுமே' என்று சொல்லயிருக்கிறார்.

ஆன்ட்டியைப் பற்றி நினைத்தால் வியக்காமல் இருக்க முடியாது. அவருக்குத் திருமணம் ஆன போது எல்லோரைப் போலவும் மகிழ்ச்சியான வாழ்க்கை சாத்தியமா இல்லை. கணவர் சரியில்லை என்பதுதான் காரணம். பல கஷ்டங்கள் பட்டும் மனம் தளராமல் துணிந்து ஒரு முடிவெடுத்தார். தன் இரண்டு குழந்தைகளைத் தூக்கிக் கொண்டு வீட்டை விட்டு வெளியேறி தனியே வாழ முடிவு செய்தார்.

பல காலம் அப்படித் தனியே வாழ்ந்து குழந்தைகளைப் படிக்க வைத்து வளர்த்து ஆளாக்கியவர், துணிந்து தன் மனத்துக்குப் பிடித்த வேறொருவரை மணந்து இனிய இல்லறம் புரிந்தவர். மதுரை போன்ற இடங்களில் இன்றைக்குப் பத்து வருடங்கள் முன்பு இவ்வாறெல்லாம் துணிச்சலாக முடிவெடுத்து ஒரு பெண் வாழ்வதென்பது மிகப் பெரிய காரியம்.

நான் சென்ற பொழுது ஆன்ட்டியின் மூத்த பெண்ணிற்குத் திருமணமாகி இருந்தது. மகன் பத்தாம் வகுப்பு வரை படித்து விட்டு தொடர்ந்து படிக்க விருப்பமின்றி கூரியர் கடை ஒன்றில் வேலைக்குப் போய்க் கொண்டிருந்தான். வெளியூரில் பணி புரியும் அவரது கணவர் வாரத்துக்கு ஒரு முறை அல்லது பத்து நாளுக்கு ஒரு முறைதான் வருவார்.

ஆன்ட்டி என்னை மகளாக ஏற்றுக் கொண்டது கூடப் பெரிய விஷயமல்ல. அவரது முடிவுக்கு அவரது குடும்பம் மறுப்பேதும் சொல்லாதது இன்னமும் ஆச்சரியம். அப்படி ஒரு இணக்கமான குடும்பத்தை நான் பார்த்ததில்லை. எல்லோரையும் போல் எனக்கும் தங்க ஓரிடம். பழகச் சில மனிதர்கள். கொண்டாடக் கொஞ்சம் நிம்மதி.

புனேவிலிருந்து மிழ்நாடு திரும்பிய பிறகு நான் நிம்மதியாக உறங்கிய தினங்கள் மிகவும் குறைவு. ஆன்ட்டி வீட்டில் தங்கத் தொடங்கிய பிறகுதான், கவலையற்ற உறக்கம் எனக்குச் சாத்தியமானது. நம்ப முடியாத அளவுக்கு அன்பும் அரவணைப்பும் எனக்கு அங்கே கிடைத்தது. ஏன்? எதற்காக என் மீது அப்படி ஒரு கருணை? நான் யார் இவர்களுக்கு? என்ன செய்திருக்கிறேன்? என் குடும்பத்தாருக்கே நான் ஏதும் செய்தது இல்லையே? நண்பர்களுக்குக் கூடக் கஷ்டத்தைத்தானே கொடுத்தேன்?

நினைக்காத நாள் கிடையாது. நான் தூங்கி எழுந்திருக்கும் போதெல்லாம் அருமையான காபியுடன் ஆன்ட்டி நிற்பார். எனக்குப் பிடித்ததையெல்லாம் பார்த்துப் பார்த்துச் செய்தார். எனக்கு என்றில்லை. அவர் வீட்டுக்கு யார் வந்தாலும் உபசரிப்புகளில் ஒரு குறையும் இராது. ஊருக்கு ஒரு உதவி என்றாலும் முதல் ஆளாக அவர்தான் நிற்பார்.

அது ஒரு பிறவி. அது ஒரு வரம். எப்படியும் வருணித்து விடவே முடியாது.

ஆன்ட்டி வீட்டுக்கு நான் வந்து, நிம்மதியாக வாழத் தொடங்கிய சில காலத்தில் என் முகத்தில் தனி ஒரு பொலிவு வந்து விட்டது. எப்போதும் கவலையும் கலக்கமும் படிந்திருந்த என் கண்கள் பூத்த மலர்கள் போலாயின. மனத்தில் அதுவரை இருந்த வாழ்க்கை குறித்த அச்சம் சற்றே விலகத் தொடங்கியிருந்தது

யார் எதிர்பார்த்திருக்க முடியும்? இப்படி ஒரு அரவணைப்பு கிடைக்கும் என்று? முன்பபின் தெரியாத உதவி. இனி என்ன? இருக்க இடம் கிடைத்து விட்டது. ஒரு வேலை வேண்டும். அதுவும் கிடைத்து விடும் என்கிற நம்பிக்கையை விஜயா ஆன்ட்டியின் அன்பு எனக்கு ரகசியமாகத் தெரிவித்துக் கொண்டே இருந்தது.

நண்பர்கள் விடாமல் முயற்சி செய்தபடியேதான் இருந்தார்கள். நான் எதிர்பார்த்திராத ஒருநாள் அமுதன் திடீரென்று வந்து என்னெதிரே நின்றார்.

'அடேங்கப்பா... ஆளே மாறிட்டீங்க போல? ம்... ரொம்ப சந்தோஷமா இருக்கு...' என்றார். பல தொண்டு நிறுவனங்களின் முகவரிகளுடன் அவர் வந்திருந்தார்.

'இங்கெல்லாம் வேலைக்கு வாய்பிருக்கு வித்யா. நீங்களும் முயற்சி பண்ணுங்க. நாங்களும் தேடுறோம். எப்படியும் ஒரு வேலை கிடைக்காமப் போகாது' என்று நம்பிக்கை சொன்னவர், அவர் அளித்த முகவரிகளுக்கு எப்படிச் செல்ல வேண்டும், எந்த பஸ் ஏறி, எங்கே இறங்க வேண்டும், யார் யாரைப் பார்க்க வேண்டும், எப்படிப் பேச வேண்டும் என்று ஒவ்வொரு விஷயமாகச் சொல்லிக் கொடுத்தார்.

கிட்டத்தட்ட மதுரையில் உள்ள அனைத்துத் தொண்டு நிறுவனங்களிலும் முயற்சி செயதேன். நேரில் போக வேண்டியது. விண்ணப்பம் தர வேண்டியது. என்னைக் குறித்த விவரங்களைத் தெரிவித்து வேலை கேட்க வேண்டியது.

சிலர் மழுப்பலான பதில் சொல்ல அனுப்பவார்கள். சிலர் நேரடியாகவே வேலை இல்லை என்று சொல்லி விடுவர்கள். சிலர் பார்க்கலாம் என்பார்கள். நான் மட்டும் முயற்சியை விடவேயில்லை. தொண்டு நிறுவனங்கள் தவிர, சில தனியார் நிறுவனங்களிலும் வேலை கேட்டு அப்ளை செய்யத் தொடங்கினேன்.

ஒரு முறை அமுதன் போனில் அழைத்து, 'வித்யா, நான் ஒரு நம்பர் தரேன்... அவர் பேர் அசோக். என்னோட நண்பர். உங்க வேலை விஷயமா உதவுறதாச் சொல்லி இருக்காரு. பேசுங்க' என்று ஓர் எண்ணைக் கொடுத்தார். கூடவே, 'இன்னிக்குக் காலையில் பத்து மணிக்கு பாரதி புக் ஸட்லுக்குப் போயிடுங்க. அங்க அவர் உங்களைச் சந்திப்பார்' என்றும் சொன்னார்.

சொன்னபடி அன்று காலை பாரதி புக் ஸ்டாலில் நண்பர் அசோக்கைச் சந்தித்தேன். தன்னை அறிமுகப்படுத்திக் கொண்டார். எனது வேலை தொடர்பாக அவரிடம் இருந்த பொறுப்புணர்வு மிகவும் ஆச்சர்யப்பட வைத்தது. எந்த உதவியும் செய்ய முன் வராத சமுதாயத்தில் ஒரு திருநங் கைக்காக இத்தனை ஜீவன்கள் பாடுபடுகிறது என்கிற நினைப்பே எனக்குத் தெம்பாக இருந்தது. எனக்கும் ஓர் எதிர்காலம் நிச்சயமாக இருக்கும் என்கிற நம்பிக்கை கொள்ள வைத்தது.

மதுரை பெரியார் பேருந்து நிலையத்துக்குப் பின்னால் உள்ள எல்லிஸ் நகர் பகுதியில் இருந்த ஓர் அலுவலகத்துக்கு அசோக் என்னை ஆட்டோவில் அழைத்துச் சென்றார்.

'இது NGO கிடையாதுங்க. பிரேவட் கம்பெனி. ஏழைகளுக்கு குறுங்கடன் வழங்கற சிறு வங்கி. கவனமாகப் பேசுங்க...' என்று முன்னதாகச் சொல்லி எச்சரித்திருந்தார்.

அந்த அலுவலகம் சென்றடைந்ததும் சிறிது நேரம் காத்திருந்தோம். பிறகு அதன் மேலாளரைச் சந்தித்தோம். உயரமாக, கருப்பாக, கண்ணில் நல்லொளி தெரிய, சுருள் முடி கொண்ட அவரை எனக்கு அறிமுகப்படுத்தினார்.

அவர் பெயர் ஆனந்த குமார். அசோக்கின் நண்பர். அந்நிறுவத்தின் கிளை மேனேஜர். என்னைப் பற்றிச் சிறு அறிமுகம் செய்து கொண்டேன். எனது கல்வி, எத்தகைய பணி செய்ய வாய்ப்பாக இருக்கும் என்பதைப் பற்றியெல் லாம் கேட்டுக் கொண்டார்.

'உங்களால ஃபீல்ட் ஒர்க் பண்ண முடியுமா? இல்ல டேபிள் ஒர்க்தான் வேணுமா? எது உங்களுக்கு விருப்பம்?' என்று கேட்டார்.

களத்தில் இறங்கி வேலை செய்வது எனக்கு விருப்பம்தான். ஆனாலும் பல காரணங்களுக்காக முதலில் ஓர் அலுவலகத்தில் அமர்ந்து வேலை செய்வதே நல்லது என்று தோன்றியது. அதையே அவரிடம் சொன்னேன்.

'உங்க ரெஸ்யூம் ஒண்ணு, ரெண்டு பாஸ்போர்ட் சைஸ் போட்டோவோட தந்துட்டுப் போங்க. கார்பரேட் ஆபீஸ்ல பேசிட்டு சொல்றேன்...' என்றார்.

அவர் சொன்னபடியே செய்து விட்டு அசோக்கும் நானும் விடைபெற்றோம். வேலை கிடைக்குமா என்று உறுதியாகத் தெரியாத போதிலும் ஒரு நம்பிக்கை இருந்தது.

வீட்டுக்கு வந்ததும் ஆன்ட்டியிடம் அனுபவத்தைச் சொன்னேன்.

'ஆன்ட்டி இதுவரைக்கும் நான் போன இடங்கள்ள, சொல்லிக்கற மாதிர இண்டர்வியூவா நடந்தது இங்க மட்டும்தான். எனக்கென்னமோ கிடைச் சிரும்னு தோணுது ஆன்ட்டி.'

'ம், கெடச்சா சந்தோஷம்... கிடைக்கலைன்னாலும் சோர்ந்துடக் கூடாது. மத்த இடங்கள்ளயும் விடாம முயற்சி பண்ணிக்கிட்டே இரு' என்று ஆன்ட்டி சொன்னார்.

நான்கு நாள்களுக்குள் எனக்கு ஆனந்த் சாரிடமிருந்து ஒரு போன் வந்து விட்டது.

'உங்களால இந்த வாரத்துல ஒரு நாள் கோயம்புத்தூர் போய்ட்டு வர முடியுமா...? கார்ப்பரேட் ஆபீஸ்ல ஒரு இன்டர்வியூ இருக்கும்.'

'கண்டிப்பா சார்! நாளைக்கே கூட போக நான் தயார்.'

'ம். அப்ப இருங்க கேட்டு கன்ஃபர்ம் பண்ணிட்டு சொல்றேன்....'

சந்தோஷமாக இருந்தது. கொஞ்சம் பதற்றமாகவும் இருந்தது. மறுநாள் கோவை சென்றேன். வழி நெடுக என் நண்பர்கள் முருகபூபதி, செல்வம், கண்ணன் என்று எல்லா நண்பர்களுக்கும் போன் செய்து விவரம் சொல்லி யபடியே சென்றேன். அவர்கள் அத்தனை பேரின் வாழ்த்துகளோடும் இண்டர்வியூவில் பங்கு பெற்றேன்.

அந்த நிறுவனத்தின் நிர்வாக அதிகாரி திரு. உதயகுமார் என்னை இண்டர்வியூ செய்தார். சற்றும் அலட்டலில்லாத மிக எளிமையான மனிதர். என்னை ஒரு திருநங்கையாக அல்லாமல், சக உயிராக மட்டுமே பார்த்தார். என் கல்வி, பழக்க வழக்கங்கள், என்னுடைய டைப்பிங் வேகம் சம்பந்தமாகச் சில கேள்விகள் கேட்டார். அனைத்துக்கும் உண்மையாகப் பதில் சொன்னேன்.

'நீங்க ஒரு திருநங்கை. நமக்கு அதுல பிரச்னை இல்லை. ஆனா, போற வர்ற வழியில் யாராவது உங்களைக் கிண்டல் பண்ணா எப்படி எடுத்துக்குவீங்க? இதனால ஆபீசுக்கு எந்தத் தொந்தரவும் இருக்காதே...?'

சிறிய புன்னகையோட ஆரம்பித்தேன். 'ஒண்ணும் பிரச்னை இல்லை சார். அதெல்லாம் பழக்கமானதுதான். இப்பக்கூட வர்ற வழியில் ஆட்டோ ஸ்டாண்ட்லேருந்து கிண்டல் சத்தம் கேட்டுது. நான் நேரா அவங்ககிட்டேயே போயி ஆட்டோ வருமான்னு கேட்டேன். உடனே சைலண்ட் ஆயிடாங்க. 'எங்க மேடம் போகணும்'னு மரியாதையாத்தான் கேட்டாங்க. எந்தப் பிரச்சனையும் இல்லாமப் பத்திரமா கொண்டு வந்து இறக்கி விட்டுட்டான். நாம நடந்துக்கற விதத்துலதான் சார் இருக்கு. அதையும் மீறி கிண்டல் பண்றவங்க எல்லா இடத்துலயும் இருக்கத்தான் செய்வாங்க. அதுக்கெல்லாம் கவலைப்பட்டுக்கிட்டிருக்க முடியாதே சார்? சமாளிச்சித்தான் ஆகணும்' என்ற என் பதில் அவருக்குப் பிடித்திருக்க வேண்டும்.

'என்னைக்கும்மா ஜாயின் பண்றீங்க?' என்று கேட்டார்.

அந்தக் கணத்தை என்னால் மறக்க முடியாது. எத்தனை காலப் போராட்டம்! ஒரு வேள்வி மாதிரி நான் வேலை தேடிக் கொண்டிருந்தேன். இதோ, பலனளிக்கிற நேரம். 'நாளைக்கே வேலைல சேர்ந்துடறேன் சார்!' என்று சந்தோஷமாகச் சொன்னேன்.

எனக்கு வாழ்த்துச் சொல்லி விடை கொடுத்து அலுவலக வண்டியிலேயே என்னை கோயமுத்தூர் பேருந்து நிலையத்தில் கொண்டு இறக்கிவிடச் சொன்னார்.

காலம் காலமாக அடிமையாக இருந்து விட்டு, திடீரென்று விடுதலை பெற்றவளைப் போல் என்னை நான் உணர்ந்தேன். அந்தக் கணத்து மகிழ்ச்சியை விவரிக்க என்னிடம் சொற்கள் இல்லை. உடனே என் நண்பர்கள் அத்தனை பேருக்கும் போன் செய்து விவரம் சொன்னேன். அவர்களுடைய வாழ்த்துக்களால் என் செவி நிறைந்தது.

பஸ்ஸில் ஏறி உட்கார்ந்து பயணம் ஆரம்பிதததும், என் மனம் பறந்த வேகத்துக்கு அந்தப் பஸ்ஸால் ஈடு கொடுக்க முடியவில்லை என்பதைக் கண்டேன்!

14. இவ்வாறு நானிருந்தேன்

சுய உதவிக் குழுக்களுக்குச் சிறு கடன் வழங்கும் தனியார் நிறுவனம் அது. தொண்டு நிறுவனங்கள் தொடங்கும் சுய உதவிக் குழுக்களைக் கவனிப்பார்கள். நன்றாக இயங்கும் குழுக்களுக்கோ அல்லது அக்குழுக்களில் உள்ள உறுப்பினர்களுக்கோ தொழில் வளர்ச்சிக்கென கடன் வழங்குவார்கள். தென் தமிழகம் முழுவதிலும் திருவனந்தபுரத்திலும் அந்த நிறுவனத்துக்குக் கிளைகள் இருந்தன. மதுரையில் இருந்த கிளையில்தான் எனக்கு வேலை கிடைத்தது. EDP அசிஸ்டென்டாகப் பணி நியமனம் செய்யப்பட்டிருந்தேன்.

நான் பணி புரியச் சென்ற கிளையின் மேலாளர் ஆனந்த குமார், மனிதர்களுள் ஒரு தனி ரகம். ஏழை எளியவர்களுக்கு உதவுவதற்கென்று ஆரம்பிக்கப்பட்ட நிறுவனம் ஒன்றில் தாம் பணி புரிகிறோம் என்கிற நினைப்புதான் காரணமா அல்லது உதவும் மனப்பான்மை அவரது பிறவிச் சொத்தா என்று தெரிய வில்லை. என் விஷயத்தையே எடுத்துக் கொண்டால், ஒரு போதும் திரு நங்கை என்ற அனுதாபத்தின் அடிப்படையில் அவர் என்னிடம் ஒரு வார்த்தை கூடப் பேசியதில்லை. என்னையும் ஒரு சக உயிராகத்தான மதித்தார். அவ்வப் போது நிறைய ஊக்கமறிப்பார்.

இந்த அணுகுமுறைதான் எனக்குப் பிடிததிருந்தது. நிம்மதியாகவும் இருந்தது. அவர் அப்படி இருந்ததால் அலுவலகத்தில் பிற ஊழியர்கள் பலரும் என்னிடம் எந்தப் பாகுபாடும் கட்டாமலேயே பழகத் தொடங் கினர்கள். தேம்பாவணி, ராமர், பாண்டி, மஞ்சுமதி, சுரேஷ்குமார், முத்துராம், பழனி, கமலபாக்கியம், தமிழ்ச் செல்வி போன்ற அங்கிருந்த ஊழியர்கள் பலர் என்னிடம் காட்டிய சகஜ பாவம் மிகவும் முக்கியமானது. நான் ஓர் அபலை, திருநங்கை, பாவப்பட்ட ஜென்மம் என்றெல்லாம் அவர்கள் கருதவே யில்லை. அந்த இயல்புணர்ச்சி வலிய வரவழைத்துக் கொண்டதாகவும் இல்லை. கால் காசு பிச்சை போட யோசிக்கும் உலகில், கண்ணியம் தவறாத நல்லவர்களும் இருக்கவே செய்கிறார்கள்.

தேம்பாவணி, நான் மிகவும் மதிக்கும் ஒரு பெண். என்னைவிட வயதில் சற்று இளையவர்தான். ஆனால், பொறுப்பணர்ச்சியும் செய்நேர்த்தியும் கொண்ட மென்மையான பெண். அலுவலக வேலை அனைத்திலும் ஈடுபாட்டோடு ஆர்வம் கலந்து செய்து வருவார். எனது பணி, அலுவலக நிர்வாகமாக இருந்தாலும் மதியத்துக்கு மேல் சற்று நேரம் கிடைக்கும் பட்சத்தில் தேம்

பாவணியுடன் களப் பணிக்கும் செல்வதுண்டு. தேம்பாவணியை எல்லோருக்கும பிடிக்கும். கிராம மக்களிடம் எங்கள் நிறுவனத்தைப் பற்றி, கடன் வகைகளைப் பற்றி எடுத்துக் கூறுவதில் மிகுந்த திறமைசாலி. நிதானமா கவும், படிக்காத மக்களுக்குப் புரியும் விதத்திலும் அழகாக எடுத்துச் சொல்வார்.

சுரேஷ்குமார், எங்கள் அலுவலகத்தின் சீனியர் ஃபீல்ட் ஆபீஸர். திறமைசாலி. இலக்கியம் பரிச்சயம் கொண்டவர். சில சமயங்களில் நான் அவருடன் இலக்கியம் சம்பந்தமாக உரையாடும் போது, 'ஆஹா ஆரம்பிச் சிட்டாங்கப்பா...' என்று மற்ற நணபர்கள் கிண்டலடிப்பதுண்டு. ராமர் பாண்டி, தேம்பாவணியைப போன்ற மற்றொரு ஃபீல்ட் ஆபீஸர். நிறைய கற்றுக் கொள்ள வேண்டும் என்ற ஆர்வமுடையவர். நல்ல உழைப்பாளி. கன்னியாகுமரி அலுவலகத்திலிருந்த முத்தமிழ் செல்வியும், கமல பாக்கியமும் நான் அங்கு சென்ற சில மாதங்களில் மதுரைக்கு மாற்றலாகி வந்தார்கள். அவர்களும் ஃபீல்ட் ஆபீஸர்கள். கமலாவும், தேம்பாவணியும் ஒரே கல்லூரியில் விவசாயம் படித்தவர்கள். தேம்பாவணியைப் போலவே இனிமையும், எளிமையுமான மற்றொரு குணசீலி, கமல பாக்கியம். முத்தமிழ், கிரண் பேடியைப் போல சிறந்த ஐ.பி.எஸ். அதிகாரி ஆக வேண்டும் என்று முயற்சி செய்து வரும் புரட்சிப் பெண். முடியை கிராப் வெட்டிக் கொண்டு, பேண்ட் சர்ட் போட்டு மிடுக்குடன் வளைய வரும் பெண்புலி.

எல்லோருக்கும் மகுடமாக பழனி. எங்கள் அலுவலக உதவியாளர். எங்கள் எல்லோருக்குமே பழனி வேண்டும். பழனி ஒரு நாள் விடுமுறையென்றால் அலுவலகம் ரெண்டு துண்டாகி விடும். எனக்கு ஒரு தம்பியைப் போன்றவர் பழனி. அன்பான மனிதர். எல்லாவற்றையும் கற்றுக் கொள்ளும் ஆர்வம் அதிகம் உண்டு. கல்லூரிப் படிப்பு முடித்தவர்களுக்கு இணையாகக் கணினியின் அனைத்துச் செயல்பாடுகளையும் அவர் அறிந்திருந்தார். நான் பணிபுரியும் போது அருகில் இருந்து பார்ப்பதன் மூலமாகவும், நேரடியாகக் கேள்விகள் கேட்டும் கணினியில் தனி வகுப்பு ஏதும் செல்லாமேலயே நல்ல பயிற்சி உடையவராக இருந்தார்.

சிறிது காலத்திலேயே மதுரையில் எனக்கு வேறு பல நண்பர்கள் கிடைத் தார்கள். அனைவரும் கல்வியும் சார்ந்து நட்பு பூண்டவர்கள். அலுவலகத்தி லிருந்து நடந்தே பெரியார் பேருந்து நிலையம் வந்து விடலாம். அங்குள்ள பாரதி புக் ஸ்டாலில் செழியன், ரவி, ஆரோக்கியம், ஸ்டாலின் என ஒரு நண்பர் வட்டம். அவர்கள் தொடர்ந்து என்னை எழுத ஊக்குவித்தபடி இருந் தார்கள். அப்போது நண்பர்கள் இணைந்து நடத்திய 'மொழி' எனனும் சிற்றி தழில் நான் புனே வாழ்க்கையின் சில அனுபங்களை ஒரு கட்டுரையாக எழுதயிருந்தேன்.

பட்ட கஷ்டங்கள் அனைத்துக்கும் நிவாரணம் போல அமைந்திருந்த மதுரை வாழ்க்கை. ஒரு புறம் அன்பே வடிவான விஜயா ஆன்ட்டி. மறுபுறம் அக்கறை

மிக்க அலுவலக நண்பர்கள். வேறொரு புறம் இதமளிக்கும் இலக்கிய நண்பர்கள்.

மெல்ல மெல்ல என் வாழ்வின் இருண்ட குகைகளிலிருந்து நான் வெளியேறிக் கொண்டிருப்பதாக உணர்ந்தேன். சந்தோஷமாக இருந்தது. எல்லாத் துயரங்களும் கடந்து போவதற்காக வந்தவையே என்கிற பொன்மொழிதான் எத்தனை சத்தியமானது!

ஒரு முறை நேரு மூலமாக நண்பர் ஒருவர் அறிமுகமானார். பெயர் சிவராஜ். சென்னையில் ஒரு நகிழ்ச்சி ஏற்பாடு செய்திருந்தார். கை மற்றும் கால் இயங்காத நிலையிலும் இசையில் சிறந்து விளங்கிய ஒருவருக்கு விருது வழங்கும் விழா அது. அதில் என்னையும் கலந்து கொள்ளுமாறு அழைத் திருந்தார். சென்னை காமராஜர் அரங்கத்தில் பிரம்மாண்டமாக நிகழ்ந்த அந்நிகழ்ச்சிக்குக் குத்து விளக்கேற்றித் தொடங்கி வைக்கச் சொல்லி என்னைக் கௌரவப்படுத்தினார்.

அந்நிகழ்ச்சியில்தான் எனக்குப் பாலபாரதி அறிமுகமானார்.

'ஹாய்! ஐயம் பாலா...' என்று சடாரென்று எதிரே வந்து நின்று இயல்பாக அறிமுகப்படுத்திக் கொண்டார். திடீரென்று செவியில் மோதிய அந்தக் குரலும் தோற்றமும் ஒரு கணம் என்னைத் திடுக்கிடச் செய்தது. நான் பதிலுக்கு வணக்கம் சொன்னேன். சில வார்த்தைகள் பேசிக் கொண்டி ருந்தோம். அதிக நேரம் ஆகியிருக்காது. பாலாவின் வெளிப்படையான பேச்சு, நட்புணர்வு, பழகுதற்கு இனிய குணம் எல்லாம் என்னை வசீகரித்தன. நாங்கள் நல்ல நண்பர்கள் ஆனோம்.

திருநங்கைகள் வாழ்வு குறித்தும் அவலங்கள் குறித்தும் நானும் பாலாவும் நிறயைப் பேசியிருக்கிறோம். திருநங்கைகளுடைய விடுதலைக்கான யோசனைகள் என்று பாலா முன் வைத்த பல கருத்துக்கள் எனக்கு முக்கியமா னவையாகப் பட்டன.

'நீ நல்லாப் படிச்சிருக்கல்ல. அப்றம் என்ன? உலக விசயத்தை, அவலங்களை, சிக்கல்களை எழுத வேண்டியதுதானே? மொதல்ல வெளில எடுத்துச் சொன்னாத்தாம்மா மக்களுக்குப் புரியும்!'

'எழுது எழுதுன்னா, எங்க எழுதுறது? மொழின்னு ஒரு சிற்றிதழில் எழுதியிருக்கேன், முடிஞ்சா இன்னும் எழுதுறேன்....'

'இங்க பாரு. கேக்குற கேள்விக்குப் பதில் சொல்லு.. நீ படிச்சிருக்கல்ல?'

'ஆமாம்...'

'புத்தகம் வாசிக்கிற பழக்கம் இருக்குல்ல?'

'ஆமாம்....'

'திருநங்கைகளோட வாழ்க்கை வலி தெரியும்ல?'

'என்ன கேள்வி இது பாலா?'

'கம்ப்யூட்டர்ல ஓரளவு ஒர்க் பண்ணத் தெரியும்ல?'

'ஆமாம்....'

'அப்றம் என்ன... பேசாம ப்ளாக் (வலைப் பதிவு) ஒண்ணு கிரியேட் பண்ணி அதுல எழுது. அழகா உனக்குக் கெடக்கிற நேரத்துல தமிழ்லயே சிக்கல் இல்லாம எழுது. அதுக்கான எல்லா உதவியும் நான் பண்றேன்... மக்களுக்கு மொதல்ல வெவரம் போகட்டும்மா' என்றார்.

பாலா அதிகம் படித்தவரில்லை. ஆனால் நல்ல வாசிப்பும், எழுத்துப் பயிற்சியும் கொண்ட ஒரு சமூகப் போராளி. பல அர்த்தமுள்ள விஷயங் களுக்காகத் தன் எழுத்தையும், உழைப்பையும் பயன்படுத்தி வருபவர். என் நலன் விரும்பி. இணையத்தில் எழுதுவதற்கான உந்துதலும், தொழில் நுட்ப உதவியும் அளித்து, கூடவே போதுமான ஊக்கமும் அளித்து உதவியவர்.

அவர் சொன்னபடி இணையத்தில் எனக்கென ஒரு வலைப் பதிவை உருவாக்கிக் கொண்டேன். பாலபாரதி தான் அதனைச் செய்து தந்தார். அதில் எப்படிப் பதிவுகளை வெளியிட வேண்டும், வாசகர்களின் பதில் கருத்துகளை எப்படிப் பப்ளிஷ் செய்ய வேண்டும் என சகலமும் சொல்லிக் கொடுத்தார். என்னுடைய 'ஸ்மைல் பக்கம்' (http://livingsmile.blogspot.com) உரு வானது இப்படித்தான்.

முதலில் என்னைப் பற்றிய அறிமுகமாக ஒரு பதிவிட்டிருந்தேன். பதிவு வெளியானதும் பாலாவே என்னைப் பற்றிப் பல இணைய நண்பர்களுக்கு எடுத்துச் சொல்லி என் வலைப் பதிவுக்கு அழைத்து வந்தார். என் முதல் பதிவினைப் படித்தே இணையத்தில் எனக்குப் பல நண்பர்கள் உருவா னார்கள். சந்தோஷமாக இருந்தது. நம்மாலும் எழுத முடிகிறதே என்கிற சந்தோஷம். பிறகு அதில் இரண்டு கவிதைகள் எழுதினேன். கொஞ்சம் எழுத்து வேகம் பிடித்ததும் என் வலைப் பதிவை, 'தமிழ் மணம்' என்கிற இணைய திரட்டில் இணைத்துக் கொண்டேன்.

அதன் பிறகு என் நண்பர் வட்டம் அசுர வளர்ச்சியடையத் தொடங்கி விட்டது. பொடிச்சி, அசுரன், வனவரையான், சுகுணா திவகர், பொன்ஸ், பேராசிரியர் தருமி, ராம், முத்துக்குமரன், லக்கிலுக், ஆழியூரான், யோகன் பாரிஸ், செந்தழல் ரவி என இணையத்திலேயே எனக்கொரு நண்பர்கள் வட்டம் உருவானது. தொடர்ந்து நான் எழுதுவதற்கு ஊக்கமும், உற்சாகமும் அளித்து வந்தவர்கள் இவர்கள்.

இந்நிலையில் விஜயா ஆன்ட்டி எதிர்பாராத விதமாகத் தனது தம்பியுடன் அமெரிக்கா செல்ல வேண்டிய நிலை ஏற்பட்டது. அவர் பாஸ்போர்ட், விசா என்று அலைந்து கொண்டிருக்கையில் நான் தொடர்ந்து எங்கே தங்குவது என்ற சிக்கல் எழுந்தது. ஆன்ட்டி என்றபின் அந்த வீட்டில் தனியாகத் தங்க எனக்கு பயம். எனவே, ஏதேனும் பெண்கள் ஹாஸ்டலில் தங்க முடிவெடுத் திருந்தேன்.

ஹாஸ்டலில் தங்குவதென்பது நல்ல முடிவாக இருந்தாலும், எந்த மகளிர் விடுதியில் ஒரு திருநங்கையைச் சேர்த்துக் கொள்வார்கள்? என் மனத்துக்குள் நான் ஒரு பெண். உடலளவிலும் எனக்கு ஆண் அடையாளங்களை அறவே துறந்தவள். ஆனாலும், மற்றவர்கள் பார்வையில் அப்படியா தெரிகிறேன்?

இருந்தாலும் முயற்சி செய்தேன். முடிவொன்று எடுத்து விட்டால் இறுதிவரை அதற்கான முயற்சிகளை எடுப்பது என் வழக்கம். எங்களது நிறுவனத்துக்குப் பல தொண்டு நிறுவனங்களுடன் டை-அப் இருந்தது. அவர்களில் சிலர் மகளிர் விடுதியும் வைத்திருந்தார்கள். ஆனந்த் சார், சுரேஷ் சார், தேம்பாவணி எல்லோரும் தங்களாலான முயற்சிகளை எடுத்து வந்தனர்.

எதுவும் பலனளிக்கவில்லை.

'எங்களுக்கு ஒண்ணும் ப்ராப்ளம் இல்லை. ஆனா இங்க தங்கியிருக்குற மத்தவங்க என்ன சொல்லுவாங்களோன்னுதான் சந்தேகமா இருக்கு...' என்று சிலர் சொன்னார்கள். மீண்டும் தங்குமிடம் வேண்டி ஒரு போராட்டம்.

பிறகு செழியன் அங்கிளின் அறிவுரைப்படி தமிழ்நாடு இறையியல் கல்லூரியில் (Tamilnadu Theological Seminary & TTS) முயற்சி செய்தேன்.

தமிழ்நாடு இறையியல் கல்லூரியில் ஆண்களுக்கு மூன்று விடுதியும், பெண்களுக்கு ஒரு விடுதியும் இருந்தது. பெண்களுக்கான விடுதியில், அங்கே படிக்கிற இறையியல் மாணவிகள் மட்டுமின்றி, வெளியில் படிக்கிற அல்லது பணி புரிகிற பெண்களும் தங்க முடியும். ஆண்களுக்கான மூன்று விடுதிகளில் இரண்டு விடுதி இறையியல் மாணவர்களுக்காகவும் ஒன்று மற்ற வெளியில் படிக்கும் அல்லது பணி புரியும் ஆண்களுக்குமானது.

மதுரையின் மையத்தில் உள்ள பெரிய வளாகம் அது. உள்ளே, நூலகம் முதல் மளிகைக் கடை வரை சகல வசதிகளும் உண்டு. மட்டுமன்றி, எனது அலுவலகத்துக்கும் வெகு அருகிலேயே அந்த இடம் இருந்தது. அங்கே முயற்சி செய்தேன். அதன் பிரின்சிபாலுக்கு அமுதன், செழியன் அங்கிள் என அனைவரும் நல்ல நண்பர்கள் என்பது கொஞ்சம் கூடுதல் நம்பிக்கை தந்தது. ஆரம்பத்தில், வேலை கேட்டு முயற்சி செய்த இடங்களில் அதுவும் ஒன்று. அந்தச் சமயத்தில் காலியிடம் இல்லாததால் உதவ முடியவில்லை. அந்த வருத்தமும் அவருக்கு இருந்தது.

இருந்தாலும், மகளிர் விடுதியில் தங்க வைப்பதில் சற்றுத் தயக்கம் இருந்தது. தொடர்ந்து முயற்சி செய்ததன் பலனாக ஒரு முடிவுக்கு வந்தார்கள். சில நாள்கள் சோதனை முயற்சியாக கெஸ்ட் ரூமில் தங்குவதற்குத் தாற்காலிக அனுமதியளிப்பது. அதில் எனக்கோ மற்றப் பெண்களுக்கோ எந்தப் பிரச்னையும் வராத பட்சத்தில் தொடர்ந்து தங்கலாம் என்பதாக ஏற்பாடானது.

ஒப்புக் கொண்டேன். முதல் ஐந்து நாள்களுக்கு எந்தப் பிரச்னையும் இல்லாமல் இயல்பாகவே என் வாழ்க்கை அமைந்தது. காலையில் எழுந்து

அங்கே உள்ள ஹோட்டலில் காலை உணவு முடித்துக் கொண்டு அலுவலகம் சென்று விடுவேன்.

மீண்டும் மாலை, 6, 7 மணிக்கு வந்து இரவு உணவு முடித்துக் கொண்டு, கொஞ்சம் இசை கேட்பது, புத்தகம் படிப்பது என நாள்கள் சென்று கொண்டிருந்தன. அதற்குள் கல்லூரி கமிட்டி என்னை விடுதியில் சேர்த்துக் கொள்ள அனுமதி அளித்து விட்டது. என் எல்லா பாரமும் தீர்ந்து விட்டது போல் இருந்தது.

இரண்டாம் தளத்தில் 26ம் எண் அறை எனக்கு ஒதுக்கப்பட்டது. தனியறை விசாலமானது. அட்டாச்டு பாத்ரூம், 24 மணி நேரத் தண்ணீர் வசதி. அகலமான ஜன்னல். கொஞ்சம் விலகி நிற்கும் உயரமான வேப்ப மரம். கீழே விடுதியின் தோட்டப் பகுதி தெரியும். கொய்யா, எலுமிச்சை, வேம்பு எனப் பசுமை விரிந்த எளிமையான தோட்டம்.

★

என் எதிர்பார்ப்புகள் மிகவும் எளிமையானவை. எல்லா ஆண்களையும் பெண்களையும் போல ஓர் இயல்பான வாழ்வை நான் மிகவும் விரும்பி னேன். நான் திருநங்கையாக இருப்பது மிகவும் இயற்கையானது. ஓர் ஆண் எப்படி ஆணாக இருக்கிறேனோ, ஒரு பெண் எப்படிப் பெண்ணாக இருக்கிறாளோ, ஒரு நாயும் பூனையும் எவ்வாறு நாயாகவும் பூனையாகவும் இருக்கிறதோ, அம்மாதிரி. இது மற்றவர்களுக்குப் புரியாத போதுதான் எங்களுக்குப் பிரச்னைகள் வருகின்றன.

மைனாரிடிகளுக்கே உரிய பிரச்னைகள் என்றும் இதனைச் சொல்லிவிட முடியாது. நாங்கள் கேட்பதென்ன? புரிந்து கொள்ளுங்கள். ஒதுங்க ஓரிடம் கொடுங்கள். கௌரவமாக உழைத்துப் பணியாற்ற ஒரு வாய்ப்பளியுங்கள். அவ்வளவுதான். அருவருப்புணர்வுடனும் கேலி, கிண்டல்களுடனும் தவறான பல நோக்கங்களுடனும் எங்களை மற்றவர்கள் அணுகும் போதுதான், நாங்கள் எங்கள் பாதுகாப்புக்காகச் சில பிரத்தியேக நடவடிக் கைகளை மேற்கொள்ள வேண்டி வருகிறது.

திருநங்கைகளில் பலர் விநோதமாக நடந்து கொள்வதும், உரக்கப் பேசி நடு வீதியில் தர்ம சங்கடம் உண்டாக்குவதும் பாலியல் தொழிலுக்கு வலிய அழைப்பதும் ஆபாசமாகப் பேசி அருவருப்பூட்டுவதும் - முற்றிலும் அவர் களது தற்காப்புக்காக மட்டுமே என்று நான் சொன்னால் - தயவு செய்து நம்புங்கள். அதுதான் உண்மை.

பாதுகாப்பற்ற சமூகத்தில் எங்களுக்கான குறைந்தபட்சப் பாதுகாப்பை நாங்கள் இவ்வாறெல்லாம் செய்துதான் உருவாக்கிக் கொள்ள வேண்டியிருக் கிறது. உடல் வலிமமைக்கு முரட்டு ஆண்கள் வம்புக்கு வந்தால் எங்களால் எதிர்த்து நிற்க முடியாது. பணிந்து போகவும் விருப்பமில்லாவிட்டால், அருவருப்புணர்வை உருவாக்கி அவர்களாக விலகிச் செல்லச் செய்வதே எங்களுக்குத் தெரிந்த வழி. நாங்கள் ஒரு புகார் கொடுத்தால் எந்த போலீஸ்

ஸ்டேஷனில் அதனைப் பதிவு செய்து நடவடிக்கை எடுப்பார்கள் என்று நினைக்கிறீர்கள்? வாய்ப்பே இல்லை. அமைதியாகவும், தன்மையாகவும் நடந்து கொள்ள எங்களுக்கும் தெரியும். உங்களுக்குப் புரிந்து கொண்டு நடக்கத் தெரியும் என்பதுதான் கேள்வி.

நான் படித்திருந்ததால் பல பேருடன் தொடர்பு கொண்டு, என் நிலைமையை எடுத்துச் சொல்லி எனக்கான ஒரு குருவிக் கூட்டை என்னால் கஷ்டப்பட்டு உருவாக்கிக் கொள்ள முடிந்தது. பெரும்பாலும் திருநங்கைகள் படிப்பறி வில்லாதவர்கள். உழைக்கத் தயார் என்றாலும் என்ன வேலை செய்ய முடியும் அவர்களால்? படிக்கத் தயார் என்றாலும் யார் அவர்களைப் படிக்க வைப் பார்கள்?

உலகம் சார்ந்திருக்கும் இயல்புடன் படைக்கப்பட்டது. மனிதர்களுள் ஒரு பிரிவினரான நாங்களும் எதையாவது யாரையாவது சார்ந்துதான் ஆக வேண்டும். ஆனால், சாய ஒரு சுவரோ, ஒதுங்க ஓர் இடமோ தர விரும்பாத சமூகத்தில் வேறு என்னதான் செய்ய முடியும்?

எனக்குத் தோன்றியவற்றையும் என் அனுபவங்களையும் மட்டுமே நான் என் வலைப் பதிவில் எழுதி வந்தேன். அது பல பேரைப் பாதித்தது. நேரடியாகவும் மறைமகமாகவும் இந்தப் பாதிப்பு கணிசமான விளைவுகளை உருவாக்கத் தொடங்கியிருந்தது.

திடீரென்று ஒரு நாள் அவள் விகடன் பத்திரிகையின் ஆசிரியர் என்னைத் தொடர்பு கொண்டார். ஒரு திருநங்கையாக இருந்து கொண்டு நான் பொதுத் துறையில் பணியாற்றி வருவதும் மகளிர் விடுதியில் தங்கி வேலைக்குப் போவதும் அவருக்குச் செய்தியாகப் பட்டிருக்கிறது. என்னைப் பற்றி ஒரு கட்டுரை எழுதலாமா என்று கேட்டார்.

பத்திரிகைகளில் என்னைப் பற்றி செய்தி வருவதில் எனக்குப் பெரிய மகிழ்ச்சி இல்லை. ஆனால், அவள் விகடன் என்பது முற்றிலும் பெண்களுக் கான இதழ். அதில் என்னைப் பற்றி ஒரு கட்டுரை வருவது என் பெண் மைக்குக் கிடைக்கும் ஒரு முக்கிய அங்கீகாரம் என்று நினைத்தேன்.

நிலைமை அத்தனை மோசமில்லை. அந்தக் கட்டுரை வெளியான போது, பல தரப்பினரை அது மிகவும் பாதித்ததை என்னால் உணர முடிந்தது. முன்பு, ஹாஸ்டலில் மலரும் அவரது ரூம் டேம் அக்காவும் தான் எனக்கு நண்பர்களாக இருந்தார்களே. மலர் தனியார் பள்ளி ஒன்றில் உடற்கல்வி ஆசிரியையாகப் பணியாற்றும் என் வயதொத்த பெண். தன் துறைக்கேற்பத் துடிப்பானவள். எதிர்பார்ப்பின்றி இயல்பாகப் பழகி வந்தாள். அங்கிருந்த மற்றப் பெண்கள் என்னை ஒதுக்கவில்லை என்றாலும், ஒட்டவும் இல்லை. அவள் விகடன் கட்டுரை வெளிவந்தபின், விடுதியில் என் நண்பர் வட்டம் விரிவடையத் தொடங்கியது. மற்றவர்கள் பார்வையில் மதிப்பு தெரிந்தது. சிலர் ஒரு 'செலிபிரட்டி'யாகவும் என்னிடம் பேச ஆரம்பித்தார்கள். நான் வேண்டியது சிநேகங்களை மட்டுமே என்பதை அவர்களுக்குப் புரிய வைத்தேன்.

கொஞ்ச நாளில் இலங்கையிலிருந்து படிப்பதற்காக மதுரை வந்த நந்தினி என்னும் பதினெட்டு வயதுப் பெண்ணும் அங்கே எனக்குத் தோழியானாள்.

'என்னக்கா செய்யிறியள்...' என்று அவள் பேச வந்து விட்டால் எனக்குப் பொழுது போவதே தெரியாது.

எங்கள் ஹாஸ்டலில மெஸ் என்று தனியாக ஒன்று கிடையாது. கல்லூரி வளாகத்தில் பொதுவாக உள்ள கேன்டீனில் அக்கவுண்ட் வைத்துச் சாப்பிட்டுக் கொள்ளலாம். அல்லது கடையில் சாப்பிட்டுக் கொள்ளலாம். அதை விட எளிமையாக, கீழ்த் தளத்தில் பெண்கள் விடுதியில் மட்டும் பொது சமையல் அறை இருந்தது. அறை வாடகையுடன் சேர்த்துக் கூடுதலாக மாதம் ரூபாய் ஐம்பது செலுத்தினால் அங்கேயே சமைத்துக் கொள்ளலாம்.

ஆன்ட்டி வீட்டில இருந்தவரை எனக்குச் சாப்பாட்டுக் கஷ்டம் இல்லை. காலை எழுந்து நான் கிளம்பத் தயாராகி நிற்கும்போது ஆன்ட்டி காலை உணவும், மதிய உணவும் தயாராக வைத்திருப்பார். இரவு வீடு திரும்பினால் தினம் ஒரு தினுசாக ஏதாவது புதுமையாகச் சமைப்பார். எனக்கோ, சமைக்கத் தெரியாது. கடையில் தினம் சாப்பிடவும் முடியவில்லை. பணம் போவது ஒரு பக்கம் என்றாலும், உடல்நலத்துக்கு எப்போதும் கேடு.

என்ன செய்யலாம் என்று யோசித்துக் கொண்டிருந்தேன். சரி, ஒரு முயற்சி செய்து சமையலில் இறங்கலாம் என்று தீர்மானித்தேன். ஆன்ட்டி ஊருக்குச் செல்லுமுன் கொஞ்சம் போல அவரிடம் சமையல் பாடமும் கற்றுக் கொண்டேன்.

இதற்கிடையில் குங்குமம் உள்ளிட்ட வேறு சில பத்திரிகைகளிலும் என்னைப் பற்றிய கட்டுரைகள், என் பேட்டிகள் வெளியாகத் தொடங்கின. சில வார இதழ்களிலும் இணையத்திலும் நானே எழுதவும் ஆரம்பித்தேன். சிற்றிதழ்களில் கவிதைகள்.

ஒரு கெட்ட கனவிலிருந்து தூக்கி எறியப்பட்டது போல் ஆகி விட்டது வாழ்க்கை. எங்கும் எனக்கு நண்பர் வட்டம் வேண்டும். எல்லா ஊரிலும். கௌரவமான உத்தியோகம். வசதியான தங்குமிடம். இதற்கு மேல் என்ன?

இடையில், ஒரு முறை பாலபாரதி சென்னையில் இருக்கும் தனது நண்பர்களான ஜோஸப்-மாலதி இல்லத்துக்கு என்னை வரவழைத்தார். அவர்கள் திருநங்கைகள் குறித்த பொதுப் புத்தியோடு வாழ்ந்து வரும் சராசரி குடும்பத்தினர் பாலபாரதியின் அறிமுகத்தால், தயக்கத்துடன்தான் என்னை வரவேற்கத் தயாரானார்கள். அந்தத் தயக்கமும், திருநங்கைகள் மீதான இனம் புரியாத பீதியும் என்னை நேரில் கண்டதும் அவர்களிடமிருந்து விலகி விட்டது. என்னைத் தங்களின் நண்பர்களில் ஒருத்தியாக ஏற்றுக் கொண் டார்கள். ஒரு நாள் முழுதையும் காலையிலிருந்து மாலை வரை அவர்களுடன், அவர்களது பத்து வயது மகளுடன் கழித்தேன். சந்தோஷமாக இருந்தது.

மதுரையிலும், அதனைச் சுற்றிப் பல ஊர்களிலும் நடைபெறும் சிறு சிறு இலக்கியக் கூட்டங்கள், திரை நிகழ்வுகள் அனைத்திலும் தவறாமல் கலந்து கொண்டேன். அதன் மூலம் எனக்குச் சில புதிய அறிமுகங்கள், நட்புகள் கிடைத்தன.

ஒரு முறை மதுரையில் 'நல்லோர் வட்டம்' என்ற அமைப்பில் ஓர் உரையாற்றிய போது அறிமுகமான இளங்கோவன், கீதா தம்பதியர்கள் நல்ல நண்பர்களானார்கள். அவர்கள் தங்களது சில நண்பர்களுக்கும் என்னை அறிமுகப்படுத்தினர். மட்டுமன்றி, மதுரையில் பெண்களுக்கென நடந்து வந்த 'கூடு வாசிப்பரங்க'த்தில் என்னையும் உறுப்பினராகச் சேர்த்துக் கொண்டனர் கொஞ்சம் கொஞ்சமாக எங்கெல்லாம் சமுதாயத்தோடு இணைய முடிந்ததோ அங்கெல்லாம் தயக்கம், கூச்சமின்றிப் பங்கெடுத்துக் கொண்டேன்.

அலுவலகப் பணி, களப் பணி, அது முடிந்தால் ஓய்வு நேரங்களில் நண்பர்களுடன் சம்பாஷணை. பிறகு இணையம். அங்கேயும் நண்பர்கள். இரவானால் விடுதித் தோழிகள். மாபெரும் உலகில் தனி ஒரு அபலையாக என்னை அதற்கு முன் உணர்ந்திருந்தவள் அப்போது வெளி உலகத்தைக் காட்டிலும் என உலகம் பெரிது என்று நினைக்கத் தொடங்கியிருந்தேன். புத்தியில் ஒரு புதிது தெளிவும் தெம்பும் பிறந்திருந்தது.

ஆன போதிலும் நான் விரும்பியது இதை மட்டுமல்ல என்றொரு குரல் எனக்குள் கேட்டுக் கொண்டே இருந்தது. என் விருப்பம் இதனைத் தாண்டியது. இன்னும் பெரியது. இன்னும் மிக நீண்ட போராட்டங்களை உள்ளடக்கியது.

திருநங்கைகளுக்கான சமூக அங்கீகாரம் என்பது என் ஒருத்தியின் நல்வாழ்வுடன் முடிந்து விடுவதல்ல.

15. வாழ விரும்புகிறேன், தன்மானத்துடன்

நான் புனேவிலிருந்து தமிழ்நாடு திரும்பி வந்ததற்குக் காரணம், எனக்கொரு வேலை தேடிக் கொள்வது மட்டுமல்ல. என் அடையாளத்தை, என் இருப்பின் அர்த்தத்தை உறுதி செய்து கொள்வதுமாகும்.

சுதந்தரம் விடுதலை என்று இந்நூலில் பல இடங்களில் குறிப்பிட்டு வந்திருக்கிறேன். உண்மையில் நான் எதிர்பார்க்கும் விடுதலை என்பது சட்டபூர்வமான அங்கீகாரத்துடன் கூடிய சமூக அந்தஸ்துதான்.

இதற்கு நான் என்ன செய்யலாம்? முதலில் என் விஷயத்திலிருந்தே என் முயற்சியைத் தொடங்க முடிவு செய்தேன். சரவணன் என்கிற என் பெயரை சட்டபூர்வமாக 'லிவிங் ஸ்மைல் வித்யா' என்று மாற்றிக் கொள்ள நினைத்தேன். அதற்காகத் தமிழ் நாடு பொருள் மற்றும் அச்சுத் துறை அலுவல கத்தில் முறைப்படி விண்ணப்பித்தேன்.

பெயர் மாற்றத்துக்கான காரணம் என்னவென்று அங்கே கேட்டார்கள். நான் எனக்கு நடந்த பால்மாற்று அறுவை சிகிச்சையைத் தெரிவித்திருந்தேன்.

விண்ணப்பத்தை அளித்து விட்டு வந்த சில காலம் கழித்து, 'எந்தக் காரணமும் குறிப்பிடப்படாமல் பெயர் மாற்றம் மேற்கொள்ளப்படாது' என்று ஒரு கடிமத் வந்தது.

எனவே, வேறு வழியில்லாமல் பெயர் மாற்றம் செய்ய நல்ல வழக்கறிஞர் ஒருவரைத் தேடத் தொடங்கினேன். செழியன் அங்கிளின் யோசனையின்படி மதுரையின் சிறந்த வழக்கறிஞரும் பெண்ணியச் சிந்தனையாளருமான ரஜினியைச் சந்தித்தேன். ஏற்கெனவே 2002ல் திருநங்கைகளுக்கு வாக்குரிமை வேண்டும் என்று கேட்டு திருநங்கையான ப்ரியா பாபுவுடன் சேர்ந்து ஒரு பொதுநல வழக்கு தொடர்ந்தவர் அவர். அதில் வெற்றியும் பெற்றார். ஆனால், வழங்கப்பட்ட தீர்ப்பு, தெளிவின்றி இருந்தது. அதாவது, திருநங்கைகள் விரும்பினால் தங்களை பெண் என்றோ, ஆண் என்றோ எழுதிக் கொள்ளலாம். ஆனாலும், அந்தத் தீர்ப்பினால் கிடைத்த ஒரு முக்கியப் பலன், சில திருநங்கைகளிடம் இன்று வாக்காளர் அடையாள அட்டை இருப்பது.

ஆனால், வாக்களிக்கும் உரிமையை மட்டும் வைத்துக் கொண்டு திருநங்கைகளால் எதுவும் செய்ய முடியாது. திருநங்கைகளின் இயல்பு

வாழ்க்கையில் எந்த முன்னேற்றத்தையும் இந்தத் தீர்ப்பு கொண்டு வரவில்லை. பெயரையும் பாலினத்தையும் அனைத்துச் சான்றிதழ்களிலும் மாற்றிக் கொள்ள முடியாத பட்சத்தில் படிக்கவோ, பணிக்குச் செல்லவோ முடியாது. வங்கியில் ஒரு கணக்குத் தொடங்குவதுகூடச் சாத்தியமில்லை. எனவே, எனக்குப் பெயர் மாற்றம் செய்து தர உதவுமாறு வழக்கறிஞர் ரஜினியிடம் சென்று கேட்டேன்.

அவரது அறிவுரையின்படி எனது பிறந்த ஊரான திருச்சி மாவட்ட கலெக்டருக்கும், நாங்கள் வசித்த பகுதியின் தாலுகா அலுவலகத்துக்கும், தலைமைச் செயலகத்துக்கும் எனது நிலையை விளக்கி, ஒரு விண்ணப்பமாக எழுதி, எனது பெயர் மற்றும் பாலின மாற்றத்துக்கு உதவுமாறு கேட்டுக் கடிதம் அனுப்பினேன்.

சில நாள்கள் கழித்து திருச்சி, ஸ்ரீரங்கம் தாலுகா அலுவலகத்திலிருந்து நேரில் வரச் சொல்லி அழைப்பு வந்தது. பிறந்து வளர்ந்தது திருச்சி என்றாலும் தாலுகா அலுவலகத்தை அலைந்து திரிந்துதான் கண்டுபிடிக்க வேண்டியி ருந்தது.

கொஞ்சம் அலைக்கழிப்புக்குப் பிறகு அங்கே மேலதிகாரியைச் சந்திக்க முடிந்தது.

'என்னம்மா உங்க பிரச்னை...?' என்று கேட்டார். எவ்வளவோ எத்தனையோ பேரிடம் விளக்கிய பிரச்னை. திரும்பவும் ஒரு முறை அவரிடம் விளக்கமாக எடுத்துக் கூறினேன்.

'ரேஷன் கார்ட் இருந்தா குடுங்கம்மா....'

'சர், என்கிட்ட ரேஷன் கார்ட் இல்ல, வீட்டுல கேட்டாலும் தர மாட்டாங்க....'

'அப்ப உங்க அட்ரஸ குடுத்துட்டுப் போங்க.. நாங்க பார்த்து விசாரிச்சுட்டுத் தான் சொல்ல முடியும்' என்று சொல்லி விட்டார். விடைபெற்றுக் கொண்டேன்.

அதன்பின் தாலுகா அலுவலகத்திலிருந்து எனது பெயர் மாற்றம் பாலினத்தை மாற்றித் தருமாறு கோரிய எனது விண்ணப்பத்தை அவர்கள் தமிழ்நாடு எழுதுபொருள் மற்றும் அச்சுத் துறை அலுவலகத்துக்கு அனுப்பினார்கள். அதன் நகலும் எனக்கு வந்து சேர்ந்தது. கொஞ்சம் நம்பிக்கை பிறந்தது. ஆனால், சில நாள்களில் த.எ.அ. துறையிலிருந்து எனது பெயரை மாற்றித் தர வேண்டுமெனில், அதற்கான மருத்துவச் சான்றிதழ் வேண்டும் என்று கேட்டுக் கடிதம் அனுப்பியிருந்தார்கள்.

ஏற்கெனவே அவர்களுக்கு எனது கல்வி மற்றும் இதர சான்றிதழ்களோடு திருச்சியில் நடந்த அபெண்டிக்ஸ் ஆபரேஷனுக்குப் பிறகு டாக்டர் ரிப்போர்ட்டில் உள்ள எனது பால்மாற்று அறுவை சிகிச்சை குறித்த விவரத் தையும் நகலெடுத்தே அனுப்பியிருந்தேன். ஆனாலும், அவர்கள் கேட்டுக் கொண்டதால், இவ்வறுவை சிகிச்சை அரசு அனுதியின்றியே நடக்கிறது, அதுவும் எங்கு நடந்ததென்று எனக்கே தெரியாது. அதற்கான மருத்துவச்

சான்றிதழ்கள் எதுவும் இல்லை; ஆனால், என்னிடம் உள்ள வேறொரு மருத்துவச் சான்றிதழில் இது குறித்த குறிப்பு உள்ளது. அதனை ஆதாரமாகக் கருதலாம் என்று விளக்கமாக எழுதி மீண்டும் தபால் அனுப்பினேன்.

இதற்கு வெகு விரைவில் பதில் வந்து விட்டது. அரசு அங்கீகாரமில்லாமல் நடந்த அறுவை சிகிச்சையைக் கணக்கில் கொள்ள முடியாது. தங்கள் பெயர் மாற்றத்தை அங்கீகரிக்க முடியாது.

எனவே வேறு வழியின்றி வழக்கு தொடர்ந்தேன். அதன் பலனாக எனது பெயர் மாற்றத்தைப் பரிசீலனை செய்யச் சொல்லித் தீர்ப்பும் வந்தது. எனவே பெயர் மாற்றம் நிகழ்ந்து விடும் என்ற நம்பிக்கையோடு காத்திருந்தேன்.

அந்தச் சமயத்தில் திருநங்கைகளுக்கு அரசு மருத்துவமனைகளில் பால் மாற்று சிகிச்சை நடைபெறும் என்றும், அதற்குச் சான்றிதழ் வழங்கப்படும் என்றும் செய்தி வந்து கொண்டிருந்தது. மருத்துவப் பரிசோதனைக்குப் பிறகு கல்லூரிகளில் திருநங்கைகளாகவே அவர்கள் சேர்ந்து படிக்கலாம் என்றும் சொன்னார்கள். எப்படியும் நல்லது நடக்கும் என்றுதான் நம்பியிருந்தேன்.

த.எ.அ. துறையிலிருந்து கடிதம் வருமென்று மூன்று மாதம் வரை காத்திருந்தேன். மாதங்கள் கடந்ததுதான் மிச்சம். அதற்கு மேலும் காத்திருக்க வேண்டாமென்று நேரில் சென்று விசாரித்த போது, 'இல்லீங்க... பரிசீலிக்கச் சொல்லித்தான் தீர்ப்பு வந்திருக்கு. எங்களால பரிசீலிக்க முடியாது' என்று திட்டவட்டமாக மறுத்து விட்டார்கள்.

நான் விடாமல் அவர்களுடன் விவாதித்தேன். என் தொந்தரவு தாங்காமல், 'அப்படின்னா மதுரை மெடிக்கல் காலேஜ் டாக்டர்களிடமிருந்து சர்டிபிகேட் வாங்கிட்டு வாங்க. அவங்க தர்ற சர்டிபிகேட்ட வச்சுத்தான் எதுவும் செய்ய முடியும்' என்று சொன்னார்கள்.

பிறகு இது குறித்து அவர்கள் கடிதம் அனுப்பும் வரை காத்திருந்து, மதுரை ராஜாஜி மருத்துவமனையில் பத்து நாள்கள் பழியாய்க் கிடந்தேன். அவர்களிடம் நிலையைப் புரிய வைப்பது பெரிய காரியமாக இருந்தது. ஒரு வழியாக என் நிலைமையை எடுத்துச் சொல்லி என்னைப் பரிசோதிக்கச் சம்மதிக்கச் செய்து, பரிசோதனை முடிவையும் பெற்றேன். எத்தனை கேலி கிண்டல்கள் அங்கே! அப்பப்பா.

பிப்ரவரி 2005ல் தொடங்கிய என் முயற்சி ஆகஸ்ட் 2006ல் ராஜாஜி மருத்துவமனையில் கொண்டு என்னை விட்டது.

எனது உரிமை. என் விருப்பப்படி வாழும் உரிமை. என் பெயரை நான் மாற்றிக் கொள்வதற்கான உரிமை. அதற்காக த.எ.அ. துறையிலிருந்து, தாலுகா அலுவலகம், வழக்கறிஞர் அலுவலகம், மதுரை அரசு மருத்துவமனை என்று அலைந்து அலைந்து அதிகபட்ச அலுவலக விடுமுறையும் எடுத்தாயிற்று. நியூமராலஜி, மதமாற்றம், பெயர் ராசி காரணங்களுக்காக ஒரே மாதத்தில் இந்தத் தேசத்தில் ஒருவர் தம் பெயரை மாற்றிக் கொண்டு விடலாம்.

எத்தனையோ அரசியல் தலைவர்களே மாற்றிக் கொள்ளவில்லையா? ஆனால், என் தேவைக்காக. என் உரிமைக்காக என் பெயரை நான் மாற்றிக் கொள்ள விரும்பிய போது அதற்காக ஒன்றரை வருட காலம் அலைக்கழிக் கப்பட்டேன்.

போகுமிடமெல்லாம் என் கதை, என் வலி, இந்த ஆபரேஷன், அது நடந்த முறை, தொடர்பாக எத்தனையோ அந்தரங்கக் கேள்விகளால் என்னைக் குடைந்து எடுத்தார்கள். அனைத்தும் என்னைப் புண்படுத்தும் கேள்வி கள்தான். ஆனாலும் சகித்துக் கொண்டு எல்லாவற்றுக்கும் பதிலளித் திருந்தேன். எத்தனையோ அவமானங்கள், செருப்படிகள்.

விடுதியிலிருந்து அலுவலகத்துக்குச் செல்லும் வழியில் ஒரு சிலர் எதிர்பராத விதமாக முகத்துக்கு எதிரே குதித்து வந்து நின்று 'டேய்! ஆம்பளயா, பொம் பளயாடா இது...?' என்பார்கள். எனக்குத் தூக்கி வாரிப் போட, சுற்றி நிற்கும் நாய்கள் சிரித்துக் கொண்டிருக்கும். பதற்றம் தொற்றிக் கொள்ள, செய்வ தறியாமல் மின்னல் வேகத்தில் அலுவலகம் அடைந்து அங்கேயே யாருக்கும் தெரியாமல் கண்ணீரை மறைத்துக் கொண்டிருப்பேன். பல சமயம் என்னைக் கட்டுப்படுத்த முடியாமல் ஆனந்த் சாரிடம் கதறியிருக்கிறேன்.

ஆண்கள்தான் என்றில்லை. சில சமயம் பெண்களேகூட என்னைப் பார்த்துக் கிண்டல் செய்வார்கள். தமக்குள் கேலி செய்து சிரிப்பார்கள். அடக்க முடியாத எரிச்சலுடனும் ஆற்றாமையுடனும் அத்தனையையும் விழுங்கி, என் பாதையில் நான் நடந்து கொண்டிருப்பேன். துணிக் கடை, பேக்கரி, பழமுதிர்ச் சோலை, டிபார்ட்மெண்டல் ஸ்டோர் எல்லா இடங்களிலும் என் குரலைக் கேட்ட மாத்திரத்தில் எனக்கான வில்லன்கள் எப்படியோ முளைத்து விடுவார்கள்.

ஒரு முறை ஃபீல்ட் ஒர்க்கிற்காகச் சென்று கொண்டிருந்த போது, சில சிறுவர்கள் என்னைப் பார்த்து, 'ஊரோரம் புளிய மரம்...' என்று பாட ஆரம்பித்தார்கள். அவர்களுக்கு அதிகபட்சம் இருந்தால் பத்து, பதினொரு வயதுக்குள்தான் இருக்கும். யார் இவர்களுக்குச் சொல்லிக் கொடுப்பது? என்னைப் பார்த்ததுமே கிண்டல் செய்யும் எண்ணம் எப்படி உதிக்கிறது? பிறவியிலேயே அது வருமா? ரத்தத்திலேயே இருக்குமா? இதுவும் ஒரு வித ஆதிக்க மனோபாவம் இல்லையா? சாதி, மத, இன, மொழி வித்தியாசங்களே இதில் கிடையாது. திருநங்கையா? கிண்டல் செய். சந்தர்ப்பம் கிடைத்தால் தாக்குதல் செய். அவமானப்படுத்து. அழச் செய். அலறி ஓடச் செய்.

என்ன உலகம் இது? நான் திகைப்புடன் அந்தச் சிறுவர்களைப் பார்த்துக் கொண்டிருந்த போது, எதிர்பாராதவிதமாக ஒரு சிறுவன் தான் குடித்துக் கொண்டிருந்த தண்ணீர் பாக்கெட்டைச் சடாரென்று என் மீது வீசி விட்டு ஓடினான். சற்றுத் தொலைவிலிருந்து அந்தக் காட்சியைப் பார்த்துக் கொண்டிருந்த இளைஞர்கள் சிலர் சிரித்தார்கள். சில பெண்களும் கூட.

எனக்குப் புரிய வேண்டியது இது தான். நான் இவர்களுக்கு என்ன தவறு இழைத்தேன்? இத்தனைக்கும் பார்த்ததும் கிண்டல் செய்யத் தோன்றும்

விதத்தில் அதிக மேக்கப் போடுகிறவள் இல்லை நான். என் இயல்புப் படியே தான் எப்போதும் இருப்பேன். எனக்கு வாய்த்த நிறம். எனக்கு வாய்த்த உடல். எனக்கு வாய்த்த இயல்பான பெண்மை. இது ஏன் யாருக்கும் புரியவில்லை?

எரிச்சல். பொறுக்க முடியாத எரிச்சல். அது ஒன்றுதான் என் வாழ்க்கையில் நிரந்தரமானதோ என்றுகூட அவ்வப்போது சந்தேகம் வரும். அலுவலகம், விடுதி நீங்கலாக மதுரையில் என் சாலைகள், என் வீதிகள், என் பயணங்கள் எல்லாமே என்னை நரகத்தில் இருப்பதாகவே உணரச் செய்யும். இளைஞர் களின் வக்கிரப் பார்வை, யுவதிகளின் அநாகரிகச் சிரிப்பு, பிஞ்சு உள்ளங் களின் நஞ்சு என ஏதாவது ஒன்று என்னை எப்போதும் தாக்கியபடியே இருக்கும்.

மதுரையை ஒரு நகரம் என்று என்னால் சொல்ல முடியாது. அது ஒரு பெரிய கிராமம். நெரிசல் மிக்க கிராமம். மற்ற தமிழக நகரங்களைப் பற்றி நான் சொல்ல முடியாது. மதுரையில் என்னைப் போல் தனியே சென்று வரும் திருநங்கைகளுக்குப் பாதுகாப்பு என்பதே கிடையாது. ஒரு சில சமயம் சில கூட்டங்களுக்காகச் சென்னை வந்து போயிருக்கிறேன். அப்போதெல்லாம் கூட நான் பெரிதாகக் கஷ்டப்பட்டதில்லை. ஒப்பீட்டளவில் மதுரையை விடச் சென்னை பரவாயில்லை என்றே நினைத்தேன்.

அதனால்தான் என் பெயர் மற்றும் பாலின மாற்று முயற்சிகளுக்கு மதுரையில் இருப்பதைக் காட்டிலும் சென்னைக்குச் செல்வது நல்லது என்று தோன்றியது. எனவே, மதுரை வேலையை ராஜினாமா செய்து விட்டேன். சுய பாதுகாப்போடு என் தேவையை முடித்துக் கொள்ளும் எண்ணமில்லை எனக்கு.

சென்னையில் அருணாம்மாவின் வீட்டில் இருந்தபடி செந்திலின் உதவியுடன் வேலை தேட ஆரம்பித்தேன். கையில் பணமில்லாத நிலையில் இந்த இரு வரும் அளித்த ஆதரவு மறக்க முடிதது. வேலை கிடைத்தது. தொண்டு நிறு வனங்களில் பணி புரியக் கூடாது என்னும் உறுதியில் இருந்த எனக்கு 'சுயம் அறக் கட்டளை'யின் நிர்வாகத் துறையில் பணி புரியும் வாய்ப்பு கிடைத்தது.

வேலாய்ப்பு மட்டுமல்ல, தங்கும் இடத்தையும் எனக்கு அளித்த அற்புத நிறுவனம் அது.

நிறுவனம் என்றுகூட அழைக்க முடியாது. அது ஒரு குடும்பம். அடைக்கலம் தேடி வரும் அனைவரையும் அணைத்துக் கொள்ளும் மாய உலகம். முத்துராமன், உமா இருவரையும் பெற்றோர் என்றுதான் அழைக்கத் தோன்று கிறது. அவர்களது கல்லூரி காலம் தொடங்கி ஆதரவற்ற குழந்தைகளுக்கு உதவி செய்து வந்துள்ளார்கள். அனைவருக்கும் தரமான கல்வி, இலவசமாக. இந்தக் கனவை நினைவாக்கும் பொருட்டு ஆரம்பிக்கப்பட்டது தான் சிறகு மாண்டசோரி பள்ளி. பாழவேடு பேட்டையில் அமைந்துள்ளது. கிட்டத்தட்ட முந்நூறு குழந்தைகள் இப்பள்ளியின் மூலம் பயனடைந்திருக்கிறார்கள். எத்தனை அற்புதமான விஷயம் இது!

நல்ல இடம், பாதுகாப்பு, தோழமையான சூழல், திருப்தியான பணி, இயல்பு வாழ்க்கைக்குக் குறைவில்லை. ஆனால், என் முயற்சிகள்தான் இன்னும் ஓர் அர்த்தம் பெற்ற பாடில்லை. நான் சரவணன் இல்லை, வித்யா. அரசு எப்போது இதனை ஏற்றுக் கொள்ளும்?

இந்தியா அடிமை தளையிலிருந்து மீண்டு விடுதலையடைந்து அறுபது வருடங்கள் ஆகி விட்டன. பல மாற்றங்கள். சில ஏமாற்றங்கள். ஆனால் ஜன நாயகம் முழுமையாக இருக்கிறது.

தலித்தியம், பெண்ணியம் என்று பேச முடிகிறது. கொடி பிடிக்க முடிகிறது. இன்னும் அவர்களுக்கு முழுச் சுதந்தரம் கிடைத்திராத போதும் பரவலான விவாதங்களும் கவனிப்பும் ஓரளவு அங்கீகாரமும் கிடைக்கவே செய்கின்றன.

ஆனால், பெண்களிலும் ஒடுக்கப்பட்ட பெண்களாக, தலித்துகளிலும் அடிமைப்பட்ட தலித்துகளாக, சிறுபான்மையினரிலும் ஆகச் சிறுபான்மை யினரான திருநங்கைகள் மட்டும் எவ்வித சமூக அங்கீகாரம் இல்லாமல்தான் இன்னும் வாழ்க்கையை ஓட்ட வேண்டியிருக்கிறது. சுதந்தரம், சமத்துவம், சகோதரத்துவம்? ம்ஹூம். எதுவும் கிடையாது. தொடர்ந்து மானங்கெட்ட வாழ்க்கை மட்டுமே திருநங்கைகளுக்குச் சாத்தியமாக இருக்கிறது.

திருநங்கைகளின் அவல வாழ்வு குறித்த பதிவுகள்கூட அங்கொன்று இங்கொன்றுமாகத்தான் காணக் கிடைக்கின்றன. எடுத்துப் பேசக் கூட தகுதியற்ற வாழ்வா இது? புரியவில்லை.

பெற்றோர், உடன் பிறந்தவர்கள், உறவினர்கள், நண்பர்கள் சூழப் பிறந்து, வளர்ந்த காலப் போக்கில் தனது இயல்பை உணர்ந்து, அதை வெளிப்படுத்தும் போது அவமானமும் அடி உதைகளும் பட்டு குடும்பத்தாரால் வெறுக்கப் பட்டு வீட்டை விட்டுத் துரத்தப்படும் திருநங்கைகளைப் பற்றிய குறைந்த பட்ச அறிவு இன்று என்னவாக உள்ளது? இன்று வரை சமூகத்துக்கும் ஊடகங் களுக்கும் அவர்கள் ஒரு கேலிப் பொருள். பல திரைப்படப் பாடல்களில் திருநங்கைகளைக் கேவலமாகச் சித்தரிக்கும் போதெல்லாம் எனக்குப் பற்றிக் கொண்டு வரும். அந்த வலியை ஏன் இவர்களால் உணர்ந்து கொள்ள முடிய வில்லை.

குடும்பம் இல்லை. வேலை இல்லை. பாதுகாப்பு இல்லை. எதுவுமே இல்லை இல்லை என ஒடுக்கப்படட சமூகத் தளத்தலிருந்து திருநங்கைகள் விரட்டப்படுகின்றனர்.

இப்படி ஒடுக்கப்பட்டோர் அனைவரும் ஒன்றாகக் கூடி ஒரு குடும்ப அமைப்பை அந்தந்த மாநிலங்களில், அங்குள்ள சூழலுக்கேற்ப உருவாக்கி, அந்தந்தப் பிராந்தியங்களின் சடங்கு சம்பிரதாயங்களை ஏற்று தமக்கேற்ப மாற்றி வடிவமைத்து, தங்களுக்கும் அழுது, தங்களுக்குள்ளே சிரித்து மகிழ்ந்து எப்படியோ வாழ்ந்து தீர்க்கிறார்கள்.

வயிறு என்று ஒன்று இல்லாது போனால் எந்தத் திருநங்கையும் இங்கே விப சாரம் செய்ய மாட்டாள். பிச்சை எடுக்க மாட்டாள். இதில் சந்தேகமில்லை.

வாழ்வாதாரத்துக்கான எல்லா ஜன்னல்களும், கதவுகளும் மூடப்படு வதால்தான் கையறு நிலையில், தன்மானத்தை இழந்து கை நீட்டிப பிச்சை எடுக்கவும், உடலை விற்றுப் பிழைப்பு நடத்தவும் வேண்டியிருக்கிறது. இதனைப் புரிந்து கொள்ள ஒரு நாதியில்லாத அவலம்தான் எங்களை மிகவும் வருத்தத்துக்கு உள்ளாக்குகிறது.

யோசித்துப் பார்த்தால், பெண்களை இழிவாகக் கருதும் சமூக அமைப்பில், ஆணாகப் பிறந்த நபர் பெண்ணாக மாறுவதென்பது ஆண் வர்க்கத்துக்கும், ஒட்டுமொத்த ஆண்மைக்குமான அவமானம் என்ற தட்டையான ஆணா திக்கச் சிந்தனையே திருநங்கைகளைப் பெண்ணாக ஏற்க முடியாமைக்குக் காரணமோ என்று தோன்றுகிறது. ஆணிடம் அடிமைப்பட்டே வாழ்ந்து பழகி விட்ட சில பெண்களும் இதே சிந்தனைக்குப் பழகி விடுகிறார்கள்.

இந்நிலையில் ஒரு வீட்டில் திருநங்கை இருப்பதென்பது அந்தக் குடும் பத்திற்கே அவமானச் சின்னமாக கருதப்படுகிறது. அவளது இருப்பு, குடும்பத்தின் மற்ற உறுப்பினர்களின் முன்னேற்றத்தையும், அவர்களின் சகஜ வாழ்க்கையையும் கேள்விக் குறியாக்கி விடும் என்று நம்பப் படுகிறது.

எங்களுக்கு வேண்டியதெல்லாம் ஒன்றுதான். சட்டபூர்வமான அங்கீகாரம். சமூக இழிவுகளிலிருந்து பாதுகாப்பைத் தருவதோடு, பொது இடங்களில் இயல்பாக நடமாடவும் இது உதவும். ஏன் அரசாங்கங்கள் இதனைச் சிந்திப்பதில்லை? திருநங்கைகளின் பிறப்பையும் இருப்பையும் தவிர்க்க முடியாது என்னும் போது, அவர்களுக்கான பால் மாற்று அறுவை சிகிச்சையை ஏன் சட்ட பூர்வமாக்கக் கூடாது? எத்தனையோ தேசங்களில் நடைமுறையில் இருப்பதுதான்.

இங்கு மட்டும் ஏன் இல்லை? ஏன் இது குறித்து யாரும் சிந்திக்கக் கூடத் தயாராக இல்லை?

திருநங்கைகளை நோய் மலிந்த பாலியல் தொழிலாளிகளாக மட்டுமே கருதி எழுதப்பட்ட அரசாணை ஒன்று இருக்கிறது (எண் 377). அதனை நீக்கி, முறையான மருத்துவ மற்றும் மனோநிலைப் பரிசோதனைகளை மேற்கொண்டு, திருநங்கை என்று உறுதியானால் அவர்களுக்கு முறைப்படி பால்மாற்று அறுவை சிகிச்சை (Sex Reassignment Surgery) செய்ய அரசு முன் வர வேண்டும். முடிந்தால் இட ஒதுக்கீடு, ஒரு சுதந்தரமான எளிய வாழ்வுக்கு நாங்கள் கேட்கிற குறைந்தபட்ச உதவிகள் இவை.

பள்ளிப் பாடங்களிலேயே திருநங்கைகளை அறிமுகப்படுத்தலாம். பின்னால் வழியில் பார்க்கிற போது இளித்துக் கொண்டும் கிண்டலடித்துக் கொண்டும் மீண்டும் ஒரு தலைமுறை எங்களை அவமானப்படுத்துவதிலிருந்து தப்பிக்க

இது உதவும். அறிவொளி இயக்கம் இருக்கிறது. முறைசாராக் கல்விக் கென்றும் ஓர் இயக்கமே இருக்கிறது. அதிலெல்லாமாவது திருநங்கைகளைக் குறித்தும் அவர்களது கஷ்டங்கள் குறித்தும் எடுத்துச் சொல்லிப் புரிய வைக்க வேண்டும். திருநங்கைகளை ஏற்றுக் கொள்ளவும், மதிக்கவும் சொல்லித் தர வேண்டும். சினிமாவில் தணிக்கைக் குழு திருநங்கைகளை இழிவுபடுத்தும் காட்சிகளைத் தடை செய்ய வேண்டும்.

அரசு மனம் வைத்தால் நிச்சயம் இது சாத்தியம்.

அரசாங்கம் ஓர் அடி எடுத்து வைத்தால் சமூகம் இன்னொரு அடி எடுத்து வைக்கும். சமூக அங்கீகாரம் கிடைத்து விடும் பட்சத்தில் குடும்பங்கள் எங்களை ஏற்பதில் அதிகப் பிரச்னைகள் இருக்காது என்றே நினைக்கிறேன்.

எது எதற்கோ கொடி பிடிக்கும் நமது அரசியல் தலைவர்கள் இதற்காகவும் கொஞ்சம் முயற்சி செய்ய வேண்டும்.

சொர்க்கம் வேண்டும் என்று நான் கேட்கவில்லை. நரகம் வேண்டாமே என்றுதான் மன்றாடுகிறேன். எனக்காகவும் என்னைப் போன்ற பிற திருநங் கைகளுக்காகவும்.

புரிந்து கொள்வீர்களா? எனில், நன்றி.